HƯƠNG TÍCH
PHẬT HỌC
LUẬN TẬP

Chủ trương	TUỆ SỸ
Thực hiện	Thư quán Hương Tích và nhóm cộng tác.
Trong tập này	Tuệ Sỹ, Lê Mạnh Thát, Võ Quang Nhân, Pháp Hiền, Thanh An, Thích Thanh Tâm, Nguyên Giác, Nguyễn Thị Tú Anh, Phan Tấn Hải, Quốc Bảo, Hạnh Chi, Tiểu Lục Thần Phong.
Tranh bìa	Đức Phật ngồi dậy từ kim quan thuyết pháp Vô thường (Nghệ thuật Phật giáo Nhật Bản); Phật thiền định dưới tán cây bồ đề, tại Hang động Phật giáo Dambulla, Sri Lanka, khoảng thế kỷ I trước CN.

Luận tập trân trọng đón nhận sự góp ý và cộng tác của chư thiện hữu tri thức; vui lòng gởi thư đến Hạnh Viên, email: huongtichbooks@gmail.com

HƯƠNG TÍCH

phật học luận tập

tập 8

2021

NHÀ XUẤT BẢN HỒNG ĐỨC

Mục lục

GIẢN GIỚI Tâm Lý Học ABHIDHARMA

TUỆ SỸ

I. ABHIDHARMA TRUYỀN THỐNG

Các vị luận sư Abhidharmika nhận định rằng chính đức Phật thuyết Abhidharma, nhưng không lập thành một hệ thống đặc biệt, mà thuyết tản mạn trong nhiều thời điểm và địa phương khác nhau. Sau khi Phật nhập Niết-bàn, các Đệ tử tập hợp những giáo nghĩa tản mạn này lập thành hệ thống. Những giáo nghĩa liên hệ đến nghiệp được tập thành trong một bộ phận gọi là "nghiệp uẩn" (*karma-skandha*); những giáo nghĩa liên hệ các quan năng được tập thành trong một bộ phận gọi là "căn uẩn" (*indriya-skandha*), v.v. Mục đích tập thành hệ thống này là khiến người học dễ nhận thức những lời dạy của Phật khả dĩ sâu sắc hơn, khả dĩ thực hành để dẫn đến an lạc cứu cánh. Abhidharma cũng y trên các nguyên lý giáo nghĩa mà nghiên cứu bản chất, tự thể, yếu tính của tồn tại, của mọi hiện tượng, để làm rõ chân lý vô ngã; thực chứng chân lý vô ngã là đạt đến an lạc cứu cánh. Nói cách khác, Abhidharma là một hệ thống hoàn chỉnh tập hợp các nguyên lý cơ bản của nhận thức để khảo sát các hiện tượng tâm lý cùng những hoạt động của chúng, nhằm phán đoán những gì là nhận thức đúng và sai, để từ đó dẫn đến hành động thích ứng với kết quả mong muốn là an lạc.

Cũng trong ý hướng ấy, Thế Thân mở đầu *Câu-xá* tụng nhận dịnh rằng "tuệ vô lậu" (*vimala-prajñā*) là tự thể của Abhidharma. Tuệ vô lậu tức nhận thức không bị ô nhiễm. Bởi vì do nhận thức sai lầm về bản chất của thực tại mà dẫn đến hành động sai lầm; do hành động sai lầm mà dẫn đến khổ quả.

Tuệ (*prajñā*) là một chức năng tâm lý có mặt trong tất cả mọi hoạt động của tâm thức. Đặc tính của nó là khả năng tư trạch (*dharma-pravicaya*: trạch pháp), thẩm tra, thẩm sát; được ví dụ như hành vi phân tích những gì tốt hay xấu trong một đống hoa hỗn độn để lựa chọn những đóa hoa tốt. Với các vị Abhidharmika, không một chức năng tâm lý nào hoạt động độc lập; do đó tuệ khi hoạt động nó không chỉ liên hệ đến những yếu tố tâm lý khác thuộc nội giới mà cũng liên hệ đến các đặc tính của đối tượng ngoại giới như hình sắc, âm thanh các thứ. Nói một cách chính xác, theo ngôn ngữ *abhidharmika*, tuệ hoạt động tương ưng với các trợ bạn của nó (*saparivāra*) là toàn bộ năm uẩn. Nó không phải là yếu tố tự hữu, mà do quá trình tích lũy kinh nghiệm từ những gì được nghe và học từ môi trường và truyền thống, bằng tư duy và quán sát; nó cũng có thể do bẩm sinh như là thụ bẩm từ các đời sống quá khứ.

Nói tóm lại, toàn bộ yếu tố tâm-sinh lý (năm thủ uẩn) được hiểu là tự thể của abhidharma. Nghiên cứu bản chất tồn tại và hoạt động của các yếu tố này lập thành hệ thống A-tì-đàm. Vì cơ bản đây là những yếu tố tâm lý và những quan hệ giữa chúng trong nội giới và quan hệ ngoại giới, do đó hệ thống Abhidharma có thể được hiểu là hệ thống tâm lý học, mặc dù trong Abhidharma nhiều vấn đề khác cũng được đề cập, như bản chất tồn tại của ngoại giới, thế giới vật lý, cấu trúc của vật chất, thời gian tính và bản thể không gian v.v.; nhưng chủ yếu vẫn là khảo sát các hiện tượng tâm lý.

Các vị Abhidharmika nói, tuy Phật không thiết lập một hệ thống Abhidharma ngoài những gì được nói và ghi chép các Kinh tạng, trong các *sūtra*; Abhidharma không nói thêm gì ngoài sự giải thích những điều Phật đã nói, những ẩn ý, những mật ý trong đó. Những điều Phật thuyết tuy nhiều, và tản mạn trong nhiều nơi được nói trong nhiều thời gian và địa phương khác nhau, nhưng cứu cánh của những thuyết giáo này là chỉ bày con đường dẫn đến giải thoát, an lạc cứu cánh.

Đặt trọng tâm vào cứu cánh, Thế Thân nêu rõ hai nhiệm vụ của Abhidharma, theo ý kiến của Huyền Trang. Một là đối hướng, nghiên cứu Abhidharmika nhắm đến mục đích tối hậu là Niết-bàn; nghiên cứu và nhận thức nào không dẫn đến cứu cánh này là phi Phật pháp, do đó cũng không phải là Abhidharma. Thứ hai, đối quán, khảo sát, nghiên cứu, đề nghị phương pháp tư duy chiêm nghiệm y cứ trên bốn Thánh đế; những nhận thức không hàm nội dung bốn Thánh đế là phi Phật pháp và do đó cũng không phải là Abhidharma. Bốn Thánh đế là những mối quan hệ nhân quả thế gian dẫn đến khổ và quan hệ nhân quả xuất thế gian dẫn đến an lạc cứu cánh. Khổ và lạc là những những trạng thái tâm lý, mà nếu không nói đến những yếu tố nhận thức như xúc giác, cảm giác, tri giác, phán đoán, ký ức, v.v. thì cũng không thể biết được đó là những hiện tượng gì để có phản ứng nên tránh xa hay nên tiếp nhận những gì có thể gây tổn hại hay khiến tăng ích.

Nhận định Abhidharma theo một ý nghĩa giới hạn như là khoa tâm lý học hiện đại, Chögyam Trungpa trong phần dẫn nhập khoa bản Tâm lý học Phật giáo nói, "Theo một ý nghĩa, người ta có thể nói nghiên cứu Abhidharma chỉ thuần là lý thuyết, nhưng về phương diện khác cũng có thể nói lý thuyết ấy cũng hàm chứa phẩm tính nhân cách, cá thể, vì abhidharma là khoa tâm lý học về tâm thức của con người. Nó là phần triết học cơ bản của Phật giáo, chung cho mọi tông phái – kể cả những vị Theravāda, và Tây Tạng cũng vậy."[1]

Chögyam Trungpa nguyên là một tu sỹ Phật giáo Tây Tạng; sở học cũng như sở hành của ông đều thuộc truyền thống Phật giáo Tây Tạng. Trong truyền thống này đỉnh cao tư tưởng và hành trì của Phật giáo Kim cang thừa, mà cơ sở lý luận là Trung luận của Long Thọ, và Du-già hành của Vô Trước. Cả hai hệ tư tưởng này đều khai triển những chủ đề giáo nghĩa từ Abhidharma của Hữu bộ (Sarvāstivāda) và Kinh bộ (Sautrāntika), với phương pháp luận là phê phán biện chứng hoặc phân tích tâm lý. Do đó, Abhidharma được xem là hệ thống tập hợp những điểm giáo nghĩa chủ yếu đã được Phật thuyết. Hệ thống này tập trung nghiên cứu năm uẩn, được xem là toàn bộ cơ cấu tâm thức bao gồm tâm-vật hay các hiện tượng tâm sinh lý trong mối quan hệ của chúng để hình thành ý tưởng về tồn tại một tự ngã (ātman); khái niệm tương đương với *psyche* được hiểu trong tâm lý học phương Tây hiện đại. Vì vậy, liên hệ Abhidharma với tâm lý học hiện đại không phải là điều không thể. Mặc dù cứu cánh cũng như phương tiện của hai truyền thống xuất phát từ hai hướng khác biệt.

Thế nhưng Trungpa không phải là người đầu tiên liên hệ Abhidharma với tâm lý học. Khởi thủy của mối quan hệ này, về mặt lịch sử cụ thể, có thể nói kể từ bản dịch Anh ngữ của *Dhammasaṅgaṇī* bởi Caroline A. F. Rhys Davids, với tựa đề "*A Buddhist Manual of Psychological Ethics* – From the Pāli of the *Dhammasaṅgaṇī.*" Nguyên đề Pāli, thay vì hiểu là "Pháp tập luận", trong đây từ *dhamma* cũng được hiểu là chỉ cho tâm thể và các hiện tượng tâm lý, do đó nó cũng hàm nghĩa tâm lý học (*psychological*). Với dịch giả này, nội dung chủ yếu của tập *Dhammasaṅgaṇi* là các vấn đề liên hệ

[1] Chögyam Trungpa, *Glimpses of Abhidharma*, "Introduction"; Shambala, London, 2001.

tâm lý học, cho nên bà cho rằng những ai có hứng thú đối với lịch sử tâm lý học sẽ tìm thấy nhiều hứa hẹn trong Luận thư này. Thế nhưng, khi nói đây là bản "Phật học cương yếu về Tâm lý đạo đức học", bà Rhys Davids giải thích, "Triết học Phật giáo thủy chung là vấn đề đạo đức. Điều này không có gì phải bàn cãi. Nhưng trong các hệ thống tâm lý học có một thế giới của những dị biệt tùy theo cấp độ quan trọng được gán cho phần nhập môn của đạo đức học bằng tâm lý học. Trong các vấn đề đạo đức, chúng ta y cứ trên cơ sở tâm lý học, vì tư liệu của chúng ta phần lớn bằng vào tâm lý học về ý chí hay ý dục, với những hệ số tình cảm và trí năng của nó."[2]

Các nhà nghiên cứu Phật học về sau, trên đại thể, cũng đồng quan điểm với Bà Rhys Davids. Chẳng hạn như Padmal De Silva, trong bài khảo cứu về tâm lý học Phật giáo y cứ nguồn văn hiến Pāli, nhận định, "Tạng Abhidhamma thuyết minh tâm lý một cách hệ thống về tâm tính và ứng xử của con người. Cho nên bản dịch Anh ngữ của *Dhammasaṅgaṇī*, một Luận thư Abhidhamma, bởi Caroline Rhys Davids, được đặt tựa đề là "Phật học cương yếu về tâm lý đạo đức học", xuất bản năm 1900. Sự hành trì của Phật giáo, hiểu như một tôn giáo và lối sống, đề cập khá nhiều về mặt biến đổi tâm lý. Mục đích tối hậu của đạo Phật là quả vị A-la-hán phản ánh, mà cũng là yêu cầu, những biến đổi tâm lý quan trọng. Con đường dẫn đến thành tựu mục đích này, Thánh đạo tám chi, bao gồm những bước mà ta chỉ có mô tả đó là những bước tiến tâm lý (như chánh kiến, chánh tư duy)..."[3]

Qua những trích dẫn trên, có thể thấy rằng hai hệ Phật giáo mà thoạt kỳ thủy như hai đầu thái cực khó dung hội, một đằng bảo lưu truyền thống nguyên thủy như Theravāda, và đầu kia là Đại thừa phát triển đến cực điểm Kim cang thừa, đã cùng xác nhận sở y trên một nền tảng hệ thống giáo lý tương đồng là Abhidhamma/Abhidharma, và cũng hiểu những điểm quan trọng trong hệ thống này cũng là những vấn đề của khoa tâm lý học hiện đại, theo nghĩa phổ thông được hiểu ngày nay.

2. KHẢO CỨU PHƯƠNG TÂY

Abhidharma như vậy cơ bản có thể được xem như là một ngành tâm lý

[2] *Buddhist Manual of Psychological Ethics*, "Introductory Essay."

[3] "Buddhist psychology: A review of theory and practice" by Padmal, Silva, Current Psychology Vol. 9 No. 3 Fall. 1900. Pp. 236-254

học Phật giáo. Nhưng vì tâm lý học là từ ngữ xuất xứ ở phương Tây, do đó để xác định ý nghĩa đích thực của nó áp dụng cho hệ thống Abhidharmika cần phải có một định nghĩa tương đối tổng quát của từ này.

Tâm lý học là từ Hán Việt tương đương từ Anh là *psychology*. Về ngữ nguyên, từ này do hai từ Hy-lạp cổ ghép thành: *psukhē+logia*.

Nguyên thủy, trong ý nghĩa Hy lạp cổ, từ *psukhē* (*psyche*) chỉ cho cái mà phổ thông hiểu là *linh hồn*, như là thực tại phân biệt với thể xác được hiểu trong hầu hết các tôn giáo. Ý nghĩa này có thể được tìm thấy trong các tác phẩm của Homer. Cụ thể, *psyche* chỉ cho "hơi thở" mà nghĩa phái sinh của nó hiểu là "linh hồn", nguyên lý tác thành sự sống, và khi chết nó từ tay chân người chết thoát ra mà đi xuống "cõi dưới" Hades và tồn tại ở đó như bóng mờ. Chính Odysseus đã gặp người bạn trẻ Elpenor ở đó, xuất hiện như một bóng mờ và báo cho biết là đã chết do té gãy cổ từ nóc điện Cierce, mà tới lúc đó Odysseus vẫn chưa hay.

Plato cũng thừa nhận sự tồn tại của psyche như một thứ linh hồn bất tử; khi nó tồn tại trong một thân xác, nó khiến thân xác ấy có sự sống; mà khi nó rời khỏi, thân xác ấy chết. Plato cũng xây dựng một cơ cấu tâm lý của psyche hoạt động dưới ba hình thái: trí năng (logistikon), xúc cảm (thumos) và ham muốn (epithumetikon). Đấy cũng là những vấn đề căn bản trong tâm lý học hiện đại.

Aristotles cũng thừa nhận *psyche* tồn tại như Plato, nhưng điểm khác biệt là khi người chết, psyche ấy cũng mất. Psyche là nguyên lý tác thành sự sống; không chỉ sự sống trong thân xác con người, mà sự sống trong các loài thực vật khiến cho chúng có thể tiếp thu dưỡng chất; và cao thêm một lớp, psyche tồn tại trong các loài động vật khiến cho chúng có cảm giác, biết đau, biết ưa thích. Cao nhất là *psyche* trong con người, nó khiến cho người có khả năng tư duy, suy lý. Psyche là *hình* (form) mà thể xác là *chất* (matter), hình chất không rời nhau. Quan điểm *psyche* như một loại tín ngưỡng phiếm thần trong cơ cấu Hy-lạp cũng được tìm thấy trong Thales. Trong một số tín ngưỡng ở Ấn-độ cổ đại, tin tưởng cây cỏ cũng có linh hồn.

Chính Aristotles đã viết một tác phẩm nói về *psyche* ấy, *Perì Psūchês* (La-tinh, *De Anima*, Về Linh hồn), được xem tác phẩm đầu tiên về tâm lý học ở phương Tây, ảnh hưởng của nó kéo dài ít nhất cho đến thế kỷ 19. Mặc dù, với quan niệm về ba đẳng cấp của psyche, *Perì Psūchês* không chỉ riêng biệt nghiên cứu về các hiện tượng tâm lý của con người để lập thành khoa tâm lý học độc lập. Nghiên cứu của Aristotles còn bao gồm cả vật lý học và sinh lý học về psyche trong thực vật và động vật.

Khi văn minh La-mã phát triển dưới ảnh hưởng thần học Thiên chúa giáo, *psyche* được chuyển thành *anima* trong tiếng La-tinh và nó được hiểu là "linh hồn", chỉ tồn tại nơi con người, được ban cho bởi Thiên chúa sau khi nắn hình con người. Ý tưởng này chi phối tư tưởng Âu châu, cho đến thời Descartes (1596 – 1650), triết gia Pháp, với thuyết nhị nguyên, phân biệt linh hồn và thân xác là hai thực tại biệt lập, mà các hiện tượng tâm lý chỉ là những hoạt động của linh hồn. Thuyết nhị nguyên của Descartes được thừa nhận là tín lý chính thống của Giáo hội Thiên chúa La-mã.

Từ *psychology* phổ thông ngày nay được nói là từ phát minh bởi Rudolphus Goclenius (*Rudolf Göckel*, 1547–1628), triết gia kinh viện Đức, đầu tiên xuất hiện trong tác phẩm của ông nhan đề *Psychologia hoc est: de hominis perfectione, animo et imprimis ortu hujus* (1590). Từ này chỉ trở thành phổ thông kể từ triết gia duy tâm người đức Christian Wolff (1679-1754) với tác phẩm *Psychologia empirica* (1732).

Trong lịch sử học thuật phương Tây, tâm lý học chỉ được thừa nhận như một ngành học độc lập, không lệ thuộc triết học như từ trước, phải kể là từ thời Wilhelm Maximilian Wundt (1832–1920), nhà triết học đồng thời cũng là nhà sinh lý học Đức, với sự xuất hiện của ngành tâm lý học thực nghiệm (experimental psychology). Sau Wundt là Williams James (1842–1910), người được xem là cha đẻ của tâm lý học hiện đại của Mỹ, với tác phẩm đồ sộ *The Principles of Psychology*, xuất bản đầu tiên năm 1890.

William James định nghĩa tâm lý học là Khoa học về Đời sống tâm thức, bao gồm những hiện tượng sinh hoạt của tâm và những điều kiện cho các hiện tượng này. Những hiện tượng sinh hoạt của tâm thức như cảm giác, ham muốn, tri nhận, suy lý...

Những nguyên lý của tâm lý học của James xuất bản trước bản dịch Anh ngữ *Dhammasaṅgaṇī* của Mrs. Rhys Davids có đến 10 năm nên bấy giờ có thể ông chưa biết gì nhiều đến điều được gọi là "Tâm lý học Phật giáo"; nhưng hẳn là James đã có nhận thức nhất định về Phật giáo. Trong hậu từ ghi sau những bài thuyết trình Gifford xuất bản năm 1902 với nhan đề *The Varieties of Religious Experience*, James bày tỏ sự tán đồng của ông với học thuyết về Karma của Phật giáo. Hậu từ này chỉ thấy trong bản thảo chứ không được in trong sách nói trên.[4]

Năm 1904, vị Đại sư Tích-lan Anagarika Dharmapala, bấy giờ đang thăm nước Mỹ, đến dự một lớp dạy tâm lý học của James tại Đại học Havard. Nhận thấy có màu áo vàng xuất hiện trong lớp, James liền đề nghị với Dharmapala: "Mời lên ngồi ghế tôi. Tôi xuống dự nghe với sinh viên." Dharmapala đáp ứng ngay, lên bục giảng thuyết trình về tâm lý học Phật giáo. Sau khi nghe Đại sư giới thiệu quan điểm của Phật giáo theo đó không tồn tại một tự ngã bên dưới dòng chảy của tâm thức và các sự kiện vật lý, James liền đứng dậy phát biểu trước thính chúng, những học trò của ông: "Đây là khoa tâm lý học mà người ta sẽ nghiên cứu trong 25 năm tới."[5] Đây là lời tiên đoán của một nhà tâm lý học kinh điển hàng đầu của Mỹ, khẳng định có một khoa tâm lý chung chia sẻ giữa Phật giáo và nghiên cứu phương Tây.

Cũng không hơn 25 năm sau đó, thật vậy, do quan hệ đặc biệt Mỹ-Nhật trong chiến tranh cũng như trong hòa bình, văn hóa Nhật Bản lần lượt chinh phục giới trí thức Mỹ, và lan sang châu Âu, trong đó gây ảnh hưởng nhiều nhất là D.T. Suzuki với những tác phẩm về Zen, thiền Nhật Bản, và Phật giáo Đại thừa. Những tác phẩm này đã lôi cuốn Carl Jung đến với Phật giáo. Sau Jung, phải kể là Erich Fromm. Tháng 8, 1957, Erich Fromm

[4] David Scott, trong bài khảo cứu đăng trong Religion 30, số 4 (Oct. 2000), "William James and Buddhism: American pragmatism and Orient", dẫn một số thư tịch Phật giáo mà James có thể đã đọc. Chẳng hạn, trong *Varieties of Religious Experience*, James đã dẫn *Die Religion des Buddha* (1857) của Carl Koeppen; *Buddha* (1882) của Hermann Oldenberg; Buddhism in Translation (1898) của Henry Warren. Năm 1897, James viết thư cho Vivekānanda, phê bình quan điểm của ông về Phật giáo. Swami Vivekānanda, được tôn xưng là triết gia cuối cùng của Ấn-độ giáo, trong Hội nghị tôn giáo thế giới (*World Parliament of Religion*), phát biểu rằng Ấn-độ giáo tôn thờ đức Thích-ca như là Thiên chúa của họ nhưng bác bỏ Phật giáo vì những đệ tử của Thích-ca chối bỏ sự tồn tại của ātman, phản lại Phật và Upanishad.

[5] Theo các dẫn chứng, giai thoại này có thể do chính A. Dharmapāla thuật lại, được in lại trong *Return to righteousness, a collection of speeches, and letters of the Anagarika Dharmapāla*, gồm các bài thuyết trình, các thư từ, tập hợp bởi Ananda W.P. Guruge, ấn hành bởi bộ Văn hóa Giáo dục Tích-lan, 1965. Giai thoại này khá thú vị nên được dẫn rất nhiều nhưng không nói đến xuất xứ gốc. Nhà thơ Mỹ, Rick Fields, trong *How the Swan Came to the Lake* (Boulder, 1978) cũng dẫn giai thoại này, nhưng được nói là dẫn lại từ Sangharakshita, *Angarika. A Biological Sketch.* (Kandy: Buddhist Publication Society, 1964, 78).

tổ chức một cuộc hội thảo về Zen và phân tâm học tại Hội Phân tâm học Mexico, với sự tham dự của D.T. Suzuka (bấy giờ 86 tuổi). Kết quả là tập sách *Zen Buddhism and Psychoanalysis*, gồm các bài thuyết trình của Suzuki, Erich Fromm và Richard de Martino.[6] Tuy vậy, kết quả này không chứng tỏ đã giới thiệu một khoa tâm lý học Phật giáo hiểu theo nghĩa phương Tây hiện đại.

Với các nhà nghiên cứu này, tư tưởng Phật học, cũng như của phương Đông, chỉ được lưu ý như một hệ tham chiếu lý thuyết. Như Carl Jung phát biểu: "Không phải lịch sử tôn giáo, cũng không phải nghiên cứu triết học đầu tiên đã lôi cuốn tôi đến với thế giới của tư tưởng Phật giáo, mà chính do những hứng thú nghề nghiệp của tôi với tư cách một bác sĩ. Nhiệm vụ của tôi là chữa trị nỗi khổ tâm thần; và chính điều này đã thúc đẩy tôi làm quen với những quan điểm và những phương pháp của vị thầy vĩ đại của nhân loại (Jung chỉ Đức Phật) mà chủ đề chính của ngài là 'chuỗi đau khổ, tuổi già, tật bệnh, sự chết.'"[7]

Dù vậy, cũng có nhiều nỗ lực để hình thành một khoa tâm lý học Phật giáo tương ứng với phương Tây. Ý tưởng này có thể thấy nơi Nyayaponika, với tác phẩm *Abhidhamma Studies. Researches in Buddhist Psychology* xuất bản năm 1949. Cho đến, tác phẩm này đã trở thành kinh điển đối với những vị muốn nghiên cứu tâm lý học Phật giáo y cứ nguồn tư liệu từ Thánh điển Pāli.

Thật sự, những hiện tượng tâm lý được W. James nghiên cứu trong *Những nguyên lý của tâm lý học* rất khá gần với một số điểm được thuyết minh trong các Luận thư Abhidhamma/ Abhidharma, của Thượng tọa bộ Pāli cũng như của Hữu bộ Vaibhāṣika. Đặc biệt là quan niệm của W. James về "dòng chảy của tư duy" (the stream of thought)[8] được xem là khá gần với khái niệm về *cittasantāna* (tâm tương tục) trong các Luận thư Phật giáo, từ Abhidharmika cho đến Yogācāra (Du-già hành/ Duy thức tông).

Tâm lý học của W. James, với những điểm khá tương đồng như vậy, đã

[6] Bản dịch Việt, Như Hạnh, *Thiền và Phân tâm học*, Saigon, 1972.

[7] Dẫn bởi *Câu-xá luận* tập III (Việt, Hương Tích tái bản 2019), tr. 44.

[8] *Principles of Psychology*, chp. IX. The stream of Thought.

ảnh hưởng đặc biệt đến Kulapahana.[9] Hẳn là do ảnh hưởng này, và với ý đồ xây dựng một khoa tâm lý học trong Phật học có tầm mức ngang với *Những nguyên lý* của James, Kulapahana đã viết một tác phẩm cùng tiêu đề tương tự: *The Principles of Buddhist Psychology*,[10] trong đó một số chủ đề có thể đối chiếu với *Những nguyên lý* của W. James. Tác phẩm của Kulapahana thực ra cũng chỉ là một bản cương yếu về những điểm được xem là lập thành cơ sở cho một khoa tâm lý học độc lập như ở phương Tây. Những điểm này bao gồm các giáo nghĩa chính được Phật nói trong Kinh tạng (sūtra-piṭaka), và được kết tập, diễn giải triển khai trong các hệ thống Abhidhamma/ Abhidharma, từ Thượng tọa bộ Pāli, cho đến Đại thừa Trung luận và Du-già hành. Những điểm này không chỉ là những vấn đề cá biệt của Phật giáo về tâm lý học, mà là những điểm trọng yếu trong các nghiên cứu tâm lý học phương Tây hiện đại. Không nói đến các tâm lý học cổ điển phương Tây vì phần lớn các hệ này nghiên cứu tâm lý với giả thiết về sự tồn tại của linh hồn (*psyche/anima*) như một tự ngã thường hằng bất biến.

Mặc dù có nhiều điểm tương đồng như vậy, và cũng được khá nhiều nhà nghiên cứu công nhận, nhưng không phải vì vậy mà giới học thuật phương Tây dễ dàng chấp nhận tồn tại một khoa tâm lý học Phật giáo hiểu theo nghĩa hiện đại. Lý do chính yếu, những thuyết minh hay lý giải của kinh điển Phật giáo về các yếu tố và các hiện tượng tâm lý đều phát xuất từ chủ quan, y cứ trên phương pháp nội quan (*introspection*), cá biệt tùy theo kinh nghiệm của mỗi người, không thể làm cơ sở cho những khảo cứu khoa học.

Có hay không có một khoa tâm lý học Phật giáo, đây là vấn đề của giới học thuật hàn lâm. Và đặc biệt là trong giới gọi là "tâm lý học dòng chính" (mainstream psychology). Với giới này, ngay như cả phâm tâm học của

[9] David Kulapahana là một nhà nghiên cứu Phật học người Tích-lan (Sri Lanka) đặc biệt. Tất nhiên ông trưởng thành trong truyền thống Thượng tọa bộ Pāli, nhưng được đào tạo chính quy từ Đại học Luân đôn (University of London) tốt nghiệp với học vị Tiến sĩ triết học dưới ảnh hưởng của Ludwig Wittgenstein, nghiên cứu Hoa ngữ và Tạng ngữ tại Trường Nghiên cứu Đông phương và Châu Phi (the School of Oriental and African Studies) ở Đại học Luân đôn. Do vậy, ông rất am hiểu về Abhidhamma-Pāli, và cũng thông suốt Trung luận và Du-già hành của Đại thừa. Bản dịch Anh ngữ của ông về Trung luận (*Mūlamadhyamakakārikā*) được xem là chuẩn mực cho nghiên cứu tư tưởng của Long Thọ.

[10] Published by State University of New York Press, Albany, 1987.

Carl Jung cũng không được thừa nhận vì những ý tưởng không chính quy của ông, huống hồ Phật giáo phát xuất một truyền thống bên ngoài "dòng chính" này. Dù muốn hay không, trễ lắm là kể từ thập niên 70, hiệu quả tâm lý trị liệu từ Phật giáo đã được xác nhận. Hiệu quả này được thấy ngay từ đầu, như phát biểu của Alan Watts, triết gia, nhà văn Anh-Mỹ, trong thập niên 60: Phật giáo không phải là một hệ triết học hay tôn giáo được hiểu theo ý nghĩa phương Tây; mà nên thấy ở đó có điều gì đó tương tự như là tâm lý trị liệu. Nói tương tự như tâm lý trị liệu, vì nó chỉ phương pháp chữa trị tâm thức bị nhiễu loạn.

Đây là khía cạnh Phật giáo được tiếp nhận và được nói đến nhiều nhất trong vài thập kỷ trở lại đây. Có thể tìm thấy trong nhiều phương tiện truyền thông hiện đại, và tất nhiên đã trở thành vấn đề thời thượng.

Một vấn đề khi đã trở thành thời thượng đương nhiên có mặt tích cực mà cũng có nhiều mặt tiêu cực của nó. Về mặt tiêu cực tất nhiên không cần phải nói đến. Về mặt tích cực, thì thiện ý của những người nghiên cứu có thể cũng đồng với đức Dalai Lama, qua phát biểu giới thiệu kết quả nghiên cứu và hội thảo của một số các nhà tâm lý học và khoa học não tại Wisconsin, 2001: "Đại phần đau khổ của con người bắt nguồn từ những xúc cảm nguy hại, như hận thù nuôi dưỡng bạo lực, hay tham dục làm mồi lửa cho ma túy. Một trong những trách nhiệm trọng yếu của chúng ta là chăm sóc mọi người để giảm bớt cái giá mà con người phải trả cho những xúc cảm không được kềm chế như vậy. Trong sứ mạng này, tôi cảm thấy rằng Phật giáo và khoa học cả hai đều có nhiều điều để cống hiến."[11]

Đó là về phía Phật giáo, từ phương Đông. Về phía những nhà nghiên cứu từ phương Tây, thiện ý của họ có thể được phát biểu như Daniel Goleman: "Phật giáo đã từng thăm dò tâm và những tiềm năng tích cực của nó qua nhiều thiên niên kỷ với độ sâu và mức chính xác phi thường. Khoa học bước vào tuyến khảo sát này chỉ mới gần đây thôi. Nay cả hai truyền thống này cùng đã kết hợp với nhau trong sứ mạng chung này."[12]

Những xúc cảm nguy hại (destructive emotion) nói đây là những phiền não được nói đến rất nhiều trong các kinh điển Phật giáo, đặc biệt là tham và sân, những yếu tố đang tàn phá thế giới hiện đại, gieo rắc kinh hoàng

[11] *Destructive Emotions. How Can We Overcome them? A Scientific Dialogue with the Dalai Lama*, "Foreword". Narrated by Daniel Goleman. A Bantam Book, 2003.

[12] Sách dẫn trên, "Prologue: A Challenge for Humanity" (Tiền ngôn: Một thách thức cho nhân loại).

cho cả nhân loại. Cho nên, chủ đề nghiên cứu để áp dụng cho trị liệu không chỉ lý thuyết và thực hành của Thiền, mà hướng đi của nó cần thiết bao gồm toàn bộ những điều có thể nói là tâm lý học Phật giáo, bất cứ hiểu theo nghĩa nào. ❐

T.S.

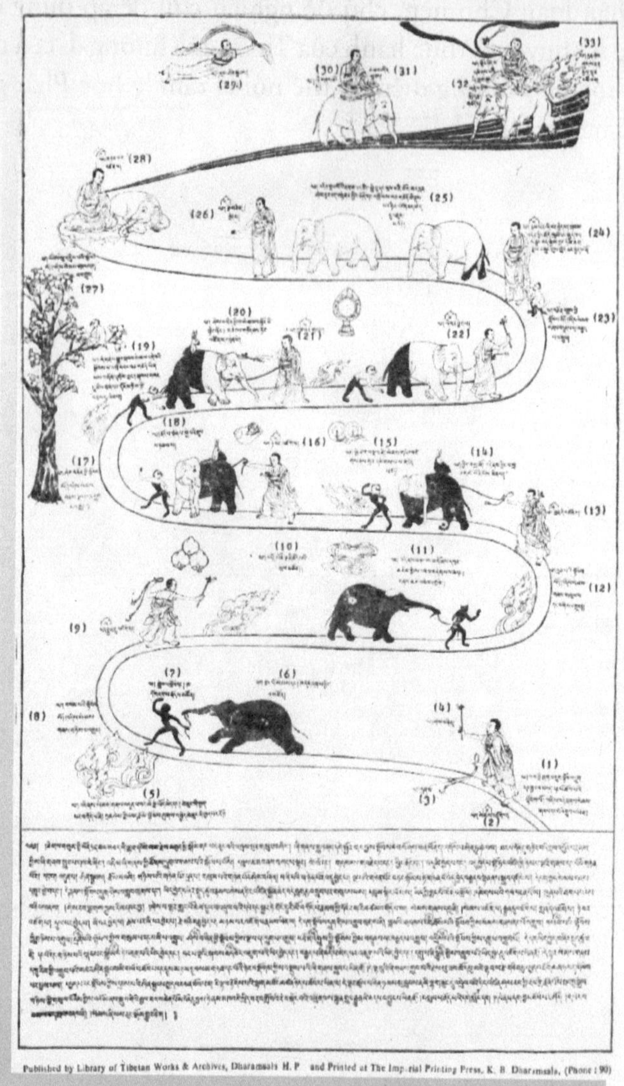

☐ Ảnh: Bản sao tranh "Cửu Tâm Tượng Đồ" với nguyên gốc minh họa Tạng ngữ.

Hiệu chỉnh – Vi Trần
Courtesty: Nha Văn Khố và Thư Viện Tây Tạng tại TP. Dharamsala, bang HP. Ấn

Việc định tâm mình lên một đối tượng thiền và kiểm soát nó, điều này được dạy như là sự thuần phục voi.[1]

Cửu Tâm Tượng Đồ

□ **Làng Đậu – Võ Quang Nhân**

1. Dẫn Nhập

Đối với hầu hết Phật tử Đại thừa khi nhắc đến tranh thiền thì hầu như ai cũng liên tưởng về các bức Thập Mục Ngưu Đồ. Xa hơn một chút, người ta có thể nghĩ nhớ đến dòng "tranh thiền" khác. Đó là các dạng thangka và maṇḍala trong Phật giáo Tây Tạng, vốn có một truyền thống lâu đời khởi nguyên từ Ấn-độ có đặc trưng riêng liên quan đến các phép thiền quán tưởng của dòng tu Mật tông Đại thừa. Nhưng ít ai biết rằng, tại Tây Tạng và các vùng Phật giáo Mật tông ngày nay, trong các chương trình học chính quy, học sinh ngoài việc học một cách mở rộng kiến thức về thangka hay maṇḍala, họ còn được nghe giảng vài buổi chuyên biệt về một bản tranh (thangka). Loại tranh này không giống với các thangka thông thường, mà đó là một dòng tranh riêng biệt, có thể đem so sánh với Thập Mục Ngưu Đồ. Tức là loại tranh ám chỉ đến các cấp độ điều tâm của một thiền giả hay các dấu hiệu về các

1 Lời giảng của Tsongkhapa. Xem thêm chú thích số 3 để tìm đến nguồn chánh văn và dịch thuật.

mức thiền định. Qua đó người tu biết được mình đang ở mức nào. Bài viết này nhằm giới thiệu về bức tranh thiền Tây Tạng này, tạm gọi "Cửu Tâm Tượng Đồ", sẽ không đem ra so đo với "Thập Mục Ngưu Đồ". Tuy nhiên, thiện giả hiểu biết vẫn có sự thấu suốt nào đó các điểm tương đồng hay dị biệt của hai thể tranh này.

2. Nguồn Gốc

Người ta không biết chắc chắn thời điểm mà bức họa này được phát đồ và ai đã vẽ nó lần đầu tiên[2]. Tuy nhiên, theo những bài giảng truyền thống truyền khẩu cho đến ngày nay tại các chùa Đại thừa Mật tông Tây Tạng, thì nguồn gốc của tranh này là một cách minh họa các cấp độ tiến triển của thiền giả trong việc điều tâm. Các họa tiết so sánh sự chuyển hóa màu da của con voi từ đen (hắc tượng), tức là lúc hành giả mới tu tập thiền, cho đến lúc voi biến hóa trắng hoàn toàn (bạch tượng) là giai đoạn đạt đến đại định và sau đó là giác ngộ khi kết nối với thiền quán. Tuy nhiên, về văn tự miêu tả, nếu không tính đến màu sắc chuyển hóa của voi, thì tổ

2 Nhân việc tìm kiếm nguồn gốc tranh này, chúng tôi đã phát triển một phần mềm đặc biệt có thể giúp truy tầm xem có đoạn kinh văn nào nói về tranh này trong tất cả các kinh văn danh mục Dege của Đại Tạng Kinh (Kanyur) và Đại Tạng Luận (Tengyur) nhưng rất tiếc, cũng không tìm thấy một điển tích nào về việc dùng hình tượng voi chuyển hóa màu da để mô tả các trạng mức thiền. Như vậy, có thể tạm kết luận rằng dạng tranh thiền này được sáng tạo tại Tây Tạng. Tuy vậy, cũng xin nêu rõ rằng nếu chỉ tìm hình ảnh voi và đặc biệt là voi trắng hay voi sáu ngà, thì độc giả có thể nhận ra voi là biểu tượng được mượn để truyền dẫn ý chỉ sâu xa hơn và được nhắc đến trong nhiều kinh luận khác nhau. Chỉ có điều là không thể tìm thấy chi tiết nào hình tượng hóa việc thuần hóa voi như là tiến trình tu tập thiền hay điều tâm. Có nhiều điểm khiến chúng ta có thể liên kết sự kiện này là vì trong nhiều trường hợp, voi trắng được kể đến như là hình ảnh của tiền thân một vị bồ-tát, và vì theo như Phật giáo Tây Tạng, bồ-tát ở bất kỳ địa nào, cũng đều ít nhất đã trực chứng được tánh Không (mức thấp nhất là Hoan Hỉ địa ở mức Kiến đạo). Tức là cũng đã vượt lên được mức thiền hỉ lạc (nhu hoạt) về thân và tâm. Qua đó, gián tiếp thấy được hình ảnh voi, so sánh với việc điều tâm, có thể đã có một mối liên hệ gốc rễ ẩn tiềm ở đây. Số lượng trích dẫn tìm thấy là khá nhiều (hơn 10 dẫn nguồn), nên chúng tôi chỉ mạn phép dẫn ra vài bộ kinh có đề cập voi trắng trở thành Bồ-tát như (1) *Bản Sanh Kinh* (kinh kể về tiền kiếp đức Phật) trong Đại Tạng Kinh bộ Bát-nhã Ba-la-mật-đa, Adarsha Vol.34-1-218a (\degekangyur-head1-3000719-3000853_Account of the Previous Lives of the Buddha\degekangyur-3.txt); và (2) *Bồ-tát Jñānottara (Trí Vận) Vấn Kinh* thuộc Bộ Bảo Tích, Adarsha Vol.44-1-47b (\degekangyur-head1-3006995-3007077_The Sūtra of the Chapter of the Bodhisattva Jñānottara's Questions\degekangyur-2.txt)...

Tsongkhapa đã có các trích dẫn trong *Đại Luận về Giai Trình của Đạo Giác Ngộ*[3]. Ngài giảng giải chi tiết về việc điều tâm, được ví như việc trói buộc một con voi bằng dây thừng chánh niệm vào cây cột vững chắc của đối tượng thiền, và tuần tự thuần hóa nó bởi việc sử dụng móc sắt của tỉnh thức (tỉnh giác) để đâm nó nhiều lần khiến nó phải nghe theo. Về ý này, Ngài có trích các đoạn dẫn từ tác phẩm *Trung Đạo Tâm Luận* của tổ Thanh Biện, cũng như là, dẫn thêm câu kệ của tổ Liên Hoa Giới dạy trong *Giai Trình Thiền* Quyển Trung về việc dùng sợi dây thừng chánh niệm và tỉnh thức để buộc chặt tâm thức hành giả vào thân cây vững chãi, một biểu tượng của đối tượng thiền. Nếu truy cứu đến các kinh luận từ Đại Tạng Kinh-Luận, thì có thể tìm thấy biểu tượng như vậy khởi hiện từ tác phẩm *Trung Đạo Tâm Luận* cùng với *Trung Đạo Tâm Nhiếp Luận* của ngài Thanh Biện (Bhāviveka khoảng chừng 500 – 578 sau Tây Lịch)[4]. Sau đó, biểu tượng này cũng được nhắc đến bởi các tác phẩm khác của Liên Hoa Giới (Kamalaśila 725–788), Thuần Hữu (Vimalamitra – Khoảng đầu TK8.), Vitapāda (Phi Hộ? TK.9 – đặc biệt đây là trước tác duy nhất thuộc phân lớp Mật Tục có nhắc đến điều này), Nhiên Đăng Cát Tường Trí (Atiśa Dīpaṃkaraśrījñāna 982–1054) và sau đó là Prajñāmokṣa (Trí Tự Tại? – TK.11)[5]. Tuy nhiên, chúng tôi chưa tìm thấy biểu tượng thuần voi trong tiến trình điều tâm từ các kinh Phật giảng, dù đã dùng đến kỹ thuật tìm kiếm bằng một phần

3 Chánh văn của đoạn này có thể tìm đọc từ Adarsha. Các tác phẩm của Tsongkhapa Vol.13-2-329a. Head1-1475967-1477013\tsongkhapa-27.txt །བྱང་ཆུབ་ལམ་རིམ་ཆེན་མོའི་ས་བཅད་བཞུགས་སོ། hay trong bản dịch Việt ngữ *Đại Luận về Giai Trình của Đạo Giác Ngộ* Tập 3 Chương 3 mục 2.a' (Phương Thức Không Sai Sót).

4 Trong Dege Tengyur Adarsha (98-1-4a) (Vol 98 Madhyamaka degetengyur-head1-2900735-2900814 Madhyamakahṛdayakārikā) có đoạn kệ (chính là đoạn mà Tsongkhapa trích) như sau: །ཡིད་ཀྱི་གླང་པོ་ལོག་འགྲོ་བ། །དམིགས་པའི་ཀ་བ་བརྟན་པོ་ལ། །དྲན་པའི་ཐག་པས་ངེས་བཅིངས་ནས། །ཤེས་རབ་ལྕགས་ཀྱུས་རིམ་དབང་བྱ། (Chú voi lầm lỗi của tâm thức ngươi, bị trói chặt vào cây cột vững chãi đối tượng thiền, bởi dây thừng chánh niệm, dần dần chịu kiểm soát do móc sắt của trí huệ).

5 Để lược bớt rườm rà do việc trích dẫn chánh văn và giảm bớt khó khăn cho người không dùng Tạng ngữ, chúng tôi chỉ cho biết là các chánh văn đều có thể tìm đọc từ Dege Tengyur Adarsha theo các chi tiết đánh số vị trí đoạn văn dùng định dạng sẵn có của Adarsha (xem link từ phần Tài Liệu Tham Khảo): Thanh Biện với Madhyamakahṛdayakārikā (Vol.98-1-4a) và Madhyamaka-hṛdayavṛttitarkajvālā (Vol.98-1-57b); Liên Hoa Giới với Bhāvanākrama (Vol.110-1-48a); Thuần Hữu với Kramaprāveśikabhāva-nārtha (Vol.110-1-347a); Vitapāda với Śrīguhyasamājasādhan asiddhisaṁbhavanidhi-nāma (Vol.44-1-28a); Atiśa với Bodhimārga-pradīpapañjikā-nāma (Vol.111-1-275a); và Prajñāmokṣa với Madhyamakopadeśavṛtti (Vol. 110-1-121b).

mềm chuyên dụng để truy tầm Đại Tạng Kinh.

Chúng ta không có bằng chứng nào để thuyết phục được rằng, trước thời của Thanh Biện đã có ai khác giảng dạy thiền thông qua việc so sánh với hình ảnh nài voi.

Tuy vậy, dù không tìm thấy học giả nào trước Thanh Biện đã vận dụng hình ảnh này, thì chúng ta vẫn có các dấu vết gần giống được tìm thấy trong các kinh Phật điển hình, nhất là:

1. Trong khá nhiều bộ kinh khác nhau, đặc biệt là các đoạn văn kính lễ chư Phật chư Bồ-tát, có đề cập đến một vị Bồ-tát mà biểu tượng của ngài là Khổng Tượng. Đó chính là đại Bồ-tát Hương Tượng. Vì là Bồ-tát tức là người đã thiền đến mức ít nhất là kiến đạo. Hình ảnh Hương Tượng Bồ-tát cũng có thể là một khởi hứng cho việc so sánh chăn voi trong thiền.[6]

2. Một hình ảnh gần gũi hơn nữa, có đề cập về việc rèn luyện voi cho việc tu tập nhẫn nhục. Đặc biệt, các chi tiết như là dây cột voi vào một cây cột vững chắc, móc sắt để thuần voi, đều có mô tả đủ trong kinh. Đó là kinh *Điều Ngự Địa* thuộc Trung Bộ Kinh. Sự khác nhau chỉ ở mức độ một bên là rèn tâm cho thiền định, còn bên kia là tu

6 Trong Dege Tengyur Adarsha (98-1-4a) Chúng tôi tìm ra không dưới 12 kinh có nhắc đến hình ảnh ngài Hương Tượng Bồ-tát. Hình ảnh voi mà ngài mang theo là một dạng khổng tượng với sức mạnh siêu việt hơn voi thông thường. Và "voi" có màu trắng. Các kinh điển hình có thể tìm ra tên ngài như *Giải Thoát Kinh, Đại Giải Thoát Kinh, Tinh Nhật Kinh, Long Vương Vấn Kinh, Phương Quảng Hoa Nghiêm Kinh*,... Ngài không chỉ xuất hiện trong kinh mà cả trong Mật điển như *Kim Cang Thủ Truyền Lục*... Nếu độc giả nào muốn đào sâu kiểm nghiệm thêm thì có thể vào đại tạng kinh kangyur của Adarsha và tìm tên Tạng ngữ Hương Tượng bồ-tát (གླང་རྒྱལ་སེམས་དཔའ་སྤོས་ཀྱི་གླང་པོ་) sẽ có đầy đủ danh mục hơn 12 kinh đề cập tên Ngài.

dưỡng tâm cho nhẫn nhục và trì giới.[7]

Về việc có phải ngài Thanh Biện là người đầu tiên sử dụng hình ảnh nài voi để so sánh với việc điều tâm trong tu tập thiền hay không, sẽ vượt ra ngoài nội dung bài viết này nhưng đây lại là một đề tài khá lý thú nếu đủ duyên chúng ta có thể tìm hiểu sâu hơn sau.

Như vậy, có thể tạm đưa ra kết luận về nguồn gốc kinh văn của Cửu Tâm Tượng Đồ xuất hiện từ thời của Thanh Biện tại Nālandā, và có lẽ được đồ họa hóa, thêm chi tiết bởi các hành giả Tây Tạng sau này. Do các chi tiết của bức Cửu Tâm Tượng Đồ gắn liền với nội dung về chín mức độ (hay trạng thái) định tâm, nên phần tiếp theo sẽ đề cập đến chín trạng thái định tâm để người đọc có thể thấy được phần chú giải về nội dung ý nghĩa của bức tranh.

3. Chín trạng thái định tâm

Phần kinh văn dưới đây được trích xuất từ *Đại Luận về Giai Trình của Đạo Giác Ngộ* Quyển Hạ, vì xét thấy đây là đoạn văn giải thích rõ ràng và đầy đủ từ đạo sư Tsongkhapa, người có thẩm quyền, nên chúng tôi đăng lại có thu gọn một số điểm không liên quan.

7 Bài viết này sẽ có một thiếu sót lớn nếu không nhờ sự chỉ dẫn của Thầy Thích Tuệ Sỹ. Bản Kinh này không tìm thấy trong kho đại Tạng Kinh Tây Tạng nên chỉ có thể dựa trên bản dịch A-hàm từ tiếng Hán. *Điều Ngự Địa Kinh* do Thích Tuệ Sỹ dịch có đoạn nguyên văn như sau: *Người ấy cầm cây gậy xuống đất, cột cổ voi rừng lại, chế ngự tâm ý vui thích núi rừng của nó, trừ khử tâm niệm ham muốn núi rừng, dứt bỏ mệt nhọc núi rừng, khiến cho nó vui thích thôn ấp, tập yêu người đời.*

...

Này A-kì-xá-na, khi voi rừng nghe theo lời dạy của người huấn luyện voi, bấy giờ người huấn luyện voi mới buộc hai chân trước, hai chân sau, hai bàn thối, hai sườn hông, đùi, xương sống, đầu, trán, tai, ngà, và buộc cả vòi nó lại, rồi sai người cầm móc câu cỡi lên đầu nó; khiến một số đông người cầm dao, thuẫn, sảo, mâu, kích, búa, việt, đứng phía trước, còn người huấn luyện voi thì tay cầm một cây mâu nhọn đứng ngay trước voi mà nói rằng, 'Bây giờ ta trị ngươi, khiến ngươi không di động'...

Này A-kì-xá-na, khi voi rừng nghe theo người huấn luyện voi mà không di động, lúc bấy giờ nó nhẫn chịu những dao, sảo, mâu, kích, búa, việt, hô hoán to tiếng, hoặc gào thét, hoặc thổi tù và, đánh trống, động chuông, nó có thể nhẫn chịu tất cả. Khi voi rừng đã có thể kham nhẫn, bấy giờ nó là con voi điều ngự, khéo điều ngự, thượng điều ngự, tối thượng điều ngự, thượng nhanh nhẹn, tối thượng nhanh nhẹn, có thể vào cho vua cỡi, ăn lẫm của vua, được gọi là vương tượng...

Các giáo huấn cá nhân truyền lại từ Geshe Lak-sor-wa (དགེ་བཤེས་ལག་སོར་བ།) giải thích rằng thêm vào đó, hành giả phải thành tựu định thông qua sáu năng lực, bốn loại định tâm[8], và chín trạng thái tinh thần mà Vô Trước giải thích trong *Thanh Văn Địa*[9].

3.1 Những giai đoạn thực tế trong đó các trạng thái tâm phát triển – Chín trạng thái tâm ứng với 9 giai đoạn:

1. *Phối trí tinh thần*: Điều này dẫn tới việc rút hoàn toàn sự chú tâm của hành giả khỏi tất cả các đối tượng bên ngoài và hướng nó vào bên trong, lên đối tượng thiền. Di-lặc khẳng định trong Đại Thừa Kinh Trang Nghiêm Luận[10]: "Sau khi ngươi đã hướng sự định tâm của mình lên đối tượng thiền..."

2. *Phối trí liên tục*: Sự định tâm của hành giả ban đầu được hướng tới đối tượng thiền, không tản mác nơi khác, chỉ liên tục đặt lên đối tượng thiền. Đại Thừa Kinh Trang Nghiêm Luận dạy: "Sự liên tục của nó thì không bị phân tán".

---

8 Bốn Loại Định Tâm và Sáu Năng Lực sẽ được liên hệ chi tiết đến 9 trạng thái tinh thần đề cập trong các phần sau. Thuật ngữ "trạng thái tinh thần" hay "trạng thái tâm" sẽ được xem là tương đương (tib. སེམས་གནས) thuật ngữ này còn mang ý nghĩa là "trụ tâm".

9 Giác Phổ. Xem *Chín Chủng Tâm Trụ. Du-già Sư Địa Tuận* Tập 2, Quyển 30. Thanh Văn Địa (Địa 13). Phần 3 Du-Già Xứ. P.368. "Chín chủng tâm trụ. Như có Bí-sô khiến tâm nội trụ, đẳng trụ, an trụ, cận trụ, điều thuận, tịch tĩnh, tối cực tịch tĩnh, chuyên chú nhất hướng, đẳng trì. Như vậy gọi là chín chủng tâm trụ".

10 Quảng Minh. Giải thích chi tiết hơn: "642. Trú tâm (*cittatthiti*), tức nội tâm an trú chánh xa-ma-tha (tịnh chỉ). *Du-già Sư Địa Luận*, quyển 30, phẩm Xà-ma-tha nói đến chín thứ tâm trú: "Một, nội trú, còn gọi là linh trú, tối sơ trú, tức là nhiếp thu nương vào tất cả mọi cảnh duyên bên ngoài, xa lìa tán loạn bên trong, mà khiến cho tâm mình chấp chặt vào cảnh. Hai, đẳng trú, hay là chánh niệm trú, là nhiếp tâm mình vào cảnh động mạnh, khiến tâm mình trú khắp cảnh vi tế. Ba, an trú, hay là phú thẩm trú, là xa lìa tán loạn cùng thất niệm, đem tâm mình trú vào cảnh bên trong. Bốn, cận trú, còn gọi là hậu biệt trú, là gần gũi niệm trú nên lúc nào cũng tác ý. Năm, điều thuận, còn gọi là điều nhu trú, là đem tâm điều phục không cho tan chảy. Sáu, tịch tĩnh, còn gọi là tịch tĩnh trú, thường thấy cái ác tầm tư sâu xa, cùng lỗi lầm của tùy phiền não, cho đến đem tâm nhiếp phục. Bảy, tối cực tịch tĩnh, còn gọi là hàng phục trú, là chế phục do mất niệm mà hiện khởi tầm tứ ác cùng tùy phiền não. Tám, chuyên chú nhứ thú, còn gọi là công dụng trú, là nhờ công lực mà định lực được tương tục. Chín, đẳng trì, còn gọi là bình đẳng nhiếp trì, hay nhậm vận trì, là từ nơi nhân duyên tu tập luôn luôn, khiến cho định tâm của dụng vô công chuyển liên tục."

3. *Phối trí đắp vá*: Nếu sự định tâm của hành giả bị kéo lạc khỏi toàn tâm và bị phân tán ra ngoài, hành giả nhận biết điều này và lại chỉnh sửa nó trở lại đối tượng thiền. Đại Thừa Kinh Trang Nghiêm Luận dạy: Lập tức nhìn ra sự phân tán, đắp vá nó trở lại".

4. *Phối trí đóng*: Phần thứ nhất trong *Giai Trình Thiền* của Liên Hoa Giới chú giải rằng với trạng thái tâm trước, hành giả nhận thấy sự phân tán và loại trừ nó; với trạng thái tinh thần này hành giả đã loại bỏ xong sự phân tán và bằng nỗ lực đặt sự định tâm của mình lên đối tượng thiền[11]. Ngài Bảo Sinh Tịnh có khẳng định trong *Bát-nhã Ba-la-mật-đa Huấn Giáo Luận* rằng: sự chú tâm của hành giả, vốn bởi bản năng có xu hướng mở rộng, được thu rút và tinh chỉnh lặp đi lặp lại, xác lập nên khả năng bền vững hơn nữa[12]. Điều này tương ứng với mệnh đề [trong Đại Thừa Kinh Trang Nghiêm Luận]: "Kẻ khôn ngoan thu rút sự chú tâm của mình vào bên trong các mức độ cao hơn trước". *Thanh Văn Địa* của Vô Trước giải thích rằng: trước tiên toàn tâm được áp dụng và sự định tâm của hành giả không tản lạc ra ngoài[13]. Khi áp lực của toàn tâm phát triển, sự quên lửng không tạo nên sự phân tán ra ngoài.

5. *Thuần hóa*: Qua việc quán chiếu lên các ưu thế của sự tập trung tinh thần, hành giả tạo hoan hỷ trong sự tập trung. Đại Thừa Kinh Trang Nghiêm Luận dạy: "Sau đó, vì hành giả thấy được các ưu thế, tâm mình được thuần hóa trong sự tập trung tinh thần". *Thanh Văn Địa* giải thích rằng nếu tâm hành giả bị phân tán bởi các biểu tướng về điều nào đó trong năm đối tượng thụ cảm về sắc, thanh, v.v... của tam độc [tham, sân và si], hay của một nam giới hay nữ giới, thì hành giả hãy xem mười biểu tướng này như là các bất lợi từ ban đầu và đừng để chúng phân tâm hành giả.

6. *Bình lặng*: Với việc chú trọng sự phân tán như là một sai sót, hành giả chế ngự điều không ưa chuộng để thiền. Đại Thừa Kinh Trang Nghiêm Luận dạy: "Vì ngươi thấy được các sai sót của sự phân tán, ngươi chế ngự điều không ưa thích để thiền *Thanh Văn Địa* khẳng định rằng nếu sự chú tâm của hành giả bị quấy nhiễu bởi các ý tưởng

11 *Bhavana-krama Quyển Thượng*, Tucci 1986: 207; P5310: 25.4.4-5

12 *Prajñāpāramitopadeśa*, P5579: 246.4.4-5

13 Điều này và các trích dẫn tiếp theo từ Yogācārya-bhūmau-śrāvaka-bhūmi, P5537:100.3.8-100.5.5.

như là việc lo lắng về các đối tượng xúc cảm và về các phiền não thứ cấp chẳng hạn như các trở ngại dính dáng đến sự thu hút vào các giác quan, thì từ đầu hành giả hãy xem các điều này như là sự bất lợi, đừng cho phép sự chú tâm của hành giả bị lôi cuốn vào các ý tưởng của mình và vào các phiền não thứ cấp."

7. *Bình lặng hoàn toàn*: Điều này dẫn đến sự bình lặng vi tế khỏi sự xuất hiện của tham chấp, u uất, thờ ơ, buồn ngủ, v.v... Đại Thừa Kinh Trang Nghiêm Luận dạy: "Ngay khi tham chấp, u uất, v.v... phát khởi, thì chúng bị bình lặng xuống". *Thanh Văn Địa* giảng rằng nếu các ý tưởng và các phiền não thứ cấp đề cập trên khởi hiện như là kết quả của việc lãng quên, hành giả đừng thuận theo tất cả các sự trình hiện đó mà hãy loại trừ chúng.

8. *Nhất tâm*: Điều này đưa đến việc dụng công tinh tấn sao cho hành giả tiến hành lên đối tượng thiền không mất công sức. Đại Thừa Kinh Trang Nghiêm Luận ghi: "Sau đó hành giả được trang bị bằng việc kiềm chế và tinh tấn, áp dụng các phương thuốc trị những ngăn trở của tâm mình và dĩ nhiên thành tựu trạng thái thứ chín của tinh thần". Điều này được hiểu bởi khẳng định trong *Thanh Văn Địa*: "Qua phương tiện dụng công ngươi không còn chướng ngại và vì ngươi liên tục xác lập một dòng chuyển lưu của sự tập trung, ngươi tạo được một kinh mạch duy nhất". Thuật ngữ khác mô tả trạng thái tâm thứ chín là "khai thông kinh mạch đơn nhất" mà ý nghĩa thật dễ hiểu.

9. *Phối trí cân bằng*: Theo *Giai Trình Thiền* của Liên Hoa Giới, đây là sự bình lặng xảy ra khi tâm trở nên cân bằng; *Bát-nhã Ba-la-mật-đa Huấn Giáo Luận* của ngài Bảo Sinh Tịnh nói rằng đây là sự chú tâm tự nhiên, tự phát và là sự thành tựu độc lập như là kết quả của việc thành thạo khai thông kinh mạch[14]. Đại Thừa Kinh Trang Nghiêm Luận khẳng định: "Không có sự dụng công do việc thành thạo với điều đó". *Thanh Văn Địa* nói rằng tâm hành giả được "tập trung" và ý nghĩa của điều này được nêu rõ trong cùng bản luận[15]:

> Như là hệ quả của hạnh nguyện, tinh thông và thực hành thường xuyên, ngươi đạt tới lộ trình của sự tập trung tự động và cả tự

14 *Prajñāpāramitopadeśa*, P5579: 246.4.7.

15 *Yogācārya-bhūmau-śrāvaka-bhūmi*, Wayman: 450 n. 127; D4036: Dzi 133a7-bl.

nhiên. Không cần dụng công và với sự tự động, tâm ngươi nhập vào dòng tập trung mà không bị phân tán. Theo cách này, tâm được tập trung.

Các tên của chín trạng thái tâm tương ứng với các dòng chữ trên được Liên Hoa Giới mô tả trong phần thứ nhất "*Giai Trình Thiền*"[16]: "Đạo pháp định từ thiền được giải thích trong các kinh *Bát-nhã Ba-la-mật-đa* và v.v..."

3.2 Tiến Trình Thành Tựu Chín Trạng Thái Tinh Thần Qua Rèn Luyện Sáu Năng Lực

Có 6 năng lực là văn lực (năng lực của việc nghe), tư lực (năng lực của sự quán chiếu), chánh niệm lực (lực của sự toàn tâm không quên), cảnh tỉnh lực (năng lực của sự tỉnh thức), tinh tấn lực (năng lực của sự tinh tấn), và tinh thông lực (năng lực của sự thuần thục thông suốt). Phương tiện về việc thành tựu các trạng thái tâm bằng các năng lực này như sau:

1. Bằng văn lực, hành giả hoàn tất sự phối trí tinh thần; Lý do của điều này là vì: dựa vào các chỉ dẫn mà hành giả đã chỉ nghe [học] được từ ai khác về việc tập trung lên đối tượng thiền, ban đầu hành giả chỉ cố định sự chú tâm của mình lên đối tượng. Nhưng điều này không thuộc về trường hợp mà sự thành thạo được dựa trên quán chiếu của chính hành giả một cách lặp đi lặp lại.

2. Bằng tư lực, hành giả hoàn tất trạng thái tâm của sự phối trí liên tục; lý do là vì, nó như là một hậu quả của sự tu tập về việc quán chiếu lặp đi lặp lại về sự liên tục của sự cố định ban đầu trong việc chú tâm đến đối tượng thiền, nhằm cho hành giả lần đầu tiên thành tựu được khả năng duy trì sự liên tục nhỏ.

3. Bằng chánh niệm lực, hành giả hoàn tất được các trạng thái tinh thần của phối trí đắp vá và phối trí đóng; là vì, trong trường hợp phối trí đắp vá, khi sự chú tâm của hành giả bị phân tán ra khỏi đối tượng thiền, thì trạng thái toàn tâm của hành giả với đối tượng thiền trước đó và sự chú tâm của hành giả sẽ kéo về trở lại; và trong trường hợp phối trí đóng thì hành giả khởi tạo một năng lực toàn tâm từ đầu và điều này ngăn chặn chú tâm của hành giả không bị phân tán ra khỏi đối tượng thiền.

4. Bằng tỉnh giác lực, hành giả hoàn tất các trạng thái tâm của phối trí

16 *Bhavana-krama Quyển Thượng*, Tucci: 207; P5310: 25.4.4-5.

thuần hóa và phối trí bình lặng; là vì, với tỉnh giác hành giả nhận biết các sai sót đang được phát tán ra theo các ý tưởng và biểu tướng của các phiền não thứ cấp và bởi việc chú trọng chúng là các sai sót, nên hành giả không để việc phát tán theo hai điều này xảy ra.

5. Bằng tinh tấn lực, hành giả hoàn tất các trạng thái tinh thần bình lặng hoàn toàn và nhất tâm; là vì, bằng nỗ lực xóa sạch ngay cả các tư tưởng vi tế và các phiền não thứ cấp, hành giả không còn chịu ảnh hưởng bởi chúng; và do làm thế nên hôn trầm, trạo cử, v.v... không thể gây trở ngại đến sự tập trung của hành giả và hành giả thành tựu sự tập trung liên tục.

6. Bằng tinh thông lực, hành giả hoàn tất được trạng thái phối trí cân bằng; là vì, bằng năng lực của sự quen thuộc rất nhiều với các điều kể trên, hành giả phát triển một sự tập trung bất dụng công và tự nhiên.

3.3 Quan hệ của Chín Trạng Thái Tinh Thần Và Bốn Sự Tập Trung

Thanh Văn Địa khẳng định[17]:

> Với chín trạng thái tâm này, thì hãy biết rằng có bốn loại chú tâm: (1) tập trung căng chặt (2) tập trung khả gián[18], (3) tập trung phi phân gián và (4) tập trung bất dụng công (tập trung tự động). Bây giờ trong hai trạng thái tinh thần đầu tiên là phối trí tinh thần và phối trí tinh thần đúng [tức là phối trí liên tục], có dạng chú tâm về sự tập trung căng chặt. Trong năm trạng thái tâm kế bao gồm các phối trí thu hồi [tức là phối trí đắp vá], đóng, thuần hóa, bình lặng, bình lặng hoàn toàn, có dạng của chú tâm về sự tập trung khả gián. Trong trạng thái tinh thần thứ tám là phối trí kinh mạch đơn nhất [tức là phối trí nhất tâm], có dạng của sự chú tâm về tập trung phi phân gián. Trong trạng thái tâm thứ chín về nhận biết tập trung [tức là phối trí cân bằng], có dạng của sự chú tâm về tập trung bất dụng công.

Trong suốt hai trạng thái tinh thần đầu, sự chú tâm phải rất căng chặt, nên đây là tập trung căng chặt. Sau đó trong các cấp độ của năm trạng thái tâm kế (cao hơn), vẫn có sự can gián của hôn trầm và trạo cử và hành giả không thể lưu giữ các buổi thiền lâu dài; nên đây là loại tập trung khả gián. Sau

17 Yogācārya-bhūmau-śrāvaka-bhūmi, P5537: 101.1.2-6.

18 Tức là sự tập trung có thể bị gián đoạn làm nhiều phần.

đó vì trong trạng thái tinh thần thứ tám, hành giả có khả năng bảo trì các buổi thiền lâu dài không bị quấy nhiễu bởi hôn trầm và trạo cử, đó là tập trung phi phân gián. Sau đó vì trong trạng thái tâm thứ chín, không có sự ngắt đoạn và không cần nỗ lực liên tục, hành giả áp dụng sự chú tâm của tập trung bất dụng công.

Đến đây thì phần kiến thức yêu cầu tạm đủ cho việc giải thích tranh. Phần tiếp theo sẽ đi vào chi tiết mà không đề cập lại các thuật ngữ đã nêu trong mấy phần đầu.

4. Giải Thích cụ thể về Cửu Tâm Tượng Đồ

Samatha: Thiền Tịch Tĩnh:

Đoạn chú giải này lấy nguyên ý từ chánh văn cung cấp bởi Nha Văn Khố và Thư Viện Tây Tạng dùng để chú giải cho Cửu Tâm Tượng Đồ.

(1) Sáu đoạn uốn của con đường biểu thị cho Sáu Năng Lực Tinh Thần.

Sự phát triển trạng thái tâm đầu tiên, Phối Trí Tinh Thần, giai đoạn hành giả đặt tâm lên đối tượng thiền đạt đến thông qua văn lực lắng nghe các giảng huấn về thiền từ đạo sư và tăng khả năng tập trung, tức là Tư Lực thông qua quán chiếu tư duy về điều đã được nghe.

(2) Giai đoạn đầu tiên Phối Trí Tinh Thần.

(3) Dây thừng biểu thị Chánh Niệm Lực.

(4) Móc sắt thuần hóa voi biểu thị Tỉnh Giác Lực.

(5) Ngọn lửa bị nhỏ dần được thấy ở đây cho đến Giai đoạn thứ bảy, sau giai đoạn này lửa không còn hiện diện. Sức mạnh yếu dần của ngọn lửa thể hiện sự thuyên giảm của mức độ dụng công cần thiết của Chánh Niệm Lực và Tỉnh Giác Lực được hành giả áp đặt để điều tâm (hay thuần hóa voi).

(6) Voi (tượng) biểu thị cho tâm. Màu đen của nó biểu tượng cho sự hôn trầm, hay tinh thần không sáng rõ.

(7) Khỉ biểu thị cho các phân tâm, màu đen của nó biểu tượng cho trạo cử hay tánh sự dao động tinh thần.

(8) Trạng thái tinh thần thứ hai, phối trí liên tục, giai đoạn mà hành giả

□ Bức thangka màu vẽ "Cửu Tâm Tượng Đồ"
Vì Trần – chụp và hiệu chỉnh.

tăng cường thời gian đặt được chú tâm lên đối tượng thiền, thành tựu điều này nhờ vào Tư Lực gia tăng tập trung tư duy vào các chỉ dẫn về thiền.

(9) Giai đoạn phối trí liên tục (tăng cường khả năng an định).

(10) Năm đối tượng của các giác quan (sắc – dải lụa, thanh – tù và, hương – bánh hương trầm, vị – trái đào, xúc – lửa) biểu trưng cho các đối tượng kích thích cho trạo cử hay sự phân tâm xảy ra.

(11) Từ thời điểm này trở đi màu đen của các con thú chuyển sang trắng, khởi từ đỉnh đầu và lan tỏa dần xuống. Điều này biểu tượng cho sự gia tăng về độ thấu rõ lên đối tượng thiền và sự tăng cường của việc tâm gắn chặt tâm vào nó.

(12) Giai đoạn thứ ba, Phối Trí Đắp Vá, ở đây hành giả có khả năng kéo sự chú ý trở về lên đối tượng thiền, từ một sự đứt đoạn do hôn trầm hay trạo cử; và Giai đoạn thứ tư, Phối Trí Đóng, là giai đoạn mà sự chú tâm của hành giả có thể được kéo về nhanh hơn cả hai đạt được là nhờ Chánh Niệm Lực.

(13) Giai Đoạn Phối Trí Đắp Vá.

(14) Thỏ biểu trưng cho tâm hôn trầm vi tế. Từ giai đoạn này hành giả có khả năng nhận biết sự khác biệt hôn trầm thô và hôn trầm vi tế.

(15) Sự quay đầu nhìn lại của các con thú biểu tượng khả năng của tâm quay về với đối tượng thiền sau khi nhận ra tâm đang bị phân tán.

(16) Giai đoạn Phối Trí Đóng.

(17) Trạng thái thứ năm, Thuần Hóa, ở giai đoạn này, hành giả có khả năng tái phục tâm khỏi mọi hôn trầm vi tế, vốn là hậu quả của sự dụng công quá nhiều để tập trung, và Trạng thái thứ sáu, Bình Lặng, là trạng thái mà hành giả có khả năng giải tỏa tâm khỏi mọi dạng trạo cử là kết quả của việc trở nên quá hưng phấn khi tái phục tâm khỏi hôn trầm vi tế. Cả hai khả năng này đạt được thông qua Tỉnh Giác Lực.

(18) Cơ hội cho sự trạo cử lôi kéo tâm bị ức chế.

(19) Do các phẩm chất thực tế của Samatha (định): Buổi (thời) thiền tịch tĩnh là nguyên nhân khiến các tư tưởng phân tâm và gián đoạn lên sự tập trung vào lúc này phải bị dập tắt. Tuy nhiên, thời gian

ngoài các buổi thiền, các loại tư tưởng trên chưa bị khống chế, và khỉ có thể hái trái cây bên vệ đường tu thiền là một hình ảnh biểu tượng cho điều này.

(20) Tỉnh Giác Lực ngăn chặn tâm khỏi các phân tán; và do thiện duyên của việc này, tâm có thể dẫn đến Samadhi (định tĩnh): Tức là sự tập trung nhất tâm.

(21) Trạng thái Thuần Hóa.

(22) Trạng thái Bình Lặng.

(23) Trạng thái thứ bảy, Bình Lặng Hoàn Toàn, giai đoạn mà hành giả có khả năng loại trừ ngay cả các hôn trầm và trạo cử vi tế nhất. Và Trạng Thái thứ 8, Nhất Tâm, là giai đoạn mà hành giả có khả năng lưu lại sự chú tâm một cách không gián đoạn trong toàn bộ thời thiền, hai trạng thái này đạt được nhờ vào Tinh Tấn Lực.

(24) Trạng Thái Bình Lặng Hoàn Toàn, vào lúc này rất khó để cho tâm hôn trầm hay trạo cử có thể khởi lên, và nếu có thì chúng sẽ ở mức rất nhẹ. Chúng có thể dễ dàng bị loại trừ bằng một nỗ lực nhỏ.

(25) Ở đây voi đã hoàn toàn trắng và khỉ không còn hiện hữu. Với sự dụng công rất ít Chánh Niệm Lực và Tỉnh Giác Lực lúc bắt đầu buổi thiền, hành giả có thể nhập vào trạng thái không gián đoạn của Nhất Tâm Tập Trung trong đó hôn trầm hay trạo cử không có năng lực để tạo ra gián đoạn.

(26) Trạng Thái Nhất Tâm

(27) Trạng Thái Thứ Chín, Phối Trí Cân Bằng, giai đoạn mà hành giả có khả năng trụ sự chú tâm của mình lên đối tượng thiền một cách xuyên suốt trong toàn bộ thời thiền mà không phải tiến hành bất kỳ nỗ lực nào để đạt đến đó (bất dụng công), việc này là kết quả của Tinh Thông Lực.

(28) Trạng Thái Phối Trí Cân Bằng.

(29) Thân Nhu Hoạt (Khinh an).

(30) Thành tựu Samatha (đại định): Tâm Tịch Tĩnh.

(31) Tâm Nhu Hoạt.

(32) Gốc rễ của luân hồi bị cắt bỏ bằng sự kết hợp thiền định: Thiền tịch

tĩnh và thiền quán (vipassanā), tức là tuệ giác thấu suốt tánh Không: Không là đối tượng của thiền.

(33) Với khả năng cực mạnh của Chánh Niệm và Tỉnh Giác, biểu tượng qua ngọn lửa, hành giả quán kiểm chánh kiến về tánh Không.

Ở đây chúng ta thấy, cùng một chủ đề về các trình độ thiền tập nhưng Cửu Tâm Tượng Đồ có lẽ gắn liền với các phương tiện tu thiền và thu gọn vào một bức tranh như là một đạo pháp đơn nhất. Dĩ nhiên, cách vẽ này sẽ xóa hẳn tánh lãng mạn thơ mộng như Thập Mục Ngưu Đồ miêu tả, nhưng ngược lại nó chỉ ra một cách cụ thể tiến trình tâm vốn được dạy từ kinh luận của truyền thống Đại thừa Nālandā. Tùy theo tri kiến, cách thức nhìn nhận, và pháp tu, người đọc có thể tận hưởng các phương tiện phù hợp với căn cơ của mình mà lựa chọn đường tu và giống như các lời dạy của đức Phật, không phải lời nào do Ngài dạy cũng phải lấy đó làm một chân lý tối hậu mà hãy xem đó là duyên để xem xét tìm hiểu nếu có phù hợp cho trình độ của mình hay không. Kính chúc an lạc tỉnh thức.

5. Tài Liệu Tham Khảo

Các tài liệu tham khảo dưới đây bao gồm phần tham khảo từ bản dịch *Đại Luận của Giai Trình về Đạo Giác Ngộ* và các văn điển tham khảo cho riêng bài viết này.

ADARASHA: (https://adarsha.dharma-treasure.org/home/bodma) Accessed date: 05/April/2021

- Dege Kangyur
- Dege Tengyur
- Works of Tibetan Masters, Geden, Tsongkhapa

  Phương pháp định vị nguồn trích dẫn do Adarasha thiết kế bằng cách chèn dòng chữ có định dạng: "------------<VOL#>-<Scripture#>-<Section#>------------" Qua đó, có thể tìm đến đoạn kinh hay luận được đánh số. Thí dụ có thể tìm từ trong Dege Kanyur Bộ Sūtra Vol 46 (degekangyur-head1-3008215-3008647_The Play in Full\degekangyur-3.txt) đoạn văn "བྱང་ཆུབ་སེམས་དཔའ་དགའ་ལྡན་གྱི་གནས་དམ་པ་ནས་འཕོས་ཏེ། ཉན་ཞིང་ཤེས་བཞིན་དུ།------------46-1-32a------------གླང་པོའི་ཕྲུ་གུ་ཐལ་ཀར་མཆེ་བ་དྲུག་དང་ལྡན་པ།". Thì đoạn kinh này nằm trong vol 46 kinh số 1, đoạn lân cận của phần thứ 32a.

Bài giảng từ thầy Geshe Lharampa về Cửu Tâm Tượng Đồ. Ảnh màu chụp từ bài giảng này trong hội trường Nha Văn Khố và Thư Viện Tây Tạng.

Bản chú giải tranh Cửu Tâm Tượng Đồ bằng Tạng ngữ và Anh ngữ, ảnh vẽ tay của Nha

Văn Khố và Thư Viện Tây Tạng xuất bản.

Prajnaparamitopadesa, ཤེས་རབ་ཀྱི་ཕ་རོལ་ཏུ་ཕྱིན་པའི་མན་ངག།. Ratnakarasanti. P5579, vol. 114.

Yogācārya-bhūmau-śrāvaka-bhūmi, རྣལ་འབྱོར་སྤྱོད་པའི་སན་ལས་ཉན་ཐོས་ཀྱི་ས།. Asanga. P5537, vol. 110.

Tucci, Giuseppe. 1986. *Minor Buddhist Texts Parts I and II.* Rome: Istituto italiano per il Medio ed Estremo Oriente, 1956-1958. Reprint, Delhi: Motilal Banarsidass.

Wayman, Alex. 1978. *Calming the Mind and Discerning the Real.* New York: Columbia University Press.

Giác Phổ. *Du-già Sư Địa Tuận*. 2010. Hán Dịch: Huyền Trang. Việt Dịch Thích Giác Phổ. Thanh Niên.

Quảng Minh. 2017. *Đại thừa Trang nghiêm Kinh luận: Luận giải về sự trang nghiêm con đường Đại thừa.* Liên Phật Hội.

Thích Tuệ Sỹ. Dịch. Kinh Điều Ngự Địa, Trung A-hàm. (https://thienphatgiao.org/kinh-trung-a-ham-tts198/)

V.Q.N

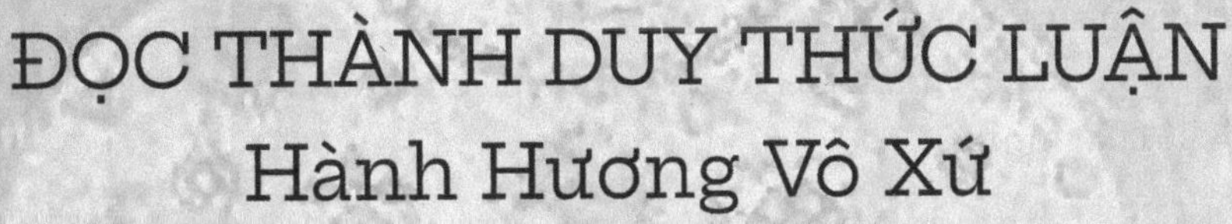

ĐỌC THÀNH DUY THỨC LUẬN
Hành Hương Vô Xứ

चित्तमात्रं भो जिनपुत्रा! यदुत त्रैधातुकमिति सूत्रात्।

Thử chư pháp thắng nghĩa, diệc tức thị chân như, thường như kỳ tánh cố, tức duy thức thật tánh. (此諸法勝義, 亦即是眞如, 常如其性故, 即唯識實性. *Thành duy thức luận*, tr. 48a01).

Cảnh xuất hiện trong chiêm bao được dùng để mô tả ý nghĩa duy thức, như vậy không phải vì chúng là sản phẩm được sáng chế tùy tiện bởi thức; mà nói là duy thức, vì chúng không xuất hiện ngoài thức.
(Tuệ Sỹ, *Thành Duy Thức Luận* – **Dẫn Vào Duy Thức học**)

ॐ Dharmāya namaḥ

Pháp Hiền

HẠT-TẬP KHÍ-THÀNH TỰU-DANH

Lang thang vô xứ trong vòm trời tạng thức, có lẽ, biết bao hạt giống phiêu bạc trong cõi mênh mông ấy, chỉ trông chờ vào Thượng Đế hay nghiệp nơi chính mình để hiện thành và hiện thế. NGHIỆP, chính là Thượng Đế nơi mỗi hạt vốn đã Thành tựu trong chúng, chỉ chờ những điều kiện ắt Có và Đủ để làm nên thế giới tưởng như thật, quanh và trong ta. Thế giới mà theo huyền thuyết hoặc tín thuyết là do Thượng Đế tạo sinh.

Một khái niệm như vậy, tuy mờ mịt đối với Duy thức, thế nhưng, HẠT-TẬP KHÍ- THÀNH TỰU-DANH vẫn là một hiện thực trên phương diện thế gian thường nghiệm, để ta làm một chuyến viễn du, một cuộc lữ, một thứ lửa nhân tạo tự mình thắp lên dò đường vào nơi mịt mờ, như mộng ấy, biết đâu ta có cơ may tìm ra nguồn cội đời mình.

Lang thang vô xứ trong vòm trời tạng thức, chủng tử hình thành và trổ quả do chính "luật hấp dẫn" của tâm-dị-thục và tiềm năng – công năng (功能) – nơi tự thân của chúng. Lực hút và đẩy, dụ cho tham ái và sân si của một tiến hóa từ tính thành tựu– *giả thuyết* (假說) – tính ngôn ngữ học và tập khí, đã hóa thân thành Ngã (Ātma) và Pháp (Dharma), xét như ta chính là gã nô lệ của mình.

Dr. K. N. Chatterjee, trong *Vijñāpti-Mātratā-Siddhi* (with Sthimarti's commentary) cho là, tập khí-hạt này là phản ảnh thân của các cấu trúc đa dạng (various constructions) kéo theo sự áp đặt (chồng chập) ngôn ngữ (imposition) khi nổi trôi trên sự động chuyển của thức. Tuy nhiên, theo Kệ tụng khởi đầu của Thành duy thức, thì nền tảng cho sự lưu chuyển hình thành cái gọi là ngã-pháp, không gì khác hơn là sự phát triển của *vijñāna* hay thức động chuyển gắn liền cùng một hệ thống ngôn ngữ quy chiếu mà, vào thuở sớm mai của nhân loại này, người Hy-lạp với những bộ óc siêu việt luận suy, đã nghĩ ra một bản thể nào đó tương ưng cùng cùng những bậc hiền triết của cổ đại Ấn-độ, khi xem cái "bản thể" đó có hai dạng cơ bản hóa sinh, thành **ngã-pháp**, như là yếu tính nhị nguyên của vạn hữu làm nên thế giới với những cộng sinh đến lạ thường.

Cái bản thể đơn nhất đó, đối với học thuyết vũ trụ của Trung Hoa, là "Thiên hành kiện tự cường bất tức 天行健自强不息. Nói cách khác, Trung Hoa cho rằng, cái ban đầu của vũ trụ này, là "trời" có sức vận hành vĩnh cửu – vô cực 無極 sinh thái cực 太極, thái cực sinh, lưỡng nghi兩儀, lưỡng nghi sinh tứ tượng 四象, tứ tương sinh bát quái 八卦 và cát-hung thành đại nghiệp của trời hay vô cực.

Nên nhớ rằng, "vô cực sinh thái cực, thái cực sinh lưỡng nghi...", không có nghĩa là cái này sinh cái kia... **Sinh**, là một nghĩa khác của **thành tựu** trong Luận thành duy thức. Nghĩa là, theo *Tam mệnh thông hội*, một tàng thư trứ danh về vũ trụ luận mệnh lý, và phong thủy của người Trung Hoa, cho rằng, trong vô cực vốn có đủ tất cả, những cái gọi là: *thái cực, lưỡng nghi, tứ tượng, bát quái, kiết hung*... được bao dung trong một phẩm đức của "trời", bằng trạng thái "thành ngôn hồ đoài", để từ đó "thánh nhân tọa phương Nam" mà lắng nghe thiên hạ... rồi theo tánh đức của trời mà hóa hung thành kiết hay "xu cát tỵ hung" cho nhân loại xét như được hình thành từ "đại nghiệp".

Vâng! Mọi nguyên lý, lý thuyết, chủ trương triết học, tương đối giống nhau từ Hy lạp nguyên sơ, từ Ấn-độ cổ đại cho đến Trung Hoa khởi thủy... nếu có dịp ta sẽ luận bàn, còn giờ đây thì, cái mà ta mong đợi chính là cú "nốc ao" từ Luận thành duy thức dành cho các luận điểm về bản thể luận, tiến trình ngôn ngữ hóa... của toàn thế giới này và ta sẽ chứng kiến "cái chết" của ngã-pháp thanh thản như thế nào – cái chết trong Niết-bàn - qua một liệu trình hoàn hảo đến bất ngờ, khi mà thế giới giờ đây, bằng cảm nghiệm thường tính, "lưỡng nghi" và "đức của trời" hầu như thống trị trong mọi sinh hoạt, kể cả trong chánh trị và chiến tranh của nhân loại này, kể cả mô hình Tăng viện (phong thủy)... mà mô hình đó, xét như là một phương tiện nhiếp dung hài hòa trong lộ trình "mưa pháp" của Phật giáo chúng ta.

Thế giới như ta biết, y trên kệ tụng đầu tiên của Thành duy thức luận, được biểu đạt bằng thông tin ngã-pháp, dưới cách dẫn đường của thức, xét như là ánh sáng.

Vâng! Chính *vāsanā-hạt* sẽ được bàn tay của *Dục* và *Khát ái* chọn tâm-địa là vùng đất để gieo trồng, và chờ đủ "thời tiết nhân duyên để đơm hoa, kết trái" – Thượng Đế của chúng – tác dụng của hấp và phản lực từ huân tập và công năng, dụ cho chùm ác-xoa hội tụ, khiến chúng hình thành và hiện hữu như thật – kẻ nô bộc, cũng chính là chủ nhân, như những gì Duy thức, hàm ngôn trong kệ tụng đầu tiên. Ngược lại, phước đức (*puṇya*) và các phần tịnh cũng tụ tập như vậy, bằng các thiện căn... được gieo trồng, có thể cũng đã lâu xa hàng triệu kiếp trong tạng thức ấy, và chúng cũng được hiện thành, thụ dụng và cúng dường cho tuệ giác bằng một đường lối hoàn toàn ngược lại. Cặp song hành nhiễm-tịnh, thiện-ác, địa ngục-niết bàn, hầu như cùng tồn tại, như thể là nhất quán, nhưng không thể là duyên xứ cho nhau, như ác biến thành thiện, như sanh tử hóa ra Niết bàn trong một định luận và nghiệm chứng uyên thâm mà ta có thể bắt gặp từ Duy thức.

Tóm lại, cái ác, cái bất thiện, cái ngôn ngữ "giả thuyết", không thể duyên cùng phẩm tính như thật của thức.

Điều này muốn nói lên rằng, ta có thể tìm Niết-bàn trong sanh tử và không thể tìm sanh tử trong Niết-bàn.

Ta có thể biết cái ác là nên tránh, và ngược lại, cái thiện là nên tìm.

Sắc-tâm là miền "đất hứa" trù phú nhất trong mọi vùng đất, vượt ngưỡng tư duy của loài người mà, chỉ có Duy thức mới chứng minh được, tại sao có sanh tử luân hồi, và tại sao thức-tánh, là pháp thân an lạc mà nhân loại này, rốt cùng rồi phải đến, thề nguyền đến, và nó tồn tại nguyên nhiên từ vô thủy.

Chủng tử (*bīja*), được hiểu là một loại "hạt" mà tiềm năng sinh của nó, là do điều kiện tẩm ướp, gieo trồng và gặt hái.

Trong vật lý học, hạt có đặc tính như một cấu trúc hay gói năng lượng (energy pack) mang quán tính hiện tượng tuần hoàn (a periodic phenomenon), tương đương với thuật ngữ Duy thức – tập khí (*vāsanā*) - ấn tượng hay vết khắc họa, chỉ cho sự lưu trú những vết in do ta "cố ý" cài cắm hay ấn vào trong tàng thức. Ngữ nguyên của nó - **√vas**.

Sự "cố ý" này, như đã đề cập, nếu như bằng mê vọng, thì nó sẽ phát triển "cái biết" của mình, theo hướng ngã-pháp và ngược lại.

Tập khí (*vāsanā*) là một hạn từ trác việt trong Thành duy thức, được hiểu như là "khí", nhưng do động chuyển trên thức, nên khí này, gọi là "thức khí", vì bản thân nó có tánh biết, phản ảnh trong các sát-na hậu kỳ.

(TDTL): "*Sự vật xuất hiện trong sát-na thứ nhất, rồi biến mất; ấn tượng của nó được lưu lại để sau đó căn cứ trên ấn tượng được lưu trữ này để nhận dạng trong ảnh tượng trong sát-na kế tiếp. Ảnh tượng xuất hiện trong sát-na thứ hai này rồi cũng biến mất ngay, ấn tượng của nó cũng được lưu trữ để làm cơ sở nhận dạng cái xuất hiện tiếp theo nữa. Quá trình xuất hiện, biến mất rồi tái hiện để nhận dạng và đồng hóa chuỗi ấn tượng liên tục, dẫn đến phán đoán về đối tượng đó là cái gì. Vì thế, nói, thức con mắt nhận biết màu xanh, nhưng nó không thể đưa ngay ra phán đoán, "đây là màu xanh". Phán đoán là kết quả cuối cùng của quá trình cấu trúc*. (p21).

Khi so sánh *vāsanā* với thuật ngữ gói năng lượng của vật lý, thì việc so sánh đó, chỉ là gợi lên một cái gì đó, có tính *Sắc pháp*, bởi *vāsanā* thuộc về "sắc", nhưng cái sắc đó, có đặc tính là "biết" như thức, vì nó cộng sinh nơi thức, lưu trú nơi thức. Thế thì, "túi năng lượng", viết đủ phải là: consciousness-energy pack – túi năng lượng có tính biết, hay năng lượng có thức tánh, mới phải. Cho dù thức tánh này, để hoàn thiện, nó phải qua nhiều hệ thống vật lý chuyên dùng.

Ngày hôm nay, ta thích dùng từ "năng lượng", được hiểu như là các tác tố làm cuộc sống năng động hơn, hạnh phúc hơn... Thế nhưng, nếu thiếu yếu tố "biết" trong đó, thì cái gọi là năng lượng ấy, không gì khác hơn là thuốc tăng trưởng, tác dụng tích cực đến hệ thần kinh đưa tới những hưng phấn nhất thời trong một số lãnh vực nào đó, thuộc tâm lý xã hội, thế thôi.

Cái biết trong các hạt, có thể xét như là cái biết tự thức, khi đã hội hợp đủ duyên, thì cái tự thức hàm tàng này, sẽ thành hình với tự tánh của chúng.

Với yếu nghĩa như vậy, tự thể của chủng tử khi được tịnh hóa bằng những giáo pháp Phật, thì cảnh giới mà chúng xuất hiện, được gọi là Pháp xứ - "*chư Phật, chư bồ-tát tự tại tùy tâm, chuyển hiện mười hai tướng như là những tướng không thể nghĩ bàn.*"

受所引色，　　　指因教、因師而領受所引發的別解脫等的無表色。'遍計所起色'，指如依計度分別而現的杌人等之影像色。'自在所起色'，又名勝定果色，或名定果色，指由八解脫等勝定自在力而生的色。<#>又，《顯揚聖教論》卷一說法處所攝色有律儀、不律儀、定所引境色等三種。同論卷十八說有影像相、所作成就相、無見相、無對相、非實大種所生相、屬心相、世間相、不可思議相、世間三摩地果相、出世間三摩地果相、自地下地境界相、諸佛菩薩隨心自在轉變不可思議相等十二相。[Phật Học Bách khoa toàn thư].

Tuy là tương đương, thế nhưng bên trong *vāsanā* này, như đã nói là có dung chứa phẩm chất "tự thức", một khi có đủ điều kiện, những chủng tử hay hạt đó "vùng lên", ứng thành, theo cái cách mạnh nhất, có thể - Hoa, Quả thành những cảnh giới đa dạng của và trong ba cõi, đúng như phẩm chất "tự thức" của nó – Nghiệp thành tựu cảnh do tâm hiện.

TS (LTDT): *Gọi nó là hạt giống, không phải do bởi* ***hạt*** *theo hình dáng, mà chính do bởi nguồn năng lượng được tích lũy bên trong* ***hạt*** *ấy. Những hạt* *tương thích kết hợp với nhau thành chùm, được ví dụ như từng đống ác-xoa (akṣa). Đấy gọi là tập khí (vāsanā), là những ấn tượng được tích lũy, được tàng trữ.* (p.39).

Từ chuỗi luận chứng nêu trên bởi thầy Tuệ Sỹ, thì hạn từ Tu (修), trong Phật giáo, vốn ẩn thân một ý nghĩa thâm áo cực kỳ. Thâm áo, vì nó không có nghĩa là "tu sửa", như *tu thân, tề gia, trị quốc và bình thiên hạ* của Nho gia.

TU, ở đây, theo Phật giáo, là gieo cấy những *vāsanā* hay túi năng lượng thức với ý hướng tính – cố ý – cực kỳ thâm trọng, *văn-tư-tu, giới-định-tuệ*, sẽ trở thành dòng tương tục đưa ta vào giác xứ, giải thoát khỏi hay tự tại giữa vô số những vết in lụy phiền, mà chúng cũng do ý hướng tính trong vô số kiếp sanh tử luân hồi đã được ta kiến tạo nên. Như vậy, *vāsanā* với hình thái là chủng tử, sẽ có các công năng sai biệt, nghĩa là, chủng tử nào được hình thành bằng sự cố ý, chẳng hạn, TU – tự tịnh kỳ tâm, thì nó sẽ là chủng tử thanh tịnh và ngược lại. Hệ thống hài hòa về nhân quả được hình thành như vậy, ít ra, trên phương diện thường kiến, tức "gieo đậu đắc đậu, gieo gió gặt... (**bão**). Đến đây, *gieo gió gặt bão*, trong tục ngữ của ta, vốn đã hàm ngôn về công năng sai biệt của chủng tử. Thay vì gieo gió gặt được gió, đàng này, gieo gió lại thành **bão**. Ở chỗ này, tục ngữ Việt, có vẻ như nói đến tính phát triển, hay công năng của chủng tử, và, chúng luôn "quay cuồng thắng tấn", theo bản chất "chùm ác xoa hội tụ" của mình – luật hấp dẫn và phản lực hấp dẫn của thức, luôn song hành cùng khả tính cộng và biệt nghiệp.

GẶT trong ca dao Việt Nam, tương đương với chữ "đắc" hay "thành tựu" của Hán văn, và Câu xá luận, cũng trỏ vào phẩm tính của thành tựu đồng nghĩa với "*hoạch*獲".

Từ chuỗi luận cứ trên, ta lại phát hiện rằng, tại sao Thức a-lại-da, có bản chất "vô ký" và được mệnh danh là căn bản thức (本識) hoặc trạch thức (宅識), bởi vì nó "chấp trì vạn pháp" nhưng không làm mất đi tâm tính nhất thiết chủng, vì nó là kho lưu trữ mọi tác tố tri thức có tính tịnh-nhiễm. Tức là nó ban phát "cái biết" của mình một cách vô tư, tùy theo ý hướng tính của từng chủng tử, tức là chủng tử duyên lấy bộ tập hợp định hướng của mình bằng cái biết vô ký của tàng thức để làm hành trang thể hiện. Khái niệm này nhằm chỉ ra rằng, "cái biết" của kho chứa ấy, nếu "thiên vị", thì vũ trụ như ta thấy hiện giờ không thể tồn tại, và sẽ không có một trật tự "thẩm mỹ" như ngày hôm nay để ta chiêm ngưỡng. Nếu không có tánh vô ký này, thì vũ trụ không thể hiện hữu bằng bất cứ cách nào, dù ngay cả trong chiêm bao. Tín đồ Ki-tô giáo, theo một cách nào đó, cho đấy là "ý Chúa được nên – May he be his will".

Ālaya mà sự biểu hiện của nó có vẻ là sự động chuyển và động biến trên các thức liên hệ bằng những hệ lụy đơn lập mà đồng nhất – dịch biến (*pariṇāma*) dưới tầm nhìn theo hướng thế đế, thì nó mang theo cả tính chủ và khách thể (as the subject and as object) có yếu tố phiền ưu (*sarvasā ṃkleśikadharmavījasthānatvādālayaḥ - thức a lại da lưu trữ mọi chủng tử* [*vīja*] *của mọi pháp nhiễm ô*). Khi *pariṇāma*, thuộc chủ thể năng biến, thì nó được mệnh danh là: *upādānavijñapti* – nhiếp trì thức (攝持識) hay thụ đắc thức (受得識), trong đây nó tùy tùng cùng tính liễu biệt và công năng của sự bám chấp, luyến lưu.

TS (TDTL):" *Vijñānapariṇāma. Hán: thức sở biến. Trong bản dịch của Huyền Trang, từ Skt, tùy theo trượng hợp, được dịch là sở biến, hoặc được dịch là năng biến* T. 1587: *thức chuyển*. (p. 57).

Một khi *pariṇāma*, thuộc về *khách thể sở biến*, thì nó cấu thành sự lưu trữ hay kẻ "bị" giữ kho. Cả hai đặc tính năng trì và sở trì này (subject and object), (*Vijñāpti - Mātratā – Siddhi (*With Sthimarti's commentary by Dr. K. N. Chatterjee) khiến cho *pariṇāma*, là bộ tập hợp *cận hành* (*upacāra*) và cuối cùng hiệu ứng dây chuyền của nó được đại sư Huyền Trang dịch thành *giả thuyết* – cận hành ngôn ngữ.

Sở dĩ được gọi như vậy – *upacāra* – vì tự thân nó, có hình bóng liễu biệt tựa nương.

Cũng từ hệ luận *vāsanā* và căn bản thức ấy, hạn từ TU được khái thuyết. Trước tiên căn tố của TU là √**bhū** - bhāvana – biến một cái gì đó thuộc về "khí thức" thành *hiện thực thức* hay *quả thức*.

Chuyển cái vô thể, hay cái năng lượng thức đó thành cái hữu thể đa dụng và đa dạng là một thành công của hệ thống giáo thuyết Phật, thậm chí nền tảng giáo chỉ từ Phật đó, đã trở thành tôn/tông giáo (宗教), tức lời dạy của đấng cha hiền trong một hệ di truyền phổ kiến – nên nhớ rằng, TU hay *bhāvana*, liên hệ máu thịt với *yoga* hay *siddhi*. Cả ba hạn từ này, đều có thể dùng thay thế lẫn nhau, tùy theo truyền thống học-tu. Người Tây Tạng hiểu từ TU này, là: ལག་ལེན་ ལག་ལེན་བསྒྲུར་བ་. Ý nghĩa trong đây lấy từ Phạn văn:

√**car** → *tu hành, tấn nhập.*

NeGi giải rằng: TU "ལེགས་པའི་སྨྲ་དང་ཆོག་ལ་ཞེན། ཡང་སྲིད་པར་སྐྱེ་བ་ལེན་པ།" *thông điệp của đấng tối thắng và thực hành bằng sự đối trị / đạt được an lạc trong hiện thế* hoặc đương sinh đắc lạc." (བོད་སྐད་ དང་ལེགས་སྦྱ་ཚིག་མཛོད་ཆེན་མོ། p. 6740 và 6742).

TU (become / འགྱུ་བ་):" བདེ་བར་གཤེགས་པའི་དངོས་གྲུབ་འགྱུར་ - *vị* (hành giả) đạt được (thành tựu) *tuệ giác tối hậu* - "དངོས་གྲུབ་འགྱུར་ - đắc tuệ giác tối hậu". Nơi đây, དངོས་གྲུབ་འགྱུར་ → siddhiṃ bhavati = đắc thành tựu giác → chứng nghiệm sự thanh tịnh [rasabhavinir antaram] → sự tịnh hóa đặc thù (བོད་སྐད་ དང་ལེགས་སྦྱ་ཚིག་མཛོད་ཆེན་མོ། p.705).

Nói tóm lại, khi quy chiếu về hai dạng nghĩa ngôn ngữ bên trên, thì hạn ngữ TU, có nghĩa là "*chuyển hóa tập-khí-thức*" hay là chuyển hóa cái biết của tập khí, cái biết bị dục-chấp làm mê mờ, thành minh trí của Như lai, tức "*chuyển thức thành trí*".

Khi hành giả đạt tới giai đoạn chuyển thức thành trí, thì, một cách tiệm tiến, tâm thức cũng không tồn tại, thậm chí hàm năng, công năng của *vijñāna* trong hai trạng huống nhị nguyên là *grāhya* và *grāhka*, tức là hiệu ứng cặp đôi này sẽ bị phân hủy, và như là một thành tựu, mọi cảnh giới hư huyễn như mây mù trả nhật nguyệt lại cho Pháp thân Như lai (*Dharmakāyatathāgata*). Thành duy thức luận, nói đích xác, là một luận bản, luận về *Pháp thân Như lai*.

Long Thọ, đại tông sư của hầu hết mọi trường phái Phật giáo, gọi bậc mà, giải thoát khỏi hai trạng thái năng thủ (*grāhka*) và sở thủ (*grāhya*) (དངོས་པོ་ཐམས་ཅད་དང་བྲལ་བ །) này, thì đó là bậc: "*xuất khỏi thế đế và viễn ly mọi tập khí có vết hằn của cấu tưởng, tức là viễn ly hoàn toàn khỏi tính cấu trúc về tập khí ngôn ngữ (sarva-vastu), được chúng sinh cho là có thực thể, chẳng hạn ngã-pháp*" –"བྱང་ཆུབ་སེམས་ཀྱི་འགྲེ་ལ་པ་ཞེས་བྱབ།

དཔལ་རྡོ་རྗེ་སེམས་དཔའ་ལ་ཕྱག་འཚལ་ལོ །དངོས་པོ་ཐམས་ཅད་དང་བྲལ་བ །"(བྱང་ཆུབ་སེམས་ཀྱི་འགྲེལ་པ་ཞེས་བྱ་བ་.

> "*One then reaches a lokatara – xuất thế gian – that is free from all kleśas (anāśrava) good in nature, non-changing, blissful and which is a world of liberation. This is the dharmakāya of Buddha.*" (*Vijñaptimātratāsiddhi* by Dr. K. N. Chatterjee. P. XXXXI).

Và Luận thành duy thức, có mặt nghĩa hiển nhiên là:" TU TRONG DUY THỨC TÁNH", như thánh Quán Tự Tại TU trong tuệ giác Bát-nhã vậy.

Điều đáng nói là, những thuật ngữ trang nghiêm, trang trọng và đáng dâng hiến trọn vẹn vào sự quy kính như thế, đôi khi, lại được dùng trong tranh luận thắng-thua, biến giáo chỉ Phật, thành những tranh cải vô bổ mang tính học thuyết và "bị" sánh ngang cùng triết học và tâm lý học Tây phương, theo khuynh hướng số đông, thay vì, những công cụ như thế, nhất là, đối với lĩnh vực học thuật Tây phương, hình như một số nào đó, xem Phật giáo như là một đối tượng nghiên cứu dành cho Phân tâm, luận lý triết lý và khoa học, mà nét thiện xảo đưa tới thành công sáng chói của mọi nghiên cứu này khiến ta thêm kính ngưỡng nền giáo pháp tuệ học của mình, thay vì tự hào về học thuật hoặc hàn lâm và lấy đó làm luận cứ tranh luận "vu vơ". Ở đây, hàm ý rằng, Phật được đi cùng với cái gọi là "có cơ sở khoa học" của Tây phương khi tỷ giáo.

Vào hai thập kỷ cuối của thế kỷ 20, việc ồ ạt du nhập các "phân khúc" trí thức đó, đã làm cục diện "Nho học" về Phật giáo dần, theo thiển kiến, nhạt phai, tuy việc ồ ạt này là điểm son văn minh hội nhập cho và của văn hóa Việt, nhưng hầu như Tính Duy Thức, xét như một nền tảng chuyển hóa thù thắng của Phật giáo, hiếm khi xuất hiện, trừ một số cao Tăng vẫn đang cố gắng lưu ý cho chúng ta thức giấc trên nét ẩn tàng tinh tế đó – Tu-học trong tuệ giác Phật.

Tệ hại hơn, trong một chừng mực, sát-na sinh diệt **vô thường** mà nhân-quả của nó lại bị lầm lẫn thành **thất thường**.

Lý vô thường muốn thấu triệt đã là khó, huống chi chứng vô thường còn khó gấp triệu lần.

Tiếc thay! Giáo pháp vô thường được thể nghiệm bởi một nhà nghiệm chứng học, bậc đại thành tựu giác - đức Phật – giờ đây, bị biến hiện bằng những phủ dụ có sắc màu mê tín, thành miếng mồi săn, cho những ai quá nhiều tư dục trong những thất thường mà một cõi vĩnh hằng là một biện minh cứu chuộc, và hệ lụy của chúng, đất của thế gian dành cho bệnh viện tâm thần với quy mô lớn nhất trong mọi quy mô, càng lúc càng hẹp lại và cánh cổng của mọi loại ngục tù với quy mô nhỏ nhất, càng lúc càng mở rộng hơn.

Hiện tượng này, ta có thể đặt tên cho nó là: cuộc khủng hoảng về phân tâm học Duy thức của "Phật giáo" được chăng?

"Thật vậy, mọi cảnh giới vijñaptimātratāsiddhiḥ duy Phật mới thấu triệt, bởi vì, phẩm loại lý thú của duy thức là vô cùng vô tận. Do vậy, chư Phật trong

mọi cảnh giới cùng nhất thiết chủng trí đều tự tại."

> || 22 || *Buddhānāṃ hi sā bhagavatāṃ sarvaprakāraṃ gocaraḥ sar vākārasarvajñeyajñānāvighātād iti* ||
>
> *viṃśatikāvijñaptimātratāsiddhiḥ|kṛtiriyamācāryavasubandhoḥ|*
>
> 唯識理趣無邊決擇品類差別難度甚深。非佛誰能具廣決擇"。頌曰 。 我已隨自能 略成唯識義 此中一切種 難思佛所行 　論曰。唯識理趣品類無邊。我隨自能已略成立。餘一切種非所思議。超諸尋思所行境故。如是理 趣唯佛所行。諸佛世尊於一切境及一切種智無礙故。

Và, như đã nói, chính sự trông chờ để hình thành như thật của "gói năng lượng thức" đó, theo hướng thế đế – hạt-tập khí, liên kết nhau thành cái gọi là: Nghiệp thành tựu-Dục và Bám chấp hay khát ái, nên ta có cái gọi là quả báo.

> *The Inner Science of Buddhist Practice* by Artemus B. Engle*: "The term "grasping" refers to aspiration and desire. Aspiration means for a future existence. Desire is attachement. Thus, you grasp at a future existence in the sense of having aspiration for it, and you grasp at your present heaps in the sense that your desire for them makes you not want to give them up." (P. 13.)*

Do vậy, trong chuỗi hợp từ *vijñaptimātratāsiddhi* – LUẬN THÀNH DUY THỨC – thì ngôn tố đứng đầu là: *vijñapti* – Biểu hiện.

Thức mà "tính đức" của nó là *thích biểu hiện* – "thông tin / thông tín viên" – Luận thành duy thức, bản Việt dịch và chú từ thầy Tuệ Sỹ đã dạy như thế.

Vô vàn thông tín viên thế đó, luôn dẫn loài người, bằng lộ trình, trước tiên là hình-ngôn ngữ hoặc ngữ tượng, đến các cổng thông tin đa dạng thành lời hoặc ngôn âm. Tất nhiên, thường là mê vọng.

Nói đúng ra, ta cho rằng, hạt bay lơ lững trong vòm trời duy thức, là ẩn dụ cho một phi trình hay một cái gì đó bất định, trên thực tế, chúng là dòng chảy liên tục và mênh mông. Nơi nào tương hợp, như bến đỗ, chúng liền "cập bến" trổ cảnh, sinh tình, đôi khi lại, ngoài khổ lụy ra, ta có được một chút tình của thi tưởng xứ và trong một thoáng, cho những ai hoài niệm về cõi uyên nguyên hầu như đã xa xôi biền biệt ngút ngàn.

Ngược xuôi nhớ nửa cung đàn
Ai đem quán trọ mà ngăn lối về.

Anh ôm giấc mộng đi hoang
Biết đâu mà kiếm trăng ngàn cho em.
(TS, *Giấc Mơ Trường Sơn*).

Ở đây, trong chuỗi thuật ngữ Thành duy thức, ta thấy ngôn tố Thành tựu (*siddhi*), làm hậu diện, một bệ phóng, một môi trường "sinh thái" để đưa những tập-khí-hạt ấy đến nơi mà Nghiệp của chúng muốn đến, như đã được cài đặt bằng những dấu ấn – *vāsanā* - của thân-khẩu-ý.

Khái niệm vừa nêu, trong thị quan phàm tục, cho ta biết, Thành tựu có dáng-sắc của Nghiệp hay Nghiệp lực.

Do đó, Thành tựu (*siddhi*) là một thuật ngữ trọng yếu nhất trong muôn vàn thuật ngữ trọng yếu nơi bộ luận vĩ đại này (*vijñaptimātratāsiddhi*).

Tại sao Tôn giả Thế Thân, dùng thuật ngữ *siddhi*, mà không dùng *yoga* hay thuật ngữ *samanvāgama* trong tụng bản của ngài?

Bởi vì, có lẽ, *Siddhi*, là thuật ngữ kỹ thuật đặc biệt, là ngôn thể, chỉ để dùng ghi lại những mật chú được đức Phật thị hiện từ cõi trang nghiêm [?] – ngôn ngữ **tất-đàn** hay **tất-đàm** (Siddhānta，又作悉談。智度論說四悉曇，悉曇者同於悉談。悉檀，成就之義也。然古師或譯曰宗或譯曰理，又有譯為成者。獨南岳以悉為漢語，檀為梵語，施之義) Và, tất-đàn（悉檀）, như ta biết, đã ảnh hưởng như thế nào trong Kim cang thừa, tức Mật giáo. Siddhānta, Tây Tạng ngữ là གྲུབ་མཐའ་ (gru'mtha' - Siddhānta) hoặc གྲུབ་ཐོབ་ (grub-thob), là một hợp từ gồm hai ngữ tố, được NeGi trong བོད་སྐད་དང་ལེགས་སྦྱར་གྱི་ཚིག་མཛོད་ཆེན་མོ།, giải thích như sau:: གྲུབ་ (Siddhānta) + ཐོབ་ thob (सन्नामयतु - *sann*āmayatu) = གྲུབ་ཐོབ་ Siddhāntasannāmayatu → thành tựu viên quang (གྲིབ་ཐོབ་ཞིག་) – Phật tính, có nghĩa là - པ་བོན་ཀུ་དམག་དང་ལྡན་ཅིག་ ཏུ་དོན་ལ་རི་འོར་བ་རྣམས་ཐོབ་ཞིག་ (p.3532) (*như người có sức trẻ diệt được kẻ thù quanh mình và như người sống trong chốn sơn lâm đắc được ngọn đèn*) (p.540 và 3532).

Thành tựu (*siddhi*), cho ta biết rằng, thế giới nào mà ta đã, đang và sẽ đến, thì thế giới đó là của ta, do ta tạo nên, tùy hành cùng Đắc danh – thậm chí, nó tồn tại, tồn lưu khi ta đã, đang và ngay cả khi ta "chưa" sinh.

Ở đây, sự di truyền về ngôn ngữ, được tìm thấy trong ngữ cảnh *siddhi* này.

Nghiệp thức như thế đã gắn liền với chúng ta từ... vô thủy, như ngôn ngữ đi liền với thân và các biểu đạt hình học. Nói như Merleau-Ponty, "Le corps comme expression et la parole" – *Thân, là duy biểu và danh ngôn.* (*Phénoménologie de la Perception*, p. 213.)

M. Merleau-Ponty *(Phénoménologie de la Perception):* "Ta đã nhận ra một nét khu biệt đơn nhất trong sắc thân này là thuộc về đối tượng nghiên cứu khoa học. Thậm chí ta đã khám phá, ý hướng tính và một quan năng về nghĩa, ngay cả trong "chức năng giới tính" nữa. Trong việc cố gắng mô tả hiện tượng ngôn âm (parole – lời nói) và hành vi tạo thành ấn tượng về nghĩa ngôn, chúng ta cần có cơ hội thật sự vượt qua bản chất nhị nguyên thành chủ-khách lâu đời (truyền thống nhị nguyên phân biệt) trong mỗi chúng ta. Sự liễu đạt ngôn âm xét như là lãnh vực sơ nguyên, sẽ tự nhiên hình thành tối hậu. Ở đâu cũng thế, khi ta liên hệ đến cái **khả hữu lưu hình** (d'avoir), thì ta có thể thấy được (cái khả hữu) đó trong ngữ nguyên của quán tính hay tập khí ngôn từ, tức là ngay từ đầu, ta đã nối kết được những tương ưng với cảnh giới của **hiện tồn lưu xứ** (d'être), hoặc, như người ta cũng có thể nói một cách tương xứng rằng, các tương ưng **khả thể lưu hình** và **hiện tồn lưu xứ**, tức là phương tiện dẫn đến mối liên hệ giữa cảnh giới nội tại với bản thể của mình (đã diễn ra như thế nào). Thoạt tiên, sự huân tập ngôn ngữ, hoặc ngôn ngữ được cấu thành, chỉ đơn giản là việc tồn tại thật sự của "những hình ảnh mang tính ngôn ngữ" hay sự ảnh tợ ngôn ngữ, tức là từ những vết in của ngôn âm hay từ những vết in đã được lắng nghe (qua ngôn âm).

(Nous avons reconnu au corps une unite distincte de celle de l'object scientifique. Nous venons de découvrir jusque dans sa "function sexuelle" une intentionnalité et un pouvoir de signification. En cherchant à decrier le Phénoménologie de la parole et l'acte exprès de signification, nous aurons chance de dépasser définitivement la dichotomie classique du sujet et de l'objet.

La prise de conscience de la parole comme région originale est naturellement tardive. Ici comme partout, la relation d'*avoir*, pourtant visible dans l'étymologie même du mot habitude, est d'abord masquée par les relations du domain d'être, ou, comme on peut dire aussi, par les indra-mondaines et ontiques. La possession du langage est d'abord comprise... les mots pronounces ou entendus. (p. 213).

Ở đây, M. Merleau-Ponty đã có những tư duy gần giống với Duy thức. Ngôn ngữ, không nhất thiết là chữ viết, đôi khi nó được hiện hành bằng thể thái hình học hoặc số học – cái ngôn tượng lúc ban sơ, cái ảnh của sát-na thứ nhất, được sát-na thứ hai bám luyến, chuyển thành ý-thức, để cho biết giác căn vừa nắm bắt, đó là gì ? – Thành tựu danh cũng là đắc biểu tượng vậy – nó liên hệ đến bản thể của chúng ta. Rồi qua quá trình chế tác, nó cho ta một thực thể đắc danh. Tùy theo, nét khắc họa ban đầu – thiện/ ác /thanh tịnh/nhiễm ô... của ý hướng tính, tức cái lực cố ý hay cái lực có ý thức nhiễm dục hay thanh tịnh, ta được kết quả, cảnh giới với những hữu thể tương thích, tương thành.

Tuy nhiên, việc "thành ngôn", đối với M. Merleau-Ponty, chưa quan trọng - ở đây, danh xưng "bản thể" của M. Merleau-Ponty, chỉ là "công năng" theo Duy thức mà thôi.

"Cho dù những vết in ấy là thuộc vật lý hay chúng được ấn trên "sự hoạt dụng của tâm-phi thức" đi nữa, thì sức ảnh hưởng của chúng không quan trọng cho lắm, và trong cả hai trường hợp, tức là không quan trọng bao nhiêu đối với khái niệm về ngôn ngữ cùng với trạng thái chủ thể vô ngôn. Cho dù, sự xúc tác có liên quan đến quy luật thuộc cơ chế thần kinh đã chặt dứt đường truyền kích phát khả năng đem lại việc phát âm, hoặc bị tác dụng của những tương quan vốn được thụ đắc chặt dứt các trạng thái căn nguyên của thức đi nữa, thì hành tướng của ngôn ảnh thích ứng, trong cả hai trường hợp vừa nêu, vẫn xuất hiện trong chu trình của hiện tượng ngôi thứ ba. Không có người phát ngôn, nhưng có một dòng chảy dắc sinh không cần đến ý ngôn (ý hướng tính thuộc về ngôn ngữ) hướng đạo nào."

> *Phénoménologie de la Perception*: "Que ces traces soient corporelles ou qu'elles se déposent dans un "psychisme inconscient", cela n'importe pas beaucoup et dans les deux cas la conception du langage est la meme en ceci qu'il n'y a pas de "sujet parlant" ... produisent sans aucune intention de parler qui les gouverne. (p. 213-14).

Chẳng hạn, lý thuyết vạn vật hấp dẫn của Newton đã được khám phá như thế nào, khi ông đang thấy trái táo rơi và Archimedes, phát hiện ra sức đẩy của nước khi đang tắm. Cũng vậy, vô số những công trình sáng tạo, phát hiện khác, đã đem lợi lạc đến với nhân loại này ra sao thông qua tính thành tựu của tập khí, qua trạng thái lưu "ngữ ảnh" – images verbales – hình ảnh hay ấn tượng danh, như đã đề cập. Trạng thái này, nói lên tánh đặc trưng của thức, "luật hấp dẫn", tân huân và sở huân – hiện hành huân chủng tử - chúng xuất hiện, tẩm ướp, tái sinh...từ ngay trong bản chất thành tựu của chúng.

Đây là lý do vì sao thế giới có những công trình thuộc về thế đế, đột phá vĩ đại như vậy và, đây là lý do vì sao một hành giả tương tục niệm Phật theo hướng Thánh đế và đến khi chín mùi, hành giả "đắc" sinh tịnh độ, viên "thành" Tịnh nghiệp, và ngược lại – Tập khí nhiễm ô, phiền lụy.

Tịnh nghiệp, chính là "phần tịnh", được bắt gặp ngay chỗ khai dựng của luận bản, như mũi tên chỉ hướng Hồng tâm Duy thức trên kệ tụng: Ngã và Pháp.

Tương tục (*saṃtati*), có cùng một nghĩa với ***tantra*** trong Phạn ngữ – mật chú – và nghĩa của Tạng ngữ là རྒྱུད་ (rgyud). *Tantra* mà mật nghĩa của nó, chính là "chuyển thức thành trí" bằng ngôn âm thành tựu. Nói rõ hơn, là ta hãy đưa đời sống phàm ngu phàm thức của ta, nếu có thể, vào trong Duy thức tánh với chuỗi "siêu hình" phần tịnh của nó bằng giáo chỉ Phật, hành tướng Phật... như một tẩm ướp thường hằng.

Tuy nhiên, *tantra* là pháp tu, còn *saṃtati*, là pháp tính.

Ở đây, nói đến tương tục, là nói đến trạng thái sinh-diệt-diệt-sinh, tức là nói đến sống-chết nối đuôi nhau, không ngơi nghỉ.

梵語:「言相續者，謂於異時，因果不絕。」此言有爲法之前因後果連續不絕，稱爲相續。據大毘婆沙論卷六十載，相續可分下列五種：(一)中有相續，謂死有之蘊滅，中有之蘊生；而中有之蘊續接死有之蘊，稱爲中有相續。(二)生有相續，謂中有之蘊滅，或死有之蘊滅，生有之蘊生；而生有之蘊接續中有之蘊，或接續死有之蘊，稱爲生有相續。(三)時分相續，謂羯剌藍乃至盛年時分之蘊滅，頞部曇乃至老年時分之蘊生；而頞部曇乃至老年時分之蘊接續羯剌藍乃至盛年時分之蘊，稱爲時分相續。(四)法性相續，謂善法的無間之中生出不善法或無記法；而此不善法或無記法接續前之善法，稱爲法性相續。其如不善法或無記法之無間亦然。(五)刹那相續，謂前一刹那的無間之中生出後一刹那，而此後一刹那接續前一刹那，稱爲刹那相續。此五種相續亦可總攝於法性、刹那二種相續中，此因前三者皆不離法性與剎那之相續；法性相續亦可入於剎那相續中，此因一切皆是剎那性之故。又大毘婆沙論等雖認爲，善法等之無間生不善法亦稱爲相續；然相似相續論者則以同類法之相似相續稱爲相續，異類則不稱。又上記之五種相續，隨三界五趣而各有分別，欲界具有五種，色界無時分相續，無色界無中有及時分二相續。於五趣之中，地獄無時分相續，其餘四趣則五種兼具。此外，又有稱人等之依身爲相續者，如俱舍論卷五（大二九·二五下）：「相續有異，異生、聖者相續起

Tương tục, Phạn văn là *saṃtati*. Nói đến tương tục, tức là nói đến, nhân-quả liên miên bất tuyệt trong mọi thời điểm khác nhau. Ý này chỉ ra rằng, nhân trước quả sau, xảy ra miên man trong pháp hữu vi. Luận đại Tỳ-bà-sa, phân tương tục thành năm loại. 1/ *Trung hữu tương tục* (*saṃtatyantarābhava* 中有相續 – sự tương tục của sinh thể hay yếu tố sinh giữa hai cảnh giới sống-chết – *cái hữu liên tục làm trung gian*), tức là nói đến uẩn của trung hữu (yếu tố sinh ở trạng thái trung gian) tử diệt rồi, thì uẩn của trung hữu sinh (yếu tố sinh ở trạng thái trung gian khác) phát sinh; cái uẩn của trung hữu sinh này tương tiếp với cái uẩn hữu tử kia. Đây gọi là *trung hữu tương tục.* 2/ *Sinh hữu tương tục* (*saṃtatyupapattibhava* 生有相續), thuật ngữ này muốn nói đến, cái/chư hữu tương tục phát sinh (*saṃtatyupapattibhava*), tức là uẩn của trung hữu diệt hoặc cái uẩn của tử hữu (*maraṇa-bhava* – cái hữu chết) bị diệt rồi, thì cái uẩn của sinh hữu phát sinh, mà cái uẩn của sinh hữu lại tương tiếp với uẩn của trung hữu hoặc tương tiếp với uẩn của tử hữu. Đây gọi là sự hữu tương tục phát sinh - *Sinh hữu tương tục.* 3/ *Thời phần tương tục* (時分相續): tức là sự tương tục theo từng thời điểm. Uẩn theo thời gian mà diệt từ lúc sơ sinh (*yết lạt ma* 羯剌藍) đến uẩn của tráng niên diệt, thì cái uẩn ất bộ đàn (頞部曇) chí đến cái uẩn của tuổi già vẫn tương tục với uẩn của thời kỳ sơ sinh cho đến uẩn tráng niên. Đây gọi là *thời phần tương tục* (時分相續). 4/ *Pháp tính tương tục* (法性相續 *saṃtatidharmatā*). Tức là nói, trong sự tương tục của thiện pháp, sinh ra pháp bất thiện pháp và pháp vô ký, và hai pháp này đều tương tục không gián đoạn; nhưng bất thiện pháp hoặc vô ký pháp tương tục với thiện pháp trước đó, đây gọi là *pháp tính tương tục.* Như vậy, sự không gián đoạn của pháp vô ký và pháp bất thiện cũng y như thế. 5/ *Sát-na tương tục* (剎那相續 *saṃtatikṣaṇa*). Tức là, trong sự không gián đoạn của sát na trước, nối liền với một sát na sinh sau, rồi sát na sinh sau đó, tương tiếp với sát na trước. Đây gọi là *sát na tương tục.* Năm loại tương tục đều quy nạp vào "*sát na pháp tính*".

Thêm nữa, ý nghĩa về "thân trung ấm", Đại thừa nghĩa chương, bổ túc rằng: "*Khi mệnh dứt hẳn, thì được gọi là vô hữu, tức cái hữu tính hay thân trung hữu không tồn tại. Trước chết sau sinh, được gọi là (thân)* ***bổn hữu****, tức hữu thể căn bản. Cái khoảng giữa hai thân – sống và chết – nhận được tác tố thuộc về uẩn (âm/ấm hình),* ***sở thụ ấm hình*** 所受陰形 *– vì được nhiếp dụng tác tố thuộc về uẩn này, nên gọi là* ***trung hữu*** (命報終謝，名為無有。生後死前，名為本有。兩身之間，所受陰形，名為中有.)

> TS (TDTL): *Lại nữa, Khế kinh nói,* ***"thọ, noãn và thức"****, ba cái này y trì lẫn nhau, để tồn tại một cách liên tục, tiếp nối. nhưng, nếu không tồn tại thức (thứ tám) này để duy trì sự tồn tại lâu dài của thọ và noãn, thức cũng không thể hiện hữu.* (p.226).

Trung hữu, còn được gọi là trung âm hay trung ấm, có nguồn gốc Phạn văn: *antarā-bhava*, tương đương với Tây tạng ngữ là བར་མ་དོའི་སྲིད་པ་ và chuỗi tập hợp này, được giải thích là: སེམས་ཅན་ཞེས་བྱ་བར་སྲིད་མེད། (*sattvākhyā nāntarābhavaḥ*) = *cái gọi là hàm linh hay chúng sinh chưa có khả năng hiện sinh trong giai đoạn đó. Và, như vậy nó là tác tố, tức thân trung hữu khiến cho thập loại chúng sinh hiện hữu.* (རྣམ་པ་བཅུ་ནི་སེམས་ཅན་དམྱལ་བ་དང... བར་མ་དོའི་སྲིད་པ་དང་གཟུགས་ཅན་དང་གཟུགས་མེད་པ་དང།). (བོད་སྐད་དང་ལེགས་སྦྱར་གྱི་ཚིག་མཛོད་ཆེན་མོ། by NeGi. P. 3727.)

Vậy, trạng thái "trung vốn tồn tại cái hữu, để phát khởi chúng hữu tình" khi ta chào đời tiếp liền cùng Thọ, tức thọ mệnh hay sinh mệnh và noãn, tức hơi ấm, tất cả sẽ làm nên cuộc sống. Trên phương diện quả, nếu ta hoại cái "hữu" này, thì ta cũng phạm tội "sát sinh".

Thêm nữa, chính cái "hữu không gián đoạn" nơi trạng thái trung gian đó, đã tạo nên dòng tương tục, không có chỗ cho học thuyết cực vi dự phần.

Trong Phạn văn, *antarā*, là môi trường trung gian, không phải là "trung" trong Trung quán (*Madhya*).

Tóm lại, khi các "hạt", tích lũy đủ công năng, thì chúng xuất sinh, như một thực thể "vô nhân", vì chúng kéo theo quá nhiều nguyên nhân, duy Phật mới hiểu được "hạt" biến hóa, tiến hóa và biến hiện nhân-quả như thế nào.

Nghiệp, thấu hiểu một cách trọn vẹn, duy Phật mà thôi!

Luận thành duy thức, trước tiên, chỉ nói đến cái thức tương đối, để ta có thể hiểu như là một nhận thức, nếu có thể, từ phàm thức của mình.

Luận thành duy thức, mà hậu diện của nó, là nói về một cái thức tuyệt đối, cái thức mà đó là nơi chư Phật, Thánh hiền, sở hiện và, phần hậu diện này, ngay như thân thể vật lý có tiêu hoại, ngay khi cái thức tương đối được ngủ quan y cứ để làm nhiệm vụ truyền thông, cũng theo sắc vô thường mà tiêu hoại, thì cái tánh thức a-lại-da, vẫn như nhiên bất động và vì, như Luận thành duy thức cho biết, a-lại da, chứa đựng được cả sắc và tâm pháp, nên bản thân nó là siddhi, là thành tựu. A-lại da, và nó là chủ nhân ông của chư thức (thức chủ 識主).

> TS (TDTL): A-LAI-DA "*Luận nói, thức năng biến thứ nhất, trong giáo nghĩa của Tiểu thừa hay Đại thừa, đều được gọi là a-lại-da. Vì nó hàm ngụ các nghĩa năng tàng, sở tàng, và chấp tàng. Vì nó hỗ tương làm điều kiện (duyên) cho các pháp tạp nhiễm. Vì hữu* tình chấp nó như là tự ngã tồn tại." (p. 138)

Nó chấp trì chư pháp, duyên khởi chư pháp, thành tựu chư pháp nhưng không bao giờ đánh mất và mê mờ tâm tính (無沒識意謂執持諸法而不迷失心性). Vì vũ trụ vạn vật hình thành trong một sát-na lúc tối sơ, được cho là do thức này, nên người ta còn gọi nó là *sơ sát-na thức*.

此識爲宇宙萬有之本，含藏萬有，使之存而不失，故稱藏識。又因其能含藏生長萬有之種子，故亦稱種子識。此外，阿賴耶識亦稱初刹那識、初能變、第一識。因宇宙萬物生成之最初一刹那，唯有此第八識而已，故稱初刹那識。而此識亦爲能變現諸境之心識，故亦稱初能變。由本向末數爲第一，故稱第一識。由於有阿賴耶識才能變現萬有，故唯識學主張一切萬有皆緣起於阿賴耶識，此亦爲唯心論之一種。

Do đó, Duy thức học, hay cái học về Duy thức chủ trương, nhất thiết vạn hữu đều duyên khởi từ nơi thức a lại da. Đây có thể xem như là một loại Duy tâm luận.

Người ta có thể gọi Duy thức là một loại Duy tâm luận, nhưng không như Duy tâm của Tây phương, bởi vì tướng của nó ảnh tợ như một dòng chảy, duyên khởi chư pháp, nhưng tính của nó thì như như bất động. Tạm hiểu như vậy, cũng đủ khiến ta an vui trong cõi luân hồi mà luân hồi, nói cho cùng, xét như là một kịch bản của Duy thức mà thôi.

Tại nơi đây, Luận thành duy thức, có thể khuyến cáo ta về đoạn kinh Bát nhã rằng, " **Sắc tức thị không, không tức thị sắc...**", thế nhưng, vì sao mà "**trong không** (tuyệt đối) **không có sắc...**"?

Khuyến cáo cái gì?

“**Sắc tức thị không**”, vì sắc vốn không có tự thể hay yếu tính quyết định, do duyên khởi tính không mà hiển hiện, nên gọi là “**Sắc tức thị không**”. “**Không tức thị sắc**”, có nên hiểu là tính không duyên khởi hàm dung cái sắc, như a lại da thức nhiếp nhất thiết chủng, duyên khởi nhất thiết chủng, và “vô ký” với nhất thiết chủng, chớ không có nghĩa là” **Không tức thị sắc**”. “**Không tức thị sắc**”, có lẽ được (tưởng) như là sắc nhưng “**trong không** (tuyệt đối) **không có sắc...**”.

Trong tính không duyên khởi tuyệt không có sắc. Vì sao vậy?

Vì pháp hữu vi không thể tương ưng cùng pháp Niết bàn.

Kinh dạy, “chư pháp do duyên sinh, chư pháp tùng duyên diệt”. Thế nhưng, dù chư pháp do duyên sinh, dù chư pháp tùng duyên diệt, thì tính duyên khởi không bao giờ mất. Nghĩa là, dù Như lai có xuất thế hay không, thì duyên khởi vẫn vậy.

Điều đó có nghĩa rằng, “thấy duyên khởi là thấy Như lai”, nhưng Phật diệt độ, thì duyên khởi vẫn vậy.

Phàm lý là thế, vì Như lai không bao giờ, Như lai, vốn chưa từng diệt độ.

Phàm lý là, 1+2=3, nhưng, 1+3, không thể bằng 2. Đây là vấn đề của Nhân minh học. Trừ phi là ẩn dụ.

Cũng vậy, có nên hiểu, “*sắc bất dị không, không bất dị sắc, sắc tức là không, không tức là sắc*”, nghĩa là “*sắc không khác không, không, không khác sắc. Sắc bản chất là không, không chính là bản chất* ***của*** *sắc...vì lẽ đó, trong không không có sắc...*”.

Ai nói, sanh tử là Niết-bàn, thì chưa đọc đến câu, “**trong không** (tuyệt đối) **không có sắc...**” của Bát-nhã vậy.

Cũng tại nơi đây, Bát-nhã tâm kinh, đã dạy ta về: *Tính thành tựu duy chỉ là Thức.*

Cũng tại đây, chữ ***siddhi*** trong hợp từ *Vijñaptimātratāsiddhi*, huyền bí biết bao! Nó “huyền bí” như mặt trời trụ hư không vậy.

Cái mà Du-già nói, “tâm-ý-thức’ là một, là dụ cho duyên khởi. Ý-thức, có thể diệt, nhưng Tâm hay thức a-lại-da, từ vô thủy chưa từng diệt. Thêm nữa, “diệt” là kịch bản của thức. Pháp, thì từ vô thủy thời lai, vốn chưa từng diệt – lý mầu của *Siddhi*?

Cho dù, thân tướng Như lai có con số là mười hai, nhưng mỗi một con số là một "phạm trù" không thể nghĩ bàn. Mỗi một con số, là vô số tướng của Như lai.

Những ai mà nói "... **Sắc bất dị không, không bất dị sắc. Sắc tức thị không, không tức thị sắc...**", nhưng không nhớ "**thị cố không trung vô sắc...**", thì nên đọc Thành duy thức luận.

Thêm nữa, cú pháp Phạn văn, cho phép hiểu "**Sắc tức thị không,**" là thuộc hợp từ tatpuruṣa (anh ta là người ấy), thuộc về biến cách nominative, tức là biến cách **chủ cách** – *sắc là không* – còn hợp từ thứ hai "**không tức thị sắc...**", có thể thuộc về biến cách **sở hữu** (genitive), cho dù, trên mặt văn bản, "**không tức thị sắc...**", là biến cách chủ cách. Sở hữu, có nghĩa là, "*không, là bản chất của sắc*". Vì, "**thị cố không trung vô sắc...**", có nghĩa – *vì thế, trong không không có sắc...*

Kinh dạy: "sanh tử tức Niết-bàn", có nghĩa rằng, ta có thể tìm Niết-bàn trong sinh tử, chứ Kinh không dạy, Niết-bàn tức sanh tử, có nghĩa rằng, ta không thể "ngu dại" đi tìm sanh tử trong Niết bàn, trừ phi là một pháp ẩn dụ để học-tu. Trong trường hợp này, sinh, già, bệnh, chết...Thực ra, đối với Luận thành duy thức, chỉ là thất thường. Thế giới kịch bản của thức biến.

Tất nhiên, đây là luận cứ một chiều của người viết. Ta cần đến, những lý giải nhiều hơn từ các nhà nghiên cứu về ngôn ngữ, cho dù, bản Kinh Bát nhã, đã được diễn giải khá nhiều, từ Đông sang Tây. Tuy nhiên, đây chỉ là tư kiến của kẻ đến sau, trong tư kiến ấy, hàm ẩn lời thỉnh cầu một pháp thoại lắng sâu từ những nhà uyên mặc.

> "*Đá mòn nhưng dạ không mòn*
> *Tào khê nước chảy vẫn còn trơ trơ.*"

Tóm lại, Phật giáo là con đường của chứng nghiệm vô ngôn, nếu ta có thể.

Vô thường, có thể xem như là thế giới phi nhị nguyên, bởi vì "cái thường không", chỉ có chư thánh Thanh văn trở lên, mới biết, chứng được mà thôi. Lý thuyết đối ngẫu, chỉ là khái niệm, còn chứng cái "thường vô", không dễ dàng gì.

Cái "Thường" của Niết-bàn, tồn tại do "đắc chứng" và phẩm tính ấy, không thể dùng để đối ngẫu với cái "vô thường", mà "vô thường", phần đáy của nó là biến hình của dục về "thường-lạc" như một phản vệ của tâm sinh lý, khi chứng kiến những trạng huống "được, mất, hơn, thua, vui, khổ..." do thức.

biến hình và biến hiện.

> TS (TDTL): "Du già (T30n1579, tr.748a14): *A la hán nhập diệt tận định, trước khi nhập vô dư Niết-bàn. Nghĩa là mạng chung* (vị ấy ở) *trong trạng thái vô tâm định.*" (p. 227.)

Thật vậy, dòng chuyển biến (*pariṇāma*) của các thức từ trong tàng thức (Ālayavijñāna) được tôn giả Thế Thân sánh nó với một dòng sông (Śrotasaughavat) mênh mông và miên man chảy.

Sự chảy là vô thường, nhưng tánh chảy thì như nhiên bất động. Ta có thể cảm thấy tánh chảy trong sự chảy, nhưng tánh chảy không thể là sự chảy.

Khi Khổng tử tự nhủ, "*Thệ như tư thời phù!*", có phải đó là lời lặng thinh về một ***tánh chảy*** *uyên nhiên* chăng?

Tánh chảy duy trì sự chảy như thức.

> TS (TDTL): 5.1. *Bởi vì, các chuyển thức có gián đoạn, có chuyển biến, như gió các thứ, không thường xuyên duy trì hoạt dụng, nên không thể xác lập như là cái duy trì thọ, noãn và thức. Duy chỉ Dị thục thức, vốn không gián đoạn, không chuyển biến, cũng như thọ và noãn và thường xuyên duy trì hoạt dụng, do đó, được xác lập là cái duy trì thọ, noãn và thức.* (p. 226).

Dị thục thức là cái bất biến, là thức a lại da, là cái bất biến trong luân hồi, với những dấu ấn nguyên sơ, thỉnh thoảng hiện ra, khiến ta đôi khi hoài niệm về một cố hương nào đó, gợi ta muốn tìm về, nhưng chẳng biết nó ở đâu? Hoài niệm về cái *như như* của nó.

Thi ca với khuynh hướng "quy hồi cố quận" từ đó phái và phát sinh.

Luân hồi, là vì chính ta đã khiến cho "sóng thức" miên mật nổi ba đào, để rồi chúng nhấn chìm ta cũng miên mật bằng chính cái gọi là, "Le corps comme expression et la parole" – **thân tức duy biểu và danh ngôn**". Do vậy, Nghiệp phải trả trên thân, dù căn nguyên của nghiệp đến từ việc cố ý thành thức, đây là một loại "chân ngôn mật chú" khác được thị hiện từ Thành Duy Thức luận.

Tương tục, là ngôn ngữ hạt nhân của Duy thức.

Tại sao vậy?

Như một tiều phu, chỉ biết lên rừng đốn củi, để nuôi mẹ, nuôi thân. Vậy mà, tình cờ nghe được "ưng vô sở trụ nhi sanh kỳ tâm", phản phất đâu đó trong sương mai nắng sớm, trong gió nội mây ngàn giữa bóng đổ chiều nghiêng. Và rồi, anh ta đã vứt bỏ tất cả, lên đường tu Phật.

Pariṇāma hay dòng chuyển biến tương tục, giờ đây không động chuyển theo hướng "*pravartate Tad ālambaṃ*", kéo theo những hệ lụy của "*vijñānaṃ mananātmakaṃ*", mà nó nghịch hành về chốn nguyên sơ, nơi mà, tôn giả Thế Thân gọi là:" *Vijñaptimātratāsiddhi* – Thành tựu tính toàn diện của Duy thức.

> *Vijñaptimātratāsiddhi – Pháp thân Như lai, Thành tựu duy chỉ là thức, hoặc, nếu thế giới chỉ là vijñāna. Vậy, Niết-bàn thuộc về cái gì? Có người đã hỏi Thế Thân như thế. Thế Thân trả lời rằng, trú trong Vijñaptimātratā (Tính duy nhất của thức), nghĩa là Niết-bàn (Nirvāna). Sở dĩ, ta không đạt được Vijñaptimātratā, là vì ta luôn bám vào ý niệm năng thủ và sở thủ (grāhya-grāhaka-bhāva), như là hữu tính (bhava) của nhị nguyên.*
>
> *Yāvad Vijñapti-mātratve vijñānaṁ nāvatisthate*
>
> *Grāhadvayasāstāvanna vinivartate.*
>
> *Triṁśikā-kārikā* (26) – Dr. K. N Chatterjee, p. 41.
>
> TS (LTDT): Đại Bát-nhã nói, Pháp tính Như Lai ở ngay trong uẩn, xứ, của các loại hữu tình, vận chuyển tiếp nối tương tục kể từ thời vô thủy; bản tính thanh tịnh không nhiễm ô bởi phiền não. Các tâm-ý-thức không thể vin vào đó làm đối tượng để sinh khởi. (p.26).

Nên nhớ, thầy Tuệ Sỹ nói, "các tâm ý thức", chớ không nói "tâm-ý-thức'!

Thiền tông, rất tiếc chỉ nói đến, "công hạnh của Lục tổ" lúc sơ thời, như bửa củi nấu cơm, thất học, cần cù trong thiện trù bếp núc; những "khổ cảnh" của một "chú" chưa biết có phải là sa-di hay không? Thiền tông và lịch sử của tông phái ấy, chỉ nói đến, kệ tụng "*bồ đề bổn vô thọ*"... mà không nói đến toàn tính của "*thành tựu danh*", khi ngài nghe được "ưng vô sở trụ nhi sanh kỳ tâm" của kinh Kim cang. Tất cả lịch sử hiển bày như chuyện kể ấy, là hiển bày bản chất của "giả thuyết", còn ngay giây phút "đắc danh" đó, thì ngài đã là "**Lục tổ**" rồi vậy. Giả thuyết và sử tính của nó, khiến cho những con sông luôn đổ vào biển cả, và khiến các dòng suối không bao giờ trở lại với cội nguồn. Và, hình như, M. Merleau-Ponty, muốn nói đến, như trên, cái ẩn khúc phi thường này.

Cái gọi là "tam giới duy Tâm tạo" hay "vạn pháp Duy thức" - चित्तमात्रं भो जिनपुत्रा । यदुत त्रैधातुकमिऽति सूत्रात् । - giờ đây chính là *Vijñaptimātratāsiddhi* - Thành tựu duy chỉ là thức.

Pariṇāma, giờ đây không còn động chuyển với tính trật tự của nó và các sở duyên làm đục đen tâm thức và các biểu nghiệp hiện thân, mà nó làm chấn động đến toàn thể những hạt giống bí mật thanh tịnh trong tạng thức của chúng ta. Và, với tính đa diện của dòng nghịch lưu, nếu có thể, xét như là một thực thể khách quan, làm phát khởi những chân trời minh triết và các hành nguyện siêu kỳ, như thể ta được tái sinh một cách ngẫu nhiên trong "miền đất hứa' của Bồ tát hành, thậm chí ngay nơi Phật hành, Phật tính.

> TS, *Mười Huyền môn – Trật Tự Của Thế Giới Tương Quan Trong Vô Tận*: Khi chúng ta khởi lên một hoạt động, thì trong đó phản ảnh tất cả các hoạt động khác. Bởi vì, cúng ta biết rằng cứu cánh mà mình muốn đạt đến, không thể đến bằng hoạt động một chiều. Chúng ta biết thêm rằng, trong một thời và xứ chỉ có thể khởi lên một hoạt động duy nhất. Như vậy, mọi hoạt động diễn ra có vẻ rời rạc, làm thế nào đạt được cứu cánh như lòng mong ước? Vì lý do đó, chúng ta chủ trì quan điểm rằng, bản tính của vạn hữu tương ứng và thích ứng; tác dụng của vạn hữu phản chiếu và tự chiếu. Bởi bản tính tương ứng, nên ta có thế giới cộng đồng của tác dụng; và bởi thích ứng, nên ta có thể hoạt động trong thế giới đó; tùy thuận và tùy tiện mà hoạt động. Sau đó, vì phản chiếu, các hoạt động của ta đều được hướng dẫn bởi một cứu cánh mà mình mong muốn, nên mỗi hoạt động tự vạch ra chiều hướng của riêng nó trong một cứu cánh duy nhất. (p.60 / P.L 2545.)

Phật giáo là một đại dương trí và tuệ nguyện, là con đường vì an lạc muôn loài, một đời ta chưa chắc đã đặt chân lên điểm khởi đầu của những Mārga ấy. Cái cần và đủ cho một con đường xa xôi diệu vợi như vậy, không gì khác hơn là: năng tẩm ướp và "được hướng dẫn bởi một cứu cánh mà mình mong muốn".

Đây là một giáo chỉ hạch tâm.

Có ước nguyện, có thiết tha nguyện ước, có thao thức ngày đêm, có cung kính từng lời Phật, từng ngôn điển của các bậc xuất thế tồn sinh, cho dù có lưu chuyển triệu triệu năm trong đại dương điệp trùng sóng thức, thì ta, chợt như nhiên, quẳng gánh củi khô, nhập cõi tùng lâm vào ngay nơi *Vijñaptimātratāsiddhi*, tức Niết-bàn.

Ngay nơi điệp trùng của triệu kiếp nổi trôi, thì ta vẫn cảm được nụ cười của đấng Đại hùng khi đứng trên bờ của cảnh giới biển dâu sóng thức, dưới chân đỉnh Lăng-già.

Vijñaptimātratāsiddhi, là ẩn ngôn của cước trình hồi đầu thị ngạn.

Theo đó, học, học vị...là một thành viên khiêm tốn và nhỏ bé đối với đại nghiệp của thiết tha, thủy chung và tôn kính.

"*Cứu cánh mà mình mong muốn*", không phải như câu chuyện Paul và chú lừa (mulus), cả đời mang vác rượu vang, nước hoa và bơ sữa cho các linh mục (Presbyter), như trong Get started in Latin by G. D. A. Sharpley: PAULUS ET MULUS - (*Sarcinae vino et ovis et oleo et unguento onerosae sunt. Mulus gemit. Unguenta et cibum et vinum semper Benedictus desiderat sed semper mulus portat.*), để rồi nó chỉ có cỏ rơm và mồ hôi...và than thở trên cánh đồng vô tận của khổ đau, già chết.

Chúng ta học Phật, không phải, tất nhiên, như một chú lừa. Trong một vài thời kỳ tao loạn, chông chênh, tiếc thay! Có một ít trường hợp như vậy - Mulus gemit – "nô lệ" và chất trên lưng vô số những gánh nặng của những cúng phẩm nhọc nhằn, nơi giáo xứ.

"*Cứu cánh mà mình mong muốn*", có lẽ, Rimbaud lưu lạc khắp nẻo sông hồ, châu lưu điên đảo, vô tung, vô tích nơi những đau khổ tuyệt đích, chỉ mong, thể nghiệm, phùng sinh được một chút "cõi thơ", một chút "huyền thơ" và... của một chút "phần tịnh", cũng nên.

"Sur l'onde calme et noire où dorment les étoiles
La blanche Ophéllia flotte comme un grand lys."
(Trên sóng nước lặng huyền
Cõi tinh tú ngủ yên
Ophéllia trinh nguyên
Bồng bềnh như đóa huệ.) (Ophéllie, p. 33 Œuvres poétiques)

Và cũng có thể, "*Người lữ hành bước đi, từng con sóng của đại dương cuốn theo, xóa sạch từng dấu chân đi. Lưu lại trong khách ảo ảnh tiền thân, phảng phất mùi hương, và sắc màu quá khứ không phai nhạt.*"

yathā māyā yathā svapno
gandharvanagraṁ yathā|
tathotpādas tathāsthānaṃ
tathā bhaṅga udāhṛtam||
Như huyễn tượng, như chiêm bao, như thành phố giữa hư không, cũng vậy, những gì xuất hiện, tồn tại, rồi hủy diệt.

Đã đi rồi đã đi chưa
Thượng phương lụa trắng đong đưa giữa trời.[1]

Trở lại, năng và sở chuyển của thức được phối thành từ các sở duyên, Phạn văn gọi là: Ālambana, là tác nhân thứ nhì của dòng chuyển thức (*pariṇāma-vijñāna*). Nó chảy liên tục, vô thủy vô chung. Do vậy, nên tôn giả Thế Thân cho rằng:

"*Tad āśritya pravartate*
Tad ālambaṃ mano nāma vijñānaṃ mananātmakaṃ."
(*Trimśika-kārikā* 5)

"*Ālambana* (sở duyên)" *hình thành y trên a-lại-da thức (Ālayavijñāna), bản chất của nó là các trạng thái tâm lý, được gọi là manovijñāna* – mạt-na thức. *Chính do sự chuyển biến cộng sinh cùng sở duyên đã kéo theo các phiền não của ngã si, kiến và ái.*" (*Vasubandhu's Vijñapti-mātratā-siddhi* [with Shimarati ' s Commentary] - Dr. K. N. Chatterjee.)

TS (LTDT):

5. Thứ đến, thức năng biến thứ hai.
Thức này tên mạt-na.
Nó hoạt động y kia và duyên kia.
Tính tướng của nó là tư lương.
6. Nó thường cùng bốn phiền não,
Là: ngã si, ngã kiến,
Cùng ngã mạn và ngã ái
Và cùng các thứ khác, xúc, v.v...
7. Nó thuộc vô ký hữu phú;
Ràng buộc vào nơi thọ sinh,

[1] Phạm Công Thiện, *Trên Tất Cả Đỉnh Cao Là Lặng Im*, Hương Tích tái bản 2018.

Không có nơi A-la-hán,
Trong diệt định và xuất thế đạo.

Lại nữa, trong phần cước chú cho Kệ tụng này, một phát hiện cũng đưa đến độ rung-cảm động tuyệt vời. Đó là:

> *Trì nghiệp thích* 持業釋 (*karmadhraya*), *nguyên tắc thành lập phức hợp từ Phạn ngữ (samāsa), trong đó hai phần từ đồng cách, theo đó, từ mano-vijñāna: Ý thức, được diễn thành "thức là ý". Nghĩa là, ý và thức là một thực thể bất phân, như nói nīlotapala* (*nīlo tapala*), *hoa sen xanh, trong đó, sen và xanh là một thực thể bất phân.* (TS [TDTL, p.246])

Ta nói, "độ rung-cảm động tuyệt vời", vì hàng loạt những phát hiện, nhất là nơi phần cước chú, đã mở ra những chân trời ngôn ngữ học, trí học, ở tầng đụng "đáy" của thức-ý xứ. Y như thầy đã để nguyên thuật ngữ "*giả thuyết*" của Huyền Trang trong dịch ngôn của thầy. "Để nguyên", nhưng sức **Pariṇāma** của nó, ta phải cần đến một tâm cảm gần như thấu thị cho các lý thuyết về dịch thuật, đúng thế chăng?

Cũng vậy, như tấm y của một vị Tăng, tuy chỉ là vải, là "vật sở tạo", là pháp hữu vi từ các duyên, nhưng vị ấy trân quý nó, vì đây là Phật, là Pháp, là Tăng, đến độ nó thành "linh hồn" cho ba cõi, dù nó bị biến hoại sau bao lần tẩy giặt. Đến độ, dù ở kiếp-cõi nào, chỉ nghe một tiếng "Y" thôi, thì "lòng đã sướng vui" như được bông sen cài lên tấm tâm y đó vậy – 極樂國度成就如是公德莊嚴 – *Cực lạc quốc độ thành tựu như thị công đức trang nghiêm* - là thế.

Những cước chú trong LUẬN THÀNH DUY THỨC, mới thật sự là trường đại học siêu việt của tôi, đến mức mà, tôi chỉ thấy chúng tồn tại là vì "tôi" và chỉ có "tôi" trong đó mà thôi. Sự "chấp ngã" như vậy, nó thi vị như, có khi tình cờ bắt được một ít vui, từ cõi Niết-bàn diệu tưởng xa xôi, mang đến.

Từ việc minh dụ về sự tương tục hay *miên mật*, được thấy trong Thành duy thức Tam Thập Tụng. Tịnh độ tông, có giáo chỉ tương tục hoặc miên mật *niệm Phật* (*Buddhaṃ smarati*).

Thiển nghĩ, *niệm Phật miên mật* không có nghĩa là đi, đứng, nằm, ngồi đều "phải" niệm Phật. Nguyên nghĩa của Phạn văn, rằng, *Buddhaṃ smarati* – **tưởng nhớ Phật** - tức là, sống trong giáo chỉ Phật, thực hành trong và bằng giáo chỉ Phật, hoạt động trong hành tướng Phật, phát ngôn trong niệm nhớ Phật... như là hương liệu xông ướp thân tâm mình. Nói tóm, quy kính và phụng hành như Tam bảo, theo Tam bảo, thành Tam bảo; theo giáo chỉ Phật, thành giáo chỉ Phật cho đến khi tất cả những hoạt động, hay nghiệp đó viên mãn, thành tựu một phần Tịnh nào đó trong Duy thức tánh, thì tức thời, hành giả đó đắc sinh Tịnh độ.

Nhìn từ góc độ Kim cang thừa, các thuật ngữ có từ Duy thức, đã chiếm ngôi đế tòa trong các dòng tu của Tây Tạng – du-già – tức Kim cang thừa, cho dù cơ sở trọng yếu của họ là Trung quán*

> * *The Vajrayana teachings given by the Buddha in his sambhogakaya form. The real sense of * is 'continuity,' the innate buddha nature.* (A. M. Pellegrini).

Hơn thế, chỗ lập cước quy nguyên của Thiền tông Trung Hoa, nếu không muốn nói là Duy thức, đã là "thị" phần viên đốn của họ.

Như thế, khi đặt bước chân ngượng nghịu thuở đầu đời vào xứ thức, ta phải hòa nhập, tan lẫn vào đó, như thể là trạng thái của một nhà thơ đầy cảm xúc và lãng mạn, khi, lần đầu nắm được tay người con gái cũng đầu tiên và tối hậu mà anh ấy đã yêu và sống chết cùng người mà anh ta biết "nàng" sẽ đưa, tùy hành với anh ta, đến những chân trời sáng tạo, khám phá đến vô cùng.

Sự ngây thơ huyễn mộng, đôi khi rất cần cho một tiếp nhận giáo pháp Phật.

(còn tiếp một kỳ)

P.H.

Bồ-đề-đạt-ma Từ Huyền Thoại Tới Tâm Kinh

Nguyên Giác

Bồ-đề-đạt-ma, by Phan Tấn Hải

Thiền Tông đầy những sương khói huyền thoại, ngay khởi đầu là nụ cười ngài Ca Diếp khi thấy Đức Phật cầm lên một bông hoa. Và rồi toàn bộ lịch sử Thiền, từ chiều dài hơn hai thiên niên kỷ cho tới chiều rộng lưu truyền sang nhiều quốc gia, mỗi nơi lại thêm nhiều huyền thoại. Trong đó, một khuôn mặt ẩn hiện nhiều huyền thoại là ngài Bồ-đề-đạt-ma. Bài này sẽ viết về một số huyền thoại liên hệ tới ngài Bồ-đề-đạt-ma, và về Tâm Kinh, bản văn được ngài chọn làm một trong 6 cửa vào đạo. Bài viết chỉ là những suy nghĩ riêng, vì tác giả không đại diện cho bất kỳ thẩm quyền nào. Những gì nơi đây nếu phù hợp với Chánh pháp, chỉ là chút cơ may trộm được ý của Đức Phật. Những gì sai sót có thể có, chỉ vì tác giả tu học chưa tới nơi khả dụng. Do vậy độc giả được mời gọi đặt nghi vấn nơi bất kỳ dòng chữ nào trong bài này, lúc đó hãy tự nhìn vào tâm, đối chiếu tâm với ý kinh và tự thẩm định.

Nói cho cùng, có gì trên đời này mà thiếu vắng huyền thoại. Thế giới đầy những sương mù, hư hư thực thực. Ngay thời hiện đại, dù là đã có phương tiện truyền thông thần tốc như điện thoại thông minh, internet... những gì chúng ta thấy nghe thực sự chỉ là vài mươi mét, và xa hơn là phải nhờ nghe kể lại, nhờ đọc trên mạng, nhờ xem TV, vậy mà tin giả, tin vịt vẫn bùng nổ khắp nơi. Trong khi Đài Truyền hình này và kênh YouTube kia nói chuyện này là ABC, thì Đài Truyền hình nọ và kênh YouTube khác lại cãi hẳn là CBA. Ý kiến dị biệt thì cũng được, nhưng sự thật là chuyện xảy ra sao lại được kể khác nhau. Do vậy, chuyện quý ngài nhiều thế kỷ trước phủ đầy sương khói khó phân là điều dễ hiểu.

Tổ thứ 27 là một Ni sư? Một điển hình về nghi vấn huyền thoại: Có phải tổ thứ 27 Thiền Tông là một Ni Sư, và Ni Sư này là Thầy dạy đạo, truyền pháp cho ngài Bồ-đề-đạt-ma? Chúng ta chỉ biết một thực tế lịch sử: Bồ-đề-đạt-ma (Bodhidharma) là người mang Thiền Tông vào Trung Hoa truyền bá khoảng thế kỷ 5 hay 6. Trong khi Bồ-đề-đạt-ma được gọi là tổ thứ 28 Thiền Tông, thầy của ngài là Bát-nhã-đa-la (Prajnatara) trong truyền thuyết thường nhìn như một vị tăng, nhưng một số tài liệu khảo sát lại cho thấy ngài Bát-nhã-đa-la là một vị ni. Theo tự điển Wikipedia, ngài Bát-nhã-đa-la còn tên gọi là Keyura, Prajnadhara, hay Hannyatara, tổ sư thứ 27 của Thiền Tông.

Sử ghi rằng Ngài Bát-nhã-đa-la (không nêu rõ tính phái) sinh trong một gia đình Bà-la-môn ở miền Đông Ấn-độ, mồ côi từ thuở bé. Vì không có tên gia đình, do vậy ngài được đặt tên là 'Vòng Ngọc Quý' hay là 'Keyura' trước khi xuất gia. Khi Tổ thứ 26 là ngài Punyamitra tới thăm miền đất của vua của Bát-nhã-đa-la, ngài Punyamitra chận chiếc xe của vua lại khi nhìn thấy Bát-nhã-đa-la quỳ lạy. Lúc đó, Bát-nhã-đa-la được Punyamitra nhận ra là một môn đệ kiếp trước của ngài và chính Bát-nhã-đa-la là một hóa thân của Bodhisattva Mahasthamaprapta (Bồ Tát Đại Thế Chí). Punyamitra chọn Bát-nhã-đa-la làm người nối pháp Thiền Tông.

Thế rồi ngài Bát-nhã-đa-la đi về nam Ấn-độ, gặp Bồ-đề-đạt-ma là hoàng tử út của một vị vua. Trước khi viên tịch ở tuổi 67, Bát-nhã-đa-la khuyên Bồ-đề-đạt-ma hãy đi sang Trung Hoa để dạy pháp. Tới lúc viên tịch, ngài Bát-nhã-đa-la bay lên trời, hóa thành lửa thiêu rụi, rồi mưa xá-lợi rơi xuống cho các học trò. Sách Truyền Đăng Lục (The Transmission of the Lamp) ghi lại nhiều lời tiên tri của ngài Bát-nhã-đa-la, trong đó có tiên đoán rằng sẽ xuất hiện một Thiền sư tài năng là Mã Tổ Đạo Nhất (Mazu Daoyi) và Thiền Tông rồi sẽ lan truyền khắp cõi nước Trung Hoa.

Phần lớn theo truyền thống nghĩ rằng ngài Bát-nhã-đa-la là nam giới cũng như các vị tổ sư Thiền khác. Nhưng một số nhà nghiên cứu Phật học thế kỷ 20 tìm ra một số dấu chỉ, cho thấy ngài Bát-nhã-đa-la có thể là nữ giới. Tên của ngài là Prajnatara, là ghép từ tên hai vị nữ Bồ Tát - Prajnaparamita (Bát-nhã-ba-la-mật-đa) và Tara (Đa-la), cả hai vị đều được kính ngưỡng trong Phật Giáo Tây Tạng. Năm 2008, nhà sư Koten Benson (Viện trưởng Thiền viện Lions Gate Buddhist Priory ở Canada) nêu ra nghi vấn rằng ngài Bát-nhã-đa-la có thể là một phụ nữ, và vị nữ lưu này là Sư Trưởng của tông Sarvastivadin (Nhất thiết hữu bộ). Nhà sư Benson nói rằng truyền thống khẩu truyền tại Kerala (một tiểu bang Ấn-độ, nơi Phật Giáo thịnh hành trước thế kỷ 10) và truyền thống khẩu truyền trong Thiền Tông Đại Hàn (Korean Seon, hay Korean Zen Buddhism) nhìn ngài Bát-nhã-đa-la là một phụ nữ, và chứng cớ khảo cổ mới tìm ở nam Ấn-độ xác nhận có hiện hữu của các Ni Sư truyền giáo nổi tiếng. Thế rồi, học giả Benson nêu nghi vấn, có thể truyền thống trọng nam tại Trung Quốc đã dần dần xóa đi hình ảnh phụ nữ khi nói tới Thầy của ngài Bồ-đề-đạt-ma, nhưng khi Thiền Tông truyền sang Đại Hàn vẫn còn ghi lời truyền khẩu rằng Bát-nhã-đa-la là một Thiền sư ni.

Trong bản văn Shobogenzo (True Dharma Eye Treasury -- Chánh Pháp Nhãn Tạng), tác phẩm viết trong thế kỷ 12 của Thiền sư Nhật Bản Dogen, khi liệt kê thứ tự các vị tổ sư Thiền Tông, đã ghi rằng ngài Hannyatara (tên trong tiếng Nhật của ngài Bát-nhã-đa-la) trong chương 50 là phụ nữ.

Gần chúng ta nhất là bài viết nhan đề "Who Was Prajnatara?" (Ai là Bát-nhã-đa-la?) trên tạp chí Lion's Roar vào tháng 10/2018, tác giả là Geoffrey Shugen Arnold, vị Thiền sư trụ trì của Thiền viện Zen Mountain Monastery tại núi Mt. Tremper, New York, và cũng là trụ trì của trung tâm Zen Center of New York City. Bài viết của nhà sư Geoffrey Shugen Arnold nêu rằng, đầu tiên ông chú ý là nhiều năm trước, qua một bài viết của một người nối pháp của Thiền sư ni Jiyu Kennett Roshi, vị sáng lập Thiền viện Shasta Abbey. Khi Ni sư Jiyu Kennett Roshi tu học bên Nhật Bản, thầy của Ni sư là Koho Zenji kể cho Ni sư nghe rằng có những Thiền sư ni trong dòng pháp trực tiếp của dòng này. Nhiều năm sau, Ni sư Jiyu Kennett yêu cầu một trong các môn đệ của Ni sư khảo cứu chuyện đó. Nghiên cứu của người này đã dẫn tới các văn bản cổ trong Thiền Tông Đại Hàn trong đó ngài Bát-nhã-đa-la được mô tả là một phụ nữ, đồng thời tìm ra chi tiết khảo cổ cho thấy có truyền thống lịch sử và khẩu truyền của Phật giáo từ Kerala ở phía nam Ấn-độ, nơi ngài Bát-nhã-đa-la từng cư ngụ và được ghi nhớ trong lịch sử địa phương là một phụ nữ. Nhà sư Geoffrey Shugen Arnold đã viết thư cho nhiều học giả Phật giáo để tìm hiểu chuyện này. Một người bác bỏ ngay. Nhưng một vị khác nói là có nghe lời đồn như thế, và nghĩ chuyện Bát-nhã-đa-la là phụ nữ có thể là sự thật lịch sử, nhưng người ghi sử không nêu rõ yếu tố tính phái và rồi đời sau nghĩ rằng tất cả những vị không được ghi rõ tính phái chính là nam giới.

Rồi tới chúng ta, người học Phật tại Việt Nam, một cách tự động cũng nghĩ rằng Thầy của Bồ-đề-đạt-ma cũng là nam giới, kiểu như hình dung ra một ông sư già tên là Bát-nhã-đa-la với ngôn phong kỳ bí và cách ngài dạy đạo cho Bồ-đề-đạt-ma cũng hẳn là siêu xuất ẩn mật. Thực tế, một vị tổ là nam hay nữ chỉ có ý nghĩa đối với các sử gia, ngoài ra chẳng có gì để bận tâm nhiều - vì tâm giải thoát vốn không chút gì nam hay nữ, xanh hay đỏ, tím, vàng, vì tâm giải thoát bất khả định danh để gọi là Bắc truyền hay Nam truyền, và vì tâm giải thoát cũng không thể vướng chút gì để gọi là Ấn, Hoa, Việt, Nhật, Thái, Hàn, Mỹ, Pháp...

Ngài cũng là võ sư? Thế rồi ngài Bồ-đề-đạt-ma vào Trung Quốc hoằng pháp theo lời dạy của ngài Bát-nhã-đa-la. Theo truyền thuyết, Bồ-đề-đạt-ma không chỉ truyền pháp Thiền Tông, mà còn dạy môn võ sau này gọi là Võ Thiếu Lâm. Theo Tự Điển Bách Khoa Mở (Wikipedia), thời điểm Bồ-đề-đạt-ma đến Trung Quốc cũng được kể dị biệt, một trong những thuyết nói rằng ông đến vào triều đại Lưu Tống (420-479) hay muộn hơn vào triều đại nhà Lương (502-557). Ngài chủ yếu hoạt động tại lãnh thổ của các triều đại Bắc Ngụy (386-534). Thời kỳ truyền bá của ngài khoảng vào đầu thế kỷ 5. Ngài là Tổ thứ 28 và cuối cùng sau Phật Thích-ca Mâu-ni của Thiền tông Ấn-độ và là Sơ tổ của Thiền tông Trung Quốc.

Khi Bồ-đề-đạt-ma tới Trung Quốc, chúng ta có thể đoán lúc đó là thịnh thời của Phật giáo. Vì lúc đó, tuy là có những lúc chiến tranh, nhà vua

Lương Vũ Đế đã liên tục cho xây trong nước nhiều chùa chiền, bảo tháp. Như thế, có thể đoán rằng lúc đó người dân rủ nhau đi chùa đông ào ạt, và hẳn là tăng ni tu học sôi nổi. Khi tới nước khác hoằng pháp, trước tiên là nên gặp vua trước. May mắn, Bồ-đề-đạt-ma được giúp cho gặp vua Lương Vũ Đế. Thế rồi cuộc nói chuyện giữa vua Lương Vũ Đế và ngài Bồ-đề-đạt-ma trở thành một phần lịch sử quan trọng, cho thấy ngôn phong Thiền của ngài rất lạ tai với nhà vua (và hẳn cũng là rất lạ tai với hầu hết Phật tử). Đoạn đối thoại giữa vua Vũ Đế và Bồ-đề-đạt-ma như sau, theo bản dịch trong sách "33 Vị Tổ Ấn Hoa" của HT Thích Thanh Từ.

Vua Vũ Đế hỏi: Trẫm từ lên ngôi đến nay thường cất chùa, chép kinh, độ Tăng ni, không biết bao nhiêu, vậy có công đức gì chăng?

Ngài Bồ-đề-đạt-ma đáp: Đều không có công đức.

- Tại sao không có công đức?

- Bởi vì những việc ấy là nhơn hữu lậu, chỉ có quả báo nhỏ ở cõi người cõi trời, như bóng theo hình, tuy có mà chẳng phải thật.

- Thế nào là công đức chơn thật?

- Trí thanh tịnh tròn mầu, thể tự không lặng, công đức như thế chẳng do thế gian mà cầu.

- Thế nào là **thánh đế** nghĩa thứ nhất?

- **Rỗng rang không thánh**.

- Đối diện với trẫm là ai?

– **Không biết**.

Ghi nhận rằng đối thoại này cho thấy cách truyền pháp về sau của ngài Bồ-đề-đạt-ma. Sau đây là trích bản Anh dịch của Jeffrey L. Broughton.

Emperor Wu: "So what is the highest meaning of **noble truth**?"

Bodhidharma: "There is **no noble truth**, there is only **emptiness**."

Emperor Wu: "Then, who is standing before me?"

Bodhidharma: "I **know not**, Your Majesty."

Nếu nói cho hợp tai vua, hẳn là nên dựa theo Kinh Phật để nói về Tứ Thánh Đế (Khổ, Tập, Diệt, Đạo). Thế mà sư lại dám bảo là thực sự không có Thánh Đế nào, mà chỉ có cái rỗng rang vô thánh. Cho nên, nhà sư mới bị vua lạnh nhạt. Thiệt là đáng tiếc, vì vua Vũ Đế rất mực mộ đạo, đã 4 lần xuất gia ngắn hạn. Tìm đâu ra một ông vua xuất gia tới 4 lần, dù là xuất gia ngắn hạn? Có lẽ ngài Bồ-đề-đạt-ma biết vua thuần thành mộ đạo, từng mấy lần xuất gia ngắn hạn, cho nên mới đem diệu lý rất mực vi diệu ra nói như thế. Thật tiếc. Cũng như thời hiện nay tại Việt Nam, trong khi chùa cao, tượng lớn đang được xây dựng ào ạt, nhỡ có sư nào nói rằng như thế chỉ vô ích thôi, thế nào cũng không được hoan hỷ.

Thế rồi, sử sách đời sau kể rằng Bồ-đề-đạt-ma đi tới Chùa Thiếu Lâm. Sách kể rằng, hoặc là ngài bị từ chối, không cho vào, hoặc là đón nhận vào thời gian ngắn rồi trục xuất ra, Bồ-đề-đạt-ma sống trong một hang động gần đó, nơi ngài "nhìn vào vách trong 9 năm, không nói gì trong toàn bộ thời gian này." (Theo Boyuan Lin, tác phẩm *Trung Quốc Vũ Thuật Sử*, in năm 1966 bởi Ngũ Châu Xuất Bản Xã, Đài Bắc).

Đó là một huyền thoại khả vấn. Ngồi một chỗ, không nói gì trong 9 năm, hẳn là không đúng ý ngài là muốn hoằng pháp. Thêm nữa, bởi vì ngài theo truyền thuyết cũng là một võ sư, nên hẳn là chuộng sự vận động để giữ gìn sức khỏe. Người đời thường mà ngồi một chỗ, không đứng dậy một tháng hẳn là gân xương đều có thể hỏng. Những chi tiết này không quan trọng, có thể là do đời sau cường điệu hóa. Bởi vì một sách khác, ghi là Bồ-đề-đạt-ma ngủ gục 7 năm trong 9 năm nhìn vách, nên tự cắt mi mắt để khỏi ngủ gục, theo tác giả Jack Maguire trong tác phẩm biên khảo Essential Buddhism. Cũng là một huyền thoại khả vấn. Thế rồi mi mắt của ngài rơi xuống đất, mọc lên thành cây trà; đời sau Thiền sinh có thói quen uống trà để tỉnh thức trong khi tọa thiền.

Thế rồi, theo sách khác kể, sau 9 năm ngồi ngó vách ngoài hang động, Bồ-đề-đạt-ma được các sư mời vào Chùa Thiếu Lâm để dạy đạo và dạy võ. Lại có huyền thoại rằng ngài viên tịch, trong tư thế ngồi ở hang động. Lại có huyền thoại rằng Bồ-đề-đạt-ma không dạy gì cho tới khi gặp người sẽ trở thành môn đệ giỏi của ngài là Huệ Khả (Huike). Một truyền thuyết nói rằng Huệ Khả quỳ trong tuyết lạnh để xin Bồ-đề-đạt-ma dạy pháp, và để chứng tỏ nhiệt tâm cầu pháp, Huệ Khả đã tự cắt cánh tay trái. Truyện kể cường điệu thôi, thực tế không thể như thế. Theo truyền thuyết khác, Bồ-đề-đạt-ma trên đường biển từ Ấn-độ sang Trung Hoa, đã ghé Indonesia, truyền dạy Kinh Đại Thừa và võ thuật, môn võ đó có tên là Silat, bây giờ tên phổ biến gọi là võ Pencak Silat. Truyền thuyết khác kể rằng Bồ-đề-đạt-ma sống đến 150 tuổi, cuối cùng bị đầu độc và được an táng ở Hồ Nam. Sau đó một vị tăng đi hành hương ở Ấn-độ về gặp Bồ-đề-đạt-ma trên núi Hùng Nhĩ. Bồ-đề-đạt-ma, tay cầm một chiếc dép, cho biết mình trên đường về Ấn-độ và Trung Quốc sẽ tiếp nối dòng Thiền của mình. Về tới Trung Quốc vị tăng này vội báo cho đệ tử, đệ tử mở áo quan ra thì không thấy gì cả, chỉ còn một chiếc dép. Vì tích này, tranh tượng của Bồ-đề-đạt-ma hay được vẽ vai vác gậy mang một chiếc dép. Một truyền thuyết kể rằng trước khi Bồ-đề-đạt-ma về Ấn-độ đã gọi các đệ tử lớn - Huệ Khả, Đạo Dục, Ni Tổng Trì, Đạo Phó – tới khảo sát chỗ sở đắc.

Trong sách đã dẫn trên, HT Thích Thanh Từ kể về cách ngài Bồ-đề-đạt-ma cho học trò làm bài thi ra trường, trích:

"Ở Trung Hoa gần chín năm, Ngài thấy cơ duyên đã đến, liền gọi đồ chúng hỏi: Giờ ta trở về sắp đến. Các ngươi mỗi người nên nói chỗ sở đắc của mình.

. Đạo Phó ra thưa: Theo chỗ thấy của con, chẳng chấp văn tự, chẳng lìa văn tự, đây là dụng của đạo; Ngài bảo: Ngươi được phần da của ta.

. Bà ni Tổng Trì ra thưa: Nay chỗ hiểu của con, như Tổ A-Nan thấy nước Phật A-Súc, chỉ thấy một lần, không còn thấy lại; Ngài bảo: -Ngươi được phần thịt của ta.

. Đạo Dục ra thưa: Bốn đại vốn không, năm ấm chẳng có, chỗ thấy của con không một pháp có thể được; Ngài bảo: Ngươi được phần xương của ta.

. Đến Huệ Khả bước ra đảnh lễ Ngài, rồi lui lại đứng yên lặng; Ngài bảo: Ngươi được phần tủy của ta."

Đọc các đoạn trên, có thể đoán rằng ngài Bồ-đề-đạt-ma trước khi xét điểm học trò hẳn là đã hướng dẫn môn đệ trong nhiều trường hợp, đã dạy nhiều bài học qua nhiều năm. Tới đây, cũng có thể có một câu hỏi: Đức Phật Thích Ca xét điểm thi ra trường của môn đệ ra sao?

Đây cũng là chỗ để chúng ta chú ý, bởi vì tà sư khi xuất hiện luôn luôn tự xưng là đại pháp vương hay vô thượng sư. Chúng ta không có mắt trí tuệ, cũng không có tha tâm thông, nên chỉ có thể dựa vào kinh để đối chiếu ngôn ngữ để khỏi dính vào bẫy tà kiến của tà sư.

Trong Kinh AN 6.49, nhà sư Khema tới thưa với Phật: "... *Vị ấy không nghĩ rằng: "Có người tốt hơn ta" hay "Có người giống như ta" hay "Có người hạ liệt hơn ta"...*" Kinh ghi thêm, "*Tôn giả Khema nói như vậy, Bậc Đạo Sư chấp nhận.*" Rồi ngài Khema rời pháp hội. Chặp sau, nhà sư Sumana cũng tới gần Đức Phật và nói như thế. Bản dịch của HT Thích Minh Châu viết, "*Tôn giả Sumana nói như vậy, Bậc Đạo Sư chấp nhận.*" Rồi ngài Sumana rời pháp hội.

Kinh AN 6.49 ghi rằng (bài kệ cuối kinh nơi đây sẽ ghi theo dạng văn xuôi cho dễ đọc): "*Rồi Thế Tôn, sau khi Tôn giả Khema và Tôn giả Sumana ra đi không bao lâu, liền bảo các Tỳ-kheo: Như vậy, này các Tỳ-kheo, các thiện nam tử nói lên chánh trí, có nói đến mục đích, nhưng không đề cập đến tự ngã. Tuy vậy, ở đây một số kẻ ngu nói lên chánh trí một cách ngạo mạn đắc chí. Họ về sau rơi vào nguy hại.*

Không thắng, không hạ liệt, Không ai đồng đẳng Ta, Những tư tưởng như vậy, Không chi phối các vị. Sanh khởi đã chấm dứt, Phạm hạnh được viên thành, Họ lìa bỏ kiết sử, Hoàn toàn được giải thoát." **(1)**

Nghĩa là, người đã giải thoát sẽ thường trực nhìn thấy "**không ta**" và không hề thấy có cái ta nào để đối chiếu là "**ta hơn, hay ta thua, hay ta bằng người.**"

Tuy nhiên, không dễ đánh giá chính xác người khác tu tới cỡ nào, bậc nào. Đức Phật dạy trong kinh AN 4.192 rằng phải sống gần nhau trong thời gian dài, mới có thể hiểu phần nào trình độ giới định huệ của người ở gần mình: "*...này các Tỳ-kheo, người này do cộng trú với người kia, biết như sau: "**Trong một thời gian dài**, vị Tôn giả này không làm giới bị bể vụn, không làm giới bị cắt xén, không làm giới bị vết nhơ, không làm giới bị chấm, đen, làm việc có liên tục, hạnh kiểm có liên tục trong các giới...*" **(2)**

Do vậy, đánh giá vị tăng này, vị ni kia, cư sĩ nọ tu học tới bậc này hay bậc kia là chuyện nhiều phần sẽ sai lầm, và hẳn là không thích nghi với người thường trực không nhìn thấy có "cái ta, cái tôi, cái người" nào để đối chiếu, so sánh. Thái độ này cũng để cảnh giác những người dễ tin vào các tà sư đầy dẫy thời nay.

Hãy suy nghĩ thêm thế này: siêu đẳng như ngài Sariputta vẫn không nhận ra ngài Bhaddiya là một bậc A-la-hán, thì đời thường như chúng ta làm sao dám đánh giá người khác thế này hay thế kia. Kinh Ud 7.2 ghi rằng ngay như một vị đại A La Hán như ngài Sariputta cũng không nhận ra rằng ngài Bhaddiya the Dwarf đã là một bậc A La Hán siêu xuất. Do vậy ngài Sariputta đã "*dùng nhiều phương pháp - giảng dạy, thúc giục, khích lệ và khuyến tấn ngài Bhaddiya the Dwarf bằng pháp thoại liên tục vì nghĩ rằng ngài Bhaddiya vẫn còn là kẻ hữu học.*" Đức Phật thấy thế mới can ngài

Sariputta rằng thôi nhé, đừng dạy nữa chi cho mệt, vì Bhaddiya đã qua bờ kia rồi, rằng dòng sông tham ái đã khô rồi, không còn gì lưu chảy nữa. **(3)**

Tới đây, chúng ta nêu câu hỏi: có thật Bồ-đề-đạt-ma đã gặp và nói chuyện với Lương Vũ Đế hay không? Theo truyền thuyết, Bồ-đề-đạt-ma gặp vua Vũ Đế khoảng năm 520. Cuộc đối thoại nghe rất suông sẻ, như dường ngài Bồ-đề-đạt-ma đã học nói tiếng Trung Hoa nhiều năm mới giỏi như thế. Viết thì có thể, nhưng nói lưu loát là chuyện khó. Các nhà sư Việt Nam bây giờ đã đi khắp toàn cầu, hiển nhiên biết rằng trở ngại ngôn ngữ rất khó vượt qua, nhất là đối với người học ngoại ngữ khi lớn tuổi. Chuyện Bồ-đề-đạt-ma gặp vua Vũ Đế được kể lần đầu tiên trong sách là khoảng năm 758 do ngài Thần Hội (Shen-hui), học trò của ngài Huệ Năng (Huineng), ghi vào sách. Nghĩa là, từ khi gặp tới khi ghi vào sách là hơn 230 năm. Trí nhớ trải qua mấy đời kể lại. Dĩ nhiên, cũng không có chứng cớ để nói rằng không có chuyện đối thoại như thế.

Theo các sách ghi lại, đúng là hai vị có gặp nhau, nhưng đối thoại có y như kể lại trong Thiền sử như thế cũng là khả vấn. Dù vậy các Thiền sư có lý lẽ riêng: mỗi người chúng ta có thể tự nhìn lại thân mình, cũng là ngũ uẩn, nhưng không phải rằng **chính sự hiện diện của chúng ta trong cõi này cũng là huyền thoại hay sao**. Thân này có thật sao? Tâm này có thật sao? Thân tâm vốn không thật, không hư, không một pháp có thể nói, vì thân tâm mình sinh diệt chảy xiết từng khoảng khắc, làm sao nói được là có hay không có, hữu với vô đều bất khả thuyết, thôi thì đành nín bặt. Bởi vì trong tận cùng, **không hề có gì gọi được là một vật, tất cả thế giới trong và ngoài chúng ta là một tiến trình lưu chảy không ngưng nghỉ**. Lấy gì để chỉ ra là có vật này, hay vật kia? Các tổ sư ghi lại trong tắc 33 của Vô Môn Quan là "Phi tâm, phi Phật" (Chẳng phải tâm, chẳng phải Phật) vì chẳng hề thực sự có một pháp có thể chỉ ra để định danh. Ngài Vô Môn (1183 - 1260) bình luận ở tắc 33 rằng đây là "gan ruột của thiền" và hễ thấu suốt điểm này thì là tu Thiền xong rồi. Tắc 33 liên hệ tắc 30 của sách này, là "Tức tâm, tức Phật" (Ngay tâm này, tức là Phật); bởi vì lìa tâm không thể có Phật; ngài Vô Môn bình luận rằng hiểu tận tường như thế thì sẽ có thể mặc áo, ăn cơm, nói và làm y như Phật, nhưng sẽ có nhiều học nhân bị vướng (hiểu là, không hay bằng câu "phi tâm, phi Phật").

Theo truyền thuyết, Bồ-đề-đạt-ma để lại tác phẩm *Thiếu Thất Lục Môn*, được ngài Trúc Thiên dịch là Sáu Cửa Vào Động Thiếu Thất. Trong này chia làm 6 cửa vào đạo: (1) Tâm kinh tụng: tụng về bộ Bát-nhã Tâm kinh;

(2) Phá tướng luận: luận về phép phá tướng; (3) Nhị chủng nhập: hai đường vào đạo; (4) An tâm pháp môn: phép an tâm; (5) Ngộ tánh luận: luận về phép thấy tánh thành Phật; (6) Huyết mạch luận: luận về mạch máu của đạo Phật. Hòa Thượng Thích Thanh Từ cũng đã soạn tác phẩm "Sáu Cửa Vào Động Thiếu Thất Giảng Giải," và dùng làm tài liệu dạy thiền.

Có một thắc mắc: Khi Vũ Đế hỏi ý nghĩa cao nhất của Thánh Đế, hẳn là mong đợi một câu trả lời nào chăng? Theo lệ thường, ai cũng nghĩ rằng có Tứ Thánh Đế (Khổ, Tập, Diệt, Đạo), vậy thì ý nghĩa tột cùng Thánh Đế là gì? Câu hỏi không có ý hỏi thứ tự, vì nếu hỏi thứ tự, thì trả lời sẽ là Khổ Đế là Thánh Đế thứ nhất. Hiển nhiên, Vũ Đế không hỏi dễ dàng như thế. Câu hỏi về Thánh Đế ý nghĩa tột cùng hẳn là hàm ý khác. Nơi đây, chúng ta chỉ có thể dựa vào câu trả lời của Bồ-đề-đạt-ma mà đoán ra ý của người hỏi.

- Thế nào là **thánh đế** nghĩa thứ nhất?

- **Rỗng rang không thánh**.

Tức là, vốn là Không, là rỗng rang. Tư tưởng rất Thiền Tông: vốn là Không, vốn là không thánh, cũng là không phàm. Chúng ta tìm được nhiều câu trả lời như thế trong nhóm Kinh Nhật Tụng Sơ Thời **(4)**, nghĩa là những kinh Đức Phật cho chư tăng tụng hàng ngày trong các năm đầu hoằng pháp. Có thể gọi rằng nhóm Kinh Nhật Tụng Sơ Thời (KNTST) là Thiền Đốn Ngộ, vì không có chỗ nào để bấu víu. Và đọc kỹ nhóm kinh này, trong tận cùng là chỉ thẳng vào thực tướng của tâm. Kinh Sn 5.15 (Mogharaja-manava-puccha, Các Câu Hỏi của Mogharaja) trong nhóm Kinh Nhật Tụng Sơ Thời ghi lời Đức Phật dạy rằng hễ nhìn thấy nội xứ và ngoại xứ rỗng rang Không tánh thì là giải thoát, trích:

> *"1119. [Đức Phật] Hỡi Mogharaja, hãy luôn luôn tỉnh thức và nhìn thế giới như rỗng rang, với cái nhìn về tự ngã đã bứng gốc, người đó sẽ vượt qua sự chết. Thần Chết không thể thấy người đã nhìn thế giới này như thế."* **(4)**

Nghĩa là, Đức Phật nói rằng nhìn ra thực tướng thế giới trong và ngoài đều là không, thì không cần tu gì hết. Bởi vì đã vô ngã thì lấy ngã nào mà tu nữa. Như vậy, câu hỏi tới đây là, như thế nào để an trú trong Không tánh?

Trong Kinh Tăng Nhất A Hàm EA 45.6, bản dịch của Thầy Tuệ Sỹ và Thầy Đức Thắng, giải thích rằng chỉ cần không dính (vô sở trụ) gì vào tứ tướng (ngã, nhân, thọ mạng, chúng sinh) thì sẽ thấy hành rỗng rang, và là xong, trích:

> *"Phật bảo Xá-lợi-phất: "Lành thay, lành thay, như Xá-lợi-phất mới có thể an trú nơi Không tam-muội. Vì sao vậy? Trong các tam-muội, Không tam-muội là tối thượng đệ nhất. Tỳ kheo an trú Không tam-muội* ***không chấp trước ngã, nhân, thọ mạng, cũng không thấy có chúng sinh, cũng không thấy có bản mạt của các hành.*** *Do không thấy có, nên không tạo gốc rễ của hành. Do không có hành nên không còn tái sinh đời sau... "Xá-lợi-phất, do phương tiện này mà biết rằng Không tam-muội là tối đệ nhất trong các tam-muội. Vua trong các tam-muội là Không tam-muội vậy."* (5)

Bởi vì tất cả do duyên sinh, nên không thể gọi là có một vật gì, và là từ một nguyên nhân nào, y hệt như tiếng đàn khởi lên từ nhiều duyên, và chẻ ra trăm mảnh cây đàn cũng không tìm được cái gì là tiếng đàn từ đâu tới và sẽ về đâu. Thiền Tông là sống thường trực trong nhận biết này và không cần tu gì khác. Kinh Tạp A Hàm SA 335, bản dịch hai Thầy Tuệ Sỹ và Đức Thắng, trích:

> *"Thế nào là kinh Đệ nhất nghĩa không? Này các Tỳ-kheo, khi mắt sanh thì nó không có chỗ đến; lúc diệt thì nó không có chỗ đi. Như vậy mắt chẳng thật sanh, sanh rồi diệt mất; có nghiệp báo mà không tác giả."* (6)

Đối thoại giữa vua Lương Vũ Đế và ngài Bồ-đề-đạt-ma còn câu này:

"- Đối diện với trẫm là ai?

– Không biết."

Chúng ta có thể đoán rằng Vua đã được báo cáo từ lâu về vị sư Ấn-độ kỳ lạ. Bây giờ nghe nói năng kỳ lạ, Vua muốn hỏi trong nỗi ngờ vực, không rõ đây là thánh hay phàm, hay là bất kỳ những gì ngoài các bản báo cáo của các quan. Bồ-đề-đạt-ma trả lời: "Không biết." Trong Kinh Luận nhà Phật, có nhiều chỗ ghi câu hỏi về chữ "ai đây, ai đó, ai vậy" kìa.

Kinh Phật ghi lại rất chi tiết về cách nhìn về chữ "ai" bởi vì hễ khởi tâm là dễ vướng vào suy nghĩ có tôi, có ta, có người. Kinh AN 4.36 ghi đoạn đối thoại, Thiên tử Dona hỏi rằng Đức Phật có phải là vị trời, hay là Càn-thát-bà, hay là dạ-xoa (thần hộ pháp), hay là người... thì Đức Phật nói rằng ngài là Phật. Đoạn kinh này nghe như đang nói về **Phật Tánh**, hiện khắp các cõi nhưng vẫn là vô lậu, một khái niệm về sau được nhiều luận sư Đại Thừa nói tới:

> *"—Này Bà-la-môn, đối với những người chưa đoạn tận các lậu hoặc, Ta có thể là chư Thiên, với các lậu hoặc đã đoạn tận, được chặt đứt từ gốc rễ, được làm thành như thân cây ta-la, được làm cho không thể hiện hữu, được làm cho không thể sanh khởi trong tương lai. Này Bà-la-môn, đối với những người chưa đoạn tận các lậu hoặc, Ta có thể là Càn-thát-bà, Ta có thể là Dạ-xoa, Ta có thể là Người, với các lậu hoặc đã đoạn tận, được chặt dứt từ gốc rễ, được làm thành như thân cây ta-la, được làm cho không thể hiện hữu, được làm cho không thể sanh khởi trong tương lai. Ví như, này Bà-la-môn, bông sen xanh, hay bông sen hồng, hay bông sen trắng, sanh ra trong nước, lớn lên trong nước, vươn lên khỏi nước, và đứng thẳng không bị nước thấm ướt. Cũng vậy, này Bà-la-môn sanh ta trong đời, lớn lên trong đời, Ta sống chinh phục đời, không bị đời thấm ướt. Này Bà-la-môn, Ta là Phật, hãy như vậy thọ trì."* (7)

Không thấy mình là ai, dù là sa-môn hay bà-la-môn... Trong một Kinh khác, Đức Phật nói rằng có một cách nhận ra người giải thoát là khi thấy người bà-la-môn nào nói rằng tôi không là ai, không ở đâu, không phải sa-môn, không phải bà-la-môn thì đó là thắng tri sự thật trong pháp tu "**không có sự vật gì**" (HT Minh Châu dịch), hay là dịch theo Bhikkhu Sujato là "*they simply practice **the path of nothingness**, having had insight into the truth of that*" (họ đơn giản tu theo lối không hề có một pháp nào, nhìn vào sự thật của thực tướng. Kinh AN 4.185 ghi lời Đức Phật, bản dịch của HT Minh Châu:

> *"Lại nữa, này các du sĩ, người Bà-la-môn nói như sau: "Ta không là bất cứ ai, bất cứ thuộc ai, bất cứ là gì. Trong ấy, không có cái gì được gọi là của ta, bất cứ ở đâu, bất cứ là gì". Người Bà-la-môn nói như vậy là nói sự thật, không nói láo. Do vậy, vị ấy không nghĩ đến "Sa-môn", không nghĩ đến "Bà-la-môn", không nghĩ đến: "Ta hơn (các người khác)", không nghĩ đến: "Ta bằng (các người khác)", không nghĩ đến: "Ta là hạ liệt". Lại nữa do thắng tri sự thật hàm chứa ở đấy, (trong lời nói ấy) người ấy thực hành con đường không có sự vật gì."* (8)

Như thế, làm sao nói được rằng tôi với người là gì, vì qua mắt nhìn của người giải thoát thì không thấy gì gọi được là sanh hay không sanh, sinh hay vô sinh, hữu hay vô, không thấy gì gọi được là Đông Tây Nam Bắc, như trong Kinh SA 962, bản dịch hai thầy Tuệ Sỹ và Đức Thắng:

> *"... đối với tất cả kiến, tất cả thọ, tất cả sanh, tất cả kiến chấp về ngã, ngã sở, ngã mạn kết sử, đều khiến cho đoạn diệt, tịch tịnh, mát mẻ, chân thật. Đối với Tỳ-kheo giải thoát tất cả như vậy,* ***sanh không đúng, không sanh cũng không đúng.****"* (9)

Thêm một câu chuyện về chữ "ai" trong nhà Phật. Trong kinh SN 12.12, một lần Tôn giả Moliya-Phagguna hỏi Đức Phật rằng ai ăn thức thực, ai cảm xúc, ai cảm thọ, ai khát ái, ai chấp thủ... lần lượt Đức Phật nói rằng các câu hỏi đó đều không thích hợp, vì tất cả đều là duyên sanh, không có cái gì gọi là ai, trích bản dịch của HT Minh Châu:

> *"Tôn giả Moliya-Phagguna bạch Thế Tôn: Bạch Thế Tôn, ai ăn thức thực?*
>
> *Thế Tôn đáp: Câu hỏi ấy không thích hợp. Ta không nói: "Có ai ăn". Nếu Ta nói: "Có kẻ ăn", thời câu hỏi: "Có ai ăn" là câu hỏi thích hợp. Nhưng Ta không nói như vậy. Và vì Ta không nói như vậy, nếu có ai hỏi Ta: "Bạch Thế Tôn, thức thực là cho ai?", thời câu hỏi ấy thích hợp. Ở đây, câu trả lời thích hợp là như sau: "Thức thực là duyên cho sự sanh thành, cho sự tái sanh trong tương lai. Khi cái ấy hiện hữu, có mặt thời sáu xứ có mặt. Do duyên sáu xứ, xúc có mặt"..."* (Tuần tự với ai cảm xúc, ai cảm thọ, ai khát ái, ai chấp thủ) **(10)**

Tới đây, chúng ta có thể nêu câu hỏi: giả sử Vua Lương Vũ Đế ngộ được ý chỉ ngay khi nghe mấy câu nói của ngài Bồ-đề-đạt-ma, và biết rằng pháp Thiền này phải tu kiểu y hệt như không ta, không người, không tâm, không Phật và không một pháp nào. Như thế, có đủ chưa? Chưa. Kinh dạy rằng cũng y hệt như áo giặt sạch xong, nhưng áo vẫn còn có mùi, và nếu muốn hết mùi trần gian thì cần phải dùng các thứ hương thơm xông ướp (chứng ngộ vô ngã, nhưng vẫn còn "*dư tàn ngã tùy miên*" - *underlying tendency towards 'I am'*.). Nghĩa là, nguyên tắc Thiền Đốn Ngộ là: ngộ trước, rồi tu sau. Ý chỉ Thiền Tông như thế đã hiển lộ trong Kinh SA 103. Thêm nữa, tu pháp thấy tất cả pháp vô ngã sẽ không chỉ giải thoát, mà còn **có thể chữa được bệnh thân**. Dĩ nhiên, chữa được một số bệnh thân, không thể nói rằng tu là sẽ chữa hết các bệnh nan y như ung thư, vì còn yếu tố bệnh nghiệp nữa.

Nơi đây, chúng ta trích Kinh SA 103 bản dịch của hai Thầy Tuệ Sỹ và Đức Thắng, nói rằng ngài Sai-ma bệnh thê thảm, đã liên tục thấy vô ngã, thấy vô ngã sở nhưng dư tàn ngã tùy miên vẫn còn (như áo sạch rồi, nhưng mùi hôi còn) và khi nói pháp cho các sư khác xong, vì không khởi lậu hoặc nên được giải thoát. Kinh viết:

"Tỳ-kheo Sai-ma nói với Tỳ-kheo Đà-sa rằng: "Bệnh của tôi không bớt, thân không được an ổn, các thứ khổ bức bách càng tăng thêm, không cứu nổi. Giống như người có nhiều sức mạnh bắt lấy người gầy yếu đuối, dùng dây trói chặt vào đầu cùng hai tay, rồi siết chặt làm cho đau đớn vô cùng. Hiện tại sự thống khổ của tôi còn hơn cả người kia nữa. Giống như tên đồ tể dùng dao bén mổ bụng bò lấy nội tạng nó ra; sự đau đớn bụng con bò như thế nào có thể chịu nổi, còn hiện tại sự đau đớn bụng của tôi, hơn cả sự đau của con bò kia. Như hai lực sĩ bắt một người yếu đuối treo lên trên lửa rồi đốt hai chân họ, hiện nay hai chân của tôi còn nóng hơn người kia."

... Tỳ-kheo Sai-ma lại nói: "Vậy thì ngã cũng như vậy. Chẳng phải sắc là ngã, ngã không lìa sắc và chẳng phải thọ, tưởng, hành, thức là ngã, ngã không lìa thức; nhưng đối với năm thọ ấm, tôi thấy không phải ngã, không phải ngã sở, mà đối với ngã mạn, ngã dục, ngã sử tôi chưa đoạn hết, chưa biết rõ, chưa xa lìa, chưa nhàm tởm, chưa nhổ ra hết.

"Các Thượng tọa hãy nghe tôi nói thí dụ, vì người trí nhờ thí dụ mà được hiểu rõ. Giống như chiếc áo của người nhũ mẫu giao cho người giặt. Họ giặt bằng nước tro, tuy có sạch bụi nhơ, nhưng vẫn còn có mùi. Nếu muốn hết mùi này thì cần phải dùng các thứ hương thơm xông ướp. Cũng vậy, đa văn Thánh đệ tử xa lìa năm thọ ấm, quán sát chân chánh rằng không phải ngã, không phải ngã sở, có thể đối với năm thọ ấm, ngã mạn, ngã dục, ngã sử chưa đoạn hết, chưa biết rõ, chưa xa lìa, chưa nhàm chán, nhưng đối với năm thọ ấm sau đó vị ấy tư duy thêm nữa, quán sát sự sanh diệt của chúng, rằng: 'Đây là sắc; đây là sự tập khởi của sắc này, đây là sự diệt tận của sắc này. Đây là thọ, tưởng, hành, thức này, đây là sự tập khởi... thức này và sự đoạn tận của... thức này cũng như vậy. Đối với năm thọ ấm khi đã quán sát sự sanh diệt của chúng như vậy rồi, thì ngã mạn, ngã dục, ngã sử, tất cả đều được tiêu trừ. Đó gọi là quán sát chân chánh chân thật."

Khi Tỳ-kheo Sai-ma nói pháp này, thì các vị Thượng tọa xa lìa được

> *trần cấu, được trong sạch mắt pháp. Tỳ-kheo Sai-ma nhờ không khởi các lậu hoặc, nên tâm được giải thoát. Vì được an vui lợi ích nơi chánh pháp nên những bệnh của thân tất cả đều được tiêu trừ."* (11)

Nghĩa là, chữa được cả bệnh thân và tâm. Nơi đây, chúng ta cũng cần phải tự cảnh giác, rằng tuy nói rằng thông suốt tất cả lời dạy trong kinh, dù đã chứng ngộ tâm giải thoát, nhưng sức mạnh của vô minh từ trăm kiếp nghìn đời vẫn có thể trì kéo chúng ta trở lại, nếu không giữ được thực sự tinh tấn. Trường hợp ngài Cù-đề-ca cho thấy cảnh giác này: đã chứng ngộ tâm giải thoát nhưng vẫn nhiều lần bị thoái chuyển. Kinh SA 1091, bản dịch hai Thầy Tuệ Sỹ, Đức Thắng trích như sau:

> *"Một thời Đức Phật ở nơi thất đá, núi Tỳ-bà-la trong rừng Thất diệp thọ, thành Vương xá. Bấy giờ, có Tôn giả Cù-đề-ca cũng ở thành Vương xá, trong hang Đá đen bên sườn núi Tiên nhân, một mình tư duy, tu hạnh không phóng dật, tự được nhiều lợi ích,* ***tự chứng ngộ tâm giải thoát nhất thời, nhiều lần bị thoái chuyển.*** *Lần thứ nhất, thứ hai, ba, bốn, năm, sáu, trở đi, trở lại; sau khi tự thân tác chứng tâm giải thoát nhất thời, chẳng bao lâu lại thoái chuyển.*
>
> *Tôn giả Cù-đề-ca tự nghĩ: 'Một mình ta ở chỗ vắng tư duy, hành không phóng dật, tinh tấn tu tập để tự được lợi ích, khi tự thân chứng ngộ tâm giải thoát nhất thời, mà nhiều lần lại còn thoái chuyển, cho đến sáu lần vẫn còn thoái chuyển lại. Bây giờ, ta nên dùng đao tự sát chớ để cho thoái chuyển lần thứ bảy.'..."* (12)

Câu trả lời **"Không biết"** của ngài Bồ-đề-đạt-ma lại mang nhiều nghĩa. Nếu chúng ta để ý, trong khi chúng ta một cách tỉnh thức làm toán, vẽ tranh, cuốc đất... sẽ thấy có nhiều khoảng thời gian không hề có niệm tham sân si nào khởi lên trong tâm, chính những lúc này thời gian như biến mất. Chính cái tỉnh thức như thế không có hiện tướng nào về một "ngã tướng" nào. Chính những khoảnh khắc này có thể gọi là "không biết" – hay đơn giản là sống với "tâm không biết" vì tâm này là cái vô danh, cái không hình tướng, cái unknown chưa từng hiện ra và đang hiện ra từng khoảnh khắc trong tâm. Nhưng khi chúng ta suy tính rằng làm xong bài toán này sẽ trúng giải thưởng, vẽ tranh kia sẽ bán được nhiều ngàn đôla, cuốc khoảnh đất nọ và hy vọng đào trúng hũ vàng... thì lúc đó ngã tướng hiện ra trong tâm, và lúc đó thời gian hiện ra, làm sốt ruột hơn, thúc giục chúng ta mưu tính hơn. Đó là khi thấy chỉ là thấy, và nghe chỉ là nghe, thì không còn gì hiện lên trong tâm để gọi là quá khứ hay hiện tại hay vị lai. Chính "**tâm không biết**" là cái tâm trước khi niệm khởi, khi nhìn vào tâm khi niệm chưa khởi.

Sống với "tâm không biết" cũng là một chìa khóa của Thiền Tông. Chữ xưa có nơi gọi là vô tâm, có nơi gọi là vô niệm và nhiều chữ rắc rối khác. Chúng ta có thể tiếp cận một cách đơn giản bất kỳ lúc nào, hễ nói lên rằng "Không biết" thì ngay khi đó, thấy và nghe dứt bặt mọi ưu sầu lo nghĩ, khoảnh khắc tỉnh thức này là nhìn vào một cái tâm không có tên gọi, không dấy chút niệm tham sân si nào. Cuộc đối thoại của ngài Bồ-đề-đạt-ma và vua Vũ Đế cũng là một dấu chỉ để chúng ta hiểu về sau, ngài Bồ-đề-đạt-ma chọn Tâm Kinh làm cửa đầu tiên vào đạo trong sách Thiếu Thất Lục Môn. Nhìn cho tận cùng, không thể nói rằng chỉ một cửa hay hai cửa, hay sáu cửa vào đạo. Bởi vì Đức Phật dạy rất nhiều cửa vào đạo. Nhiều kinh nói chỉ cần niệm vô thường, hoặc niệm vô ngã, hoặc niệm tử (sự chết), hoặc niệm thân bất tịnh (để xả ly). hoặc niệm hơi thở, hoặc niệm thân, hoặc tứ niệm xứ, và nhiều nữa... nhưng tất cả đều dựa vào tâm. Kinh nói, chỉ cần ly tham là đắc quả Bất Hoàn (không trở lại cõi này). Trong Luận Phá Tướng, ngài Bồ-đề-đạt-ma nói rằng cái tâm vô minh có 84.000 phiền não chủ yếu là từ ba độc làm gốc, và ba độc chính là tham sân si. Như thế, nếu chứng ngộ được tâm giải thoát xong, thì thấy nghe hay biết đều là giải thoát, và đó là 84.000 cửa vào đạo, còn gọi là tám vạn bốn ngàn pháp môn.

Tới đây, chúng ta tóm tắt về các ý trong Tâm Kinh để thảo luận: năm uẩn đều là không. Sắc chẳng khác gì không, không chẳng khác gì sắc, sắc chính là không, không chính là sắc, thọ tưởng hành thức cũng đều như thế. Tướng không của các pháp chẳng sinh chẳng diệt, chẳng nhơ chẳng sạch, chẳng thêm chẳng bớt; trong cái không đó, không có sắc, không thọ tưởng hành thức. Không có mắt, tai, mũi, lưỡi, thân ý. Không có sắc, thanh, hương vị, xúc pháp. Không có nhãn giới cho đến không có ý thức giới. Không có vô minh, mà cũng không có hết vô minh. Không có già chết, mà cũng không có hết già chết. Không có khổ, tập, diệt, đạo. Không có trí cũng không có đắc, vì không có sở đắc.

Sau khi kinh nói năm uẩn là không, rồi nói chi tiết sắc thọ tưởng hành thức là không, và nói chiều ngược lại. Tâm Kinh nói về chữ sắc trước tiên, vì sắc là kinh nghiệm trực tiếp của chúng ta (sắc gồm: sắc thanh hương vị xúc pháp – tức là, sắc gồm: cái được thấy, cái được nghe, cái được ngửi, cái được nếm, cái được chạm xúc, cái được tư lường).

Kinh Pháp Cú, bài Kệ 170, bản dịch HT Minh Châu viết: "*Hãy nhìn như bọt nước, Hãy nhìn như cảnh huyễn! Quán nhìn đời như vậy, Thần chết không bắt gặp.*" Nghĩa là, nhìn thế giới này (tất cả những gì được thấy, được nghe...) đều như bọt nước, như huyễn ảo. Tức là: sắc thọ tưởng hành thức đều là không (hiểu không nơi đây theo nghĩa: thực tướng là vô tướng, là không tướng).

Tương tư, Đức Phật dạy trong Kinh SN 22.95, bản dịch HT Minh Châu: "*Do vị Tỷ-kheo nhìn chuyên chú, như lý quán sát sắc, sắc ấy hiện rõ ra là trống không, hiện rõ ra là rỗng không, hiện rõ ra là không có lõi cứng. Làm sao, này các Tỷ-kheo, lại có lõi cứng trong sắc được? Ví như, này các Tỷ-kheo, trong mùa thu, khi trời mưa những giọt mưa lớn, trên mặt nước, các bong bóng nước hiện ra rồi tan biến. Một người có mắt nhìn chuyên chú, như lý quán sát nó, bong bóng nước ấy hiện rõ ra là trống không, hiện rõ ra là rỗng không, hiện rõ ra là không có lõi cứng...* [tương tự với thọ, tưởng, hành, thức]" (13)

Trong kinh vừa dẫn, Đức Phật dạy pháp **quán như huyễn**: "*Sắc ví với đống bọt, Thọ ví bong bóng nước, Tưởng ví ráng mặt trời, Hành ví với cây chuối, Thức ví với ảo thuật... Nếu như vậy chuyên chú, Như lý chơn quán sát, Như lý nhìn các pháp, Hiện rõ tánh trống không.*"

Trong thực tiễn đời thường, chúng ta có thể kinh nghiệm về tướng không của các pháp. Hãy hình dung thế này: chúng ta đứng nơi sân, nơi vườn, nơi góc núi... thì đột nhiên mưa gió ập tới, trước mắt là những giọt mưa bay ào ạt, bên tai là tiếng gió gào, cây lá xào xạc... cái được cảm thọ là lạnh vì mưa. Thế rồi bất ngờ mưa tạnh, trước mắt hiện ra không mưa, bên tai vắng bặt tiếng gió, tiếng lá. Đó là những cái được thấy, được nghe trở thành cái tướng không trước mắt, bên tai. Y hệt như mây tan thì bầu trời mênh mông hiện ra. Nhưng như thế, cái không đó vẫn là do duyên mà có, vì là cái không (không mưa, không gió) đối với cái có (có mưa, có gió); cái không này có thể chuyển thành cái có, thì cái Có/Không (Hữu/Vô) đó là hữu vi. Tuy nhiên, cái Tánh Không bản nhiên bao trùm cả cái "mưa/không mưa" hay bao trùm Có/Không (Hữu/Vô) là cái không của vô vi, cái không thường hằng, bất động.

Có cách tiếp cận tâm bản nhiên này, như Kinh Kim Cang dạy: *ưng vô sở trụ nhi sanh kỳ tâm* (khi tâm không trụ vào đâu hết, thì cái tâm kỳ diệu sẽ hiển lộ). Trong khi đó, Kinh Pháp Bảo Đàn ghi: *Đối trên các cảnh tâm không nhiễm, gọi là Vô niệm*; hay ghi lời Lục Tổ Huệ Năng dạy Thượng Tọa Minh: *dứt hết trần duyên, chớ sinh niệm tưởng, không nghĩ thiện, không nghĩ ác, chính khi đó, khuôn mặt thật của Thượng Tọa Minh hiện ra vậy.* Kinh Bahiya Sutta cũng ghi lời Đức Phật dạy Bahiya cách nhìn xa lìa cả có/ không: *hãy để cái được thấy là cái được thấy, cái được nghe là cái được nghe, cái được cảm thọ là cái được cảm thọ... thì Bahiya, ông sẽ không là chỗ ấy, không là đời này, không là đời sau, không là đời chặng giữa, như vậy là đoạn tận khổ đau.*

Tương tự với quán như huyễn, Đức Phật dạy về cách nhận ra cái không thường tồn, **cái tánh không vốn không từ duyên nào mà có,** qua Kinh SA 273, bản dịch của hai Thầy Tuệ Sỹ, Đức Thắng, trích:

> *"Này Tỳ-kheo, thí như hai tay chập lại tạo thành âm thanh, cũng vậy duyên mắt và sắc sanh ra nhãn thức. Ba sự này hòa hợp sanh ra xúc, xúc sanh ra thọ, tưởng, tư. Các pháp này chẳng phải ngã, chẳng phải thường, mà đó là cái ngã vô thường; chẳng phải lâu bền, chẳng phải an ổn, đó là cái ngã biến dịch. Vì sao? Này Tỳ-kheo, vì nó là pháp thọ sanh có sanh, già, chết, tiêu mất.*
>
> *"Này Tỳ-kheo, các hành như huyễn, như sóng nắng, trong khoảnh sát na, tàn lụi, không thật đến không thật đi. Cho nên Tỳ-kheo, đối với các hành vốn không, nên biết, nên hoan hỷ, nên suy niệm rằng, trống không là các hành thường tồn, vĩnh hằng, ổn trụ, pháp không biến dịch; trống không không có ngã, không có ngã sở.*
>
> *"Ví như người mắt sáng tay cầm đèn sáng vào trong nhà trống, xem xét cái nhà trống ấy. Cũng vậy, Tỳ-kheo, đối với tất cả hành trống không, tâm quán sát, hoan hỷ, rằng trống không là các hành. Trống không, không ngã và ngã sở, là các pháp (được coi là) thường tồn, vĩnh hằng, ổn trụ, pháp không biến dịch. Cũng vậy, mắt, tai, mũi, lưỡi, thân, ý và pháp làm nhân duyên sanh ra ý thức, ba sự hòa hợp thành xúc, xúc sanh ra thọ, tưởng, tư. Các pháp này vô ngã, vô thường, chi tiết cho đến không, vô ngã và ngã sở."* (14)

Giải thích như thế là xong hơn nửa bài Tâm Kinh. Bây giờ Tâm Kinh thêm rằng: "Không có vô minh, mà cũng không có hết vô minh. Không có già chết, mà cũng không có hết già chết. Không có khổ, tập, diệt, đạo. Không có trí cũng không có đắc, vì không có sở đắc." Vì trong thực tướng thì không hề có cái gì gọi là Thập Nhị Nhân Duyên (khởi đầu là vô minh), không hề có khổ và Tứ Thánh Đế (già chết... Khổ Tập Diệt Đạo), không hề có Bồ Tát Đạo (trí là chi cuối của Lục Độ: Bố Thí, Trì Giới, Nhẫn Nhục,

Thiền Định, Trí Huệ), không hề có cái gì gọi là đắc quả Thánh.

Trong nhóm Kinh Tập, thuộc Tiểu Bộ Kinh, có Kinh Sn 1.1 (Uraga Sutta) gồm 17 bài kệ, lập lại câu "*tất cả thế giới này là không thật*" (**All this is unreal**) tới 5 lần trong 5 bài kệ mang số từ 9 tới 13. Điểm đặc biệt, để nhấn mạnh tính Như huyễn của các pháp, Đức Phật lập lại 17 lần nhóm chữ "*rời bỏ được cả bờ này và bờ kia*" (**sloughs off the near shore & far**) trong 17 bài kệ của Kinh Sn 1.1. Đó cũng là ngôn ngữ của Tâm Kinh: "Vô khổ tập diệt đạo, vô trí diệc vô đắc" – [Trong cái nhìn thực tướng thì] không hề có Khổ, Tập, Diệt, Đạo. Cũng không hề có Trí Tuệ (qua bờ kia), cũng không hề có Chứng Đắc (giải thoát)... (15)

Cái nhìn về thực tướng như thế được Đức Phật dạy trong nhiều bài kinh trong nhóm Kinh Nhật Tụng Sơ Thời, nhóm kinh chư tăng tụng hàng ngày trong những năm đầu Đức Phật hoằng pháp khi còn sinh tiền. Trong đó, có Kinh Sn 4.5, bản dịch của nhà sư Bhante Varado ghi rằng ngay tới **Phật Pháp cũng phải rời bỏ**, trong khi các dịch giả khác dịch là "doctrine" (giáo thuyết).

> Kinh Sn 4.5, bài kệ 803, bản Anh dịch của Bhante Varado: "803. *He does not concoct religious teachings, Nor does he blindly follow them.* ***He does not hold on even to the Buddha's teachings****. He is a Brahman, Not to be inferred by precepts and practices. Gone to the further shore, One of such quality does not return.*" (16)
>
> Bài kệ 803 trên, bản dịch Thanissaro Bhikkhu là: "*They don't conjure, don't yearn, don't adhere even to* ***doctrines****. A brahman not led by precepts or practices, gone to the beyond — Such — doesn't fall back.*" (16)
>
> Bài kệ 803, bản dịch Khantipalo: "*Neither they're fashioned nor honoured at all—***those doctrines***, they're never accepted by him: Perfected, not guided by rites or by vows, One Thus, not returning, beyond has he gone.*" (16)
>
> Bài kệ 803, bản Việt dịch của Nguyên Giác: "803. *Vị đó không dựng lập, thiên về,* ***không nắm giữ giáo thuyết nào****, không bị dẫn dắt bởi giới luật hay nghi lễ tôn giáo. Sống với Như Thị [is Thus] vị đó qua bờ, không lùi lại.*" (16)

Như thế là giải thích hoàn tất Tâm Kinh. Và như thế, chúng ta hiểu được vì sao các Thiền sư trong khi dạy đạo, có lúc chẻ tượng Phật làm củi để sưởi ấm, chỉ là một cách để dạy học trò. Và cũng là ý nghĩa "Phi tâm, phi Phật" trong một tắc Vô Môn Quan đã nêu lên trong bài.

N.G. – 4/ 2021

Bài này được viết để tưởng nhớ Bổn sư là Hòa Thượng Thích Tịch Chiếu (1912-2016). Cũng để trả lời câu hỏi của một cư sĩ về câu "Không pháp nào để tu hết" trong các lời dạy của Thầy Thích Tịch Chiếu.

GHI CHÚ:

(1) Kinh AN 6.49: https://suttacentral.net/an6.49/vi/minh_chau
(2) Kinh AN 4.192: https://suttacentral.net/an4.192/vi/minh_chau
(3) Kinh Ud 7.2: https://suttacentral.net/ud7.2/en/sujato
(4) Kinh Nhật Tụng Sơ Thời: https://thuvienhoasen.org/a30590/kinh-nhat-tung-so-thoi
(5) Kinh EA 45.6: https://suttacentral.net/ea45.6/vi/tue_sy-thang
(6) Kinh SA 335: https://suttacentral.net/sa335/vi/tue_sy-thang
(7) Kinh AN 4.36: https://suttacentral.net/an4.36/vi/minh_chau
(8) Kinh AN 4.185: https://suttacentral.net/an4.185/vi/minh_chau
(9) Kinh SA 952: https://suttacentral.net/sa962/vi/tue_sy-thang
(10) Kinh SN 12.12: https://suttacentral.net/sn12.12/vi/minh_chau
(11) Kinh SA 103: https://suttacentral.net/sa103/vi/tue_sy-thang
(12) Kinh SA 1091: https://suttacentral.net/sa1091/vi/tue_sy-thang
(13) Kinh SN 22.95: https://suttacentral.net/sn22.95/vi/minh_chau
(14) Kinh SA 273: https://suttacentral.net/sa273/vi/tue_sy-thang
(15) Kinh Sp 1.1 Uraga Sutta: https://accesstoinsight.org/tipitaka/kn/snp/snp.1.01.than.html
(16) Kinh Sn 4.5, bản dịch Bhante Varado: http://suttas.net/english/suttas/khuddaka-nikaya/sutta-nipata/atthakavagga%20-%20php%20version%201.4/05-highest.php
Bản dịch Thanissaro: https://accesstoinsight.org/tipitaka/kn/snp/snp.4.05.than.html
Bản dịch Khantipalo: https://suttacentral.net/snp4.5/en/mills
Bản dịch Nguyên Giác: https://thuvienhoasen.org/p15a30598/sn-4-5-paramahaka-sutta-kinh-ve-toi-thuong

TÁC PHẨM 'ĐIÊU KHẮC KỂ CHUYỆN PHẬT GIÁO'

Thuộc Văn Hóa Óc Eo của Viện Bảo Tàng An Giang

Nguyễn Thị Tú Anh

Tóm tắt

Chứng cứ tìm thấy tại các di tích khảo cổ học thuộc văn hóa Óc Eo tại khu vực Đồng bằng sông Cửu Long, đã minh chứng sự tồn tại của một cảng-thị sầm uất ở vùng này: cảng-thị Phù Nam, hiện diện vào những thế kỷ đầu Công nguyên (CN). Cảng-thị này đã tạo điều kiện cho nền kinh tế và văn hóa trong vùng phát triển vượt bậc, nhờ thu hút được giới thương nhân quốc tế tìm đến để buôn bán và lập nghiệp. Tiểu luận này sẽ xem xét về quá trình giao lưu và tiếp biến các yếu tố văn hóa hải ngoại của cư dân Đồng bằng sông Cửu Long đối với các quốc gia ở Nam Á, Đông Nam Á và Đông Á trong thiên niên kỷ thứ I CN.

Nội dung trên sẽ được tìm hiểu thông qua giải mã nội dung - ý nghĩa tiếu tượng học thể hiện trên điêu khắc kể chuyện Phật giáo của trụ-ốp-tường Lạc Quới trưng bày tại Bảo tàng An Giang. Theo đó, chủ đề Phật giáo trong kinh Mahamaya đã được chọn là đề tài cho tác phẩm điêu khắc này, bao gồm các cảnh minh họa: *Đức Phật đắc đạo dưới cây bồ đề tại Bodh Gaya; Bài thuyết pháp đầu tiên tại vườn Lộc Uyển và truyền bá Phật pháp; Đức Phật lên cõi trời Đao Lợi thuyết pháp cho hoàng hậu Maya*. Từ đó, so sánh tác phẩm độc đáo này với các nền nghệ thuật khác trong vùng để nhận định niên đại của nó cũng như chỉ ra sự tương tác văn hóa liên vùng trong khảo cổ học Óc Eo.

Từ khóa: *Văn hóa Óc Eo, trụ ốp tường Lạc Quới, điêu khắc kể chuyện, trao đổi văn hóa.*

EXAMINING THE ÓC EO CULTURE AND ITS TRANS-REGIONAL INTERACTIONS: AN *ICONOGRAPHIC ANALYSIS* OF THE BUDDHIST NARRATIVE SYMBOL ENGRAVED ON THE LẠC QUỚI PILASTER

Abstract

The archaeological data of Óc Eo culture demonstrates the existence of the Funan port-city in the Mekong Delta, dating back to the early centuries CE. This port-city has attracted international merchants coming to trade and settle down, thereby creating conditions for the region's economy and culture to reach its peak. This paper examines the interactions between the inhabitants of the Óc Eo culture in Mekong Delta with those of the states in the South and East Asia as well as Southeast Asia, which occurred during the first millennium CE.

The above issues will be explored through the Buddhist narrative sculpture, namely 'Lạc Quới pilaster' is currently on display at An Giang Museum, bearing traces of localisation and artwork adaptation in the Óc Eo region. The Mahamayasutra (Sacred book of Queen Mahamaya) is proposed to be employed in sculpting, such as: 1/ the *Buddha's enlightenment underneath* the *Bodhi tree*; 2/ *The circular shape of the wheel symbolizes the perfection of Buddha's teachings;* 3/ *the Queen Mahamaya and her two servants, all who had attended to the Buddha's preachings in Tusita Heaven.*

The pilaster can lead to clues of the trans-regional cultural exchanges that occurred among the early Buddhist states mentioned above all that based on the iconographical analysis and chronological suggestion for the sculpture.

Keyword: *Óc Eo, Lạc Quới pilaster, narrative sculpture, cultural interactions, Mekong Delta.*

Giới thiệu

Tác phẩm điêu khắc này hiện đang được bảo quản và trưng bày tại sảnh chính của Bảo tàng An Giang, thành phố Long Xuyên. Nội dung điêu khắc được thể hiện hoàn chỉnh trên một mặt của một trụ-ốp-tường (pilaster) bằng đá gra-nít màu xám trắng có đốm đen. Mặc dù tác phẩm này được phát hiện và đưa về Bảo tàng An Giang năm 1994, từ một địa điểm thuộc Gò Ông Địa, xã Lạc Quới, huyện Tri Tôn, tỉnh An Giang nhưng cho đến nay, bức điêu khắc này vẫn chưa được lý giải về nội dung, ý nghĩa và niên đại của nó. Đây sẽ là hai chủ điểm mà tiểu luận này hướng đến, thông qua đối sánh với các tác phẩm từ những nền nghệ thuật khác và tư liệu thành văn đã công bố; từ đó xác định niên đại tương đối cho tác phẩm này trong bối cảnh hình thành văn hóa của cư dân Đồng bằng sông Cửu Long.

1. Sơ lược về trụ-ốp-tường Lạc Quới

Trụ-ốp-tường Lạc Quới sẽ là tên gọi dùng trong tiểu luận này để dễ nhận diện, kích thước: 238cm x 30cm x 34cm. Ký hiệu: BTAG.2873/Đ[1]. Dù đã bị đã bị mòn mờ theo thời gian, chi tiết được điêu khắc hoàn chỉnh ở mặt trước của trụ và bố cục theo chiều dọc, chia làm ba phần thể hiện rõ đề tài Phật giáo (Hình 1). Mặt sau của trụ để thô ráp, có lẽ

[1] Tác giả cám ơn Bảo tàng An Giang và Nguyễn Hoàng Bách Linh đã hỗ trợ một số thông tin và kích thước của tác phẩm điêu khắc này.

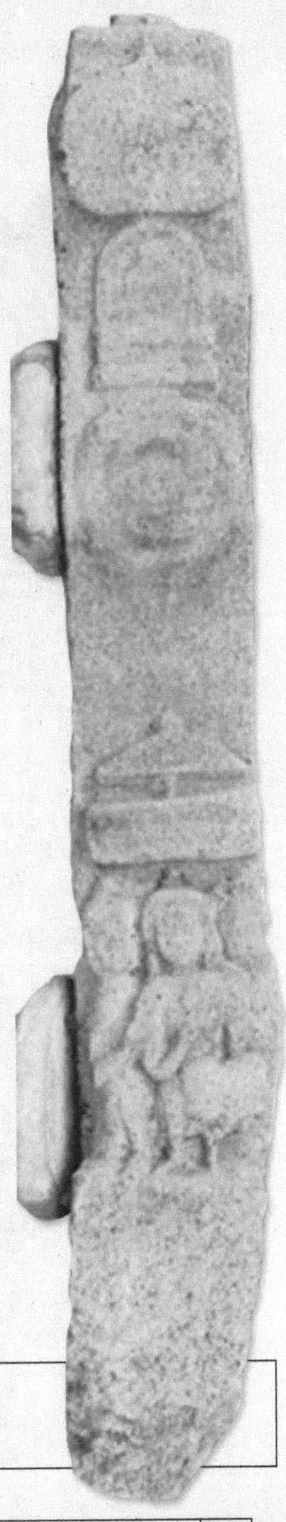

Hình 1. ☐
Mặt trước trụ-ốp-tường Lạc Quới

□ Hình 2.
Mặt sau trụ-ốp-tường Lạc Quới

được dùng để ốp vào tường gạch của một ngôi đền, và có dáng hơi cong về phía trước (Hình 2).

1/ Phần trên: Trên cùng là một chiếc lá bồ đề lớn chiếm toàn bộ kích thước chiều ngang của trụ; bên dưới là hình tượng đức Phật ngồi trong tư thế kiết-già (*paryankasana*), hai bàn tay thủ ấn thiền định (*dhyanamudra*); ngài ngồi trên một bệ sen có hai đường gờ lớn thắt eo ở giữa. Một chiếc khung hình vòng cung có gờ nổi gắn khít với bệ ngồi, bao trùm hình ảnh Đức Phật bên trong.

2/ Phần giữa: Gồm ba vòng đồng tâm, có kích thước nhỏ dần từ ngoài vào trong, các đường tròn nổi rõ, được đặt cách điệu trên đỉnh một trụ ngắn, mà phần đế trụ được thể hiện bằng những đường gờ vuông vức.

3/ Phần dưới: Một chiếc lọng đặt trên một tòa sen; cùng ba nhân vật nữ ngồi bên dưới. Người ngồi giữa được chạm to hơn so với hai người ngồi hai bên, tay phải cầm một búp hoa (hoa sen?) có cuống dài, đưa lên giữa ngực, khủy tay phải tựa lên đầu gối chân phải; tay trái buông thõng ẩn sau chân trái. Dù bị mòn mờ, nhân vật ở giữa vẫn có thể thấy khuôn mặt tròn, đầy đặn; có búi tóc trên đỉnh đầu và mái tóc dài phủ đến tai; hai tai đeo trang sức to và dài ngang vai. Nổi bật là tư thế ngồi, đầu gối gập với bàn chân trái nhón cao, mặc sa-rông rộng phủ đến gần cổ chân; chân phải đặt trên mặt phẳng, tư thế ngồi này rất hiếm thấy trong điêu khắc Phật giáo; hai cổ chân đeo vòng trang sức lớn. Có thể đây là tư thế cách điệu của thế *bhadrasana* hoặc tư thế vương tọa.

Hai nhân vật phụ ngồi nép phía sau nhân vật chính; nhân vật bên phải đang cầm một cành hoa đặt trên vai phải của nhân vật chính; gối phải gập nhẹ với bàn chân đặt ngang trên mặt phẳng. Nhân vật bên trái cũng cầm một cành hoa cao ngang vai trái nhân vật chính. Hai nhân vật phụ cũng có búi tóc trên đầu, dù họ mặc sa-rông phủ dài đến cổ chân.

Chóp trên cùng của trụ-ốp-tường có một chốt ngắn, có thể dùng để gắn vào một bộ phận khác nhằm tạo thành khung cửa của ngôi đền; phần dưới cùng của trụ là chân đế dài rộng bằng chiều ngang của trụ có thể được dùng để gắn vào một thanh ngang bên dưới. Có thể đây là một trong hai trụ-ốp-tường chính của một ngôi đền Phật giáo bằng gạch, loại vật liệu xây dựng thường thấy trong các di tích kiến trúc Óc Eo (Lê Xuân Diệm, Đào Linh Côn, Võ Sỹ Khải 1995: 17-18).

2. Giải thích nội dung điêu khắc trên trụ-ốp-tường Lạc Quới

Đây là tác phẩm điêu khắc kể chuyện (narrative sculpture) chủ đề Phật giáo. Những cảnh được lựa chọn để minh họa là ba nội dung trong rất nhiều sự kiện nổi bật của cuộc đời đức Phật Thích Ca Mâu Ni (Sakyamuni), là người sáng lập đạo Phật. Ba sự kiện này được bố cục dọc thân trụ trong ba phân cảnh, đọc theo thứ tự từ trên xuống dưới. Về nghệ thuật diễn đạt, ba phân cảnh được bố cục nối tiếp nhau mà không phân cắt bởi đường ranh, điều này hàm ý minh họa các sự kiện được kể liên tục theo trình tự của câu chuyện[2]. Ba phân cảnh này sẽ được lý giải là minh họa cuộc đời của đức Phật từ khi ngài đắc đạo cho đến khi tịch diệt: (1) Đức Phật đạt chánh quả dưới gốc cây bồ đề tại Bodh Gaya; (2) Bài thuyết pháp đầu tiên và sự truyền đạo của ngài sau khi giác ngộ tại vườn Lộc Uyển ở Sarnath; (3) Đức Phật lên cõi trời Đao Lợi để thuyết pháp cho mẹ và chư thiên trước khi ngài nhập Niết Bàn.

[2] Tác giả chân thành cám ơn TS. Pinna Indorf, cựu giảng viên Khoa Kiến trúc, Đại học Quốc gia Singapore, đã trao đổi về ý kiến này.

2.1. Phân cảnh I: Đức Phật đắc đạo dưới cây bồ đề tại Bodh Gaya

Lá bồ đề hoặc cây bồ đề (*bodhi/ bodhivriksha*) là biểu tượng phổ biến trong nghệ thuật Phật giáo để chỉ sự giác ngộ của đức Phật Thích Ca dưới gốc bồ đề tại Bodh Gaya (Coomaraswamy 1927: 294; 1935: 39; Barrett 1954: 57). Hình tượng lá bồ đề được sử dụng phổ biến trong nghệ thuật điêu khắc Phật giáo. Vào thời kỳ đầu của nghệ thuật Phật giáo Ấn Độ, khoảng từ thế kỷ III trước CN đến thế kỷ I CN, trước khi xuất hiện hình tượng đức Phật, cây/lá bồ đề cùng với chuyển pháp luân (*dharmacakra*) và bảo tháp (*stupa*) tượng trưng cho sự hiện diện của đức Phật (Foucher 1917: 14; Huntington 2012: 6). Trong phân cảnh này, tán cây bồ đề được cách điệu thành một chiếc lá bồ đề, người ngồi tọa thiền dưới chiếc lá chính là đức Phật Thích Ca khi ngài đạt chánh pháp. Khi đức Phật giác ngộ, ngài được thể hiện ngồi trong tư thế kiết già (*paryankasana*) và hai tay thủ ấn thiền định (*dhyanamudra*) (Coomaraswamy 1927: 301-02).

2.2. Phân cảnh II: Bài thuyết pháp đầu tiên tại vườn Lộc Uyển và truyền bá Phật pháp

Hình tượng vòng tròn lớn gắn trên đỉnh một trụ ngắn, thể hiện chuyển pháp luân hoặc trụ chuyển pháp luân (*cakrastambha*). Đây là biểu tượng cho bài thuyết pháp đầu tiên của đấng Giác ngộ tại vườn Lộc Uyển ở Sarnath cũng như sự truyền bá chánh pháp sau khi đức Phật đắc đạo (Foucher 1917: 14). Hình tượng chuyển pháp luân rất phổ biến trong nghệ thuật Nam Ấn-độ vào thời Amaravati, khoảng thế kỷ II (Knox 1992: 163-68, Cat.88, 89, 93); và ở Đông Nam Á, đặc biệt trong nghệ thuật Dvaravati, giai đoạn từ thế kỷ VI đến thế kỷ VIII, của Thái Lan. Những chuyển pháp luân của Dvaravati được tìm thấy tại một số di tích với số lượng phong phú; chúng có kích thước to lớn như những *dharmacakra* của nghệ thuật Ấn-độ; và được các nhà lịch sử nghệ thuật nhận xét là các tác phẩm này tiếp nhận ý tưởng sáng tác từ nghệ thuật Amaravati ở vùng Andhra Pradesh (Woodward 2003: 67-71; Krairiksh 2012: 67-70; Indorf 2014: 273-76).

2.3. Phân cảnh III: Đức Phật lên cõi trời Đao Lợi thuyết pháp cho hoàng hậu Maya

Chiếc lọng (*chatra*) dựng trên tòa sen (*padma*) là biểu tượng cho vương quyền và đạo pháp. Chiếc lọng được xếp hàng đầu trong bát bảo (*astamangala*) của Phật giáo (Beer 2003: 2); đó cũng tượng trưng cho sự hiện diện của Đấng Giác ngộ (Longhurst 1979: 2). Trên bức phù điêu này, chiếc lọng nghệ thuật hóa sự hiện diện của đức Phật tại trời Đao Lợi.

Ba nhân vật ngồi dưới chiếc lọng là hoàng hậu Maya và hai vị khác có thể đại diện cho chư thiên (*deva*). Cả ba đều ngồi trong tư thế *bhadrasana* trang nghiêm lắng nghe chánh pháp. Phân cảnh này thể hiện sự kiện đức Phật Thích Ca lên cõi trời Đao Lợi (*Trayastrimsa-deva,* tiếng Sanskrit), là nơi cư ngụ của ba mươi ba vị thần; ngài đã ở lại đây ba tháng để thuyết pháp cho hoàng hậu Maya và chư thiên (Karetzky 1992: 179-80; Huntington 1993: 73; Dehejia 1997: 12-15; Ihsan & Qazi 2008: 192-93).

Truyền thuyết 'Đức Phật lên cõi trời Đao Lợi thuyết pháp thánh mẫu Maya' được đề cập trong nhiều kinh điển của đạo Phật. Do sự thu hút của truyền thuyết này nên nó

□ Hình 3. *Đức Phật thuyết pháp cho Hoàng hậu Maya trước khi nhập Niết bàn. Nghệ thuật Phật giáo hang động Đôn Hoàng.*

đã được soạn thành bản kinh tên là Mahamayasutra hay Kinh Ma Ha Ma Da. Theo kinh này, sau khi sinh hạ đức Phật, khi đó là hoàng tử Tất Đạt Đa (*Sidharta*), hoàng hậu Maya đã qua đời bảy ngày sau đó, cho nên bà không được duyên may để thọ nhận chánh pháp từ đức Thích Ca. Vì muốn báo hiếu cho mẹ nên vào khoảng cuối đời trước khi nhập Niết-bàn; đức Phật đã hạnh nguyện lên cõi trời để thuyết giảng cho hoàng hậu Maya bộ kinh A-tì-đạt-ma (*Abhiddharma*). Sau khi nghe đức Phật thuyết pháp, hoàng hậu Maya đã chứng quả Tu-đà-hoàn (*Arahat*) (Kinh Mahamaya 2018: 3-6).

3. Khái quát về Kinh Mahamaya hay Phật thăng Đao Lợi thiên vị mẫu thuyết pháp

Kinh Mahamaya được dịch từ Phạn văn ra Hán văn bởi ngài Sa-môn Thích Đàm Cảnh dưới thời Nam Tề (南齊)/ Tiêu Tề (479-502) của

Trung Hoa[3]. Kinh Mahamaya có bốn chương, gồm:

1/ Chương Một: Đức Phật giảng pháp cho hoàng hậu Maya;

2/ Chương Hai: Đức Phật giáng thế từ trời Đao Lợi;

3/ Chương Ba: Hoàng hậu Maya giáng thế để thăm đức Phật lần cuối trước khi ngài nhập diệt và được ngài giảng pháp lần cuối;

4/ Chương Bốn: Ngài Anan thuật lại lời giảng của đức Phật về sự tồn tại và hủy diệt của chánh pháp sau khi đức Phật nhập Niết-bàn (Kinh Ma Ha Ma Da 2018: 3).

Kinh Mahamaya có ảnh hưởng sâu đậm đến nghệ thuật Phật giáo, nó đã truyền cảm hứng cho các nghệ nhân thực hiện vô số tác phẩm nghệ thuật bằng nhiều thể loại. Hầu hết những tác phẩm này minh họa Chương Hai của kinh, tức là cảnh 'Đức Phật giáng thế tại Sankassa từ trời Đao Lợi', đặc biệt trong nhiều tác phẩm điêu khắc của nghệ thuật Gandhara từ thế kỷ I trước CN cho đến thế kỷ II CN (Karetzki 1992: 179-80; Huntington 1993: 72-73; Ihna & Qazi 2008: 189-93; Saeed 2014: 45).

Truyền thuyết về vua Pasenadi[4] xác nhận rằng đức Phật muốn giảng pháp cho mẹ, người đã qua đời trước khi ngài giác ngộ. Vì thế đức Phật đã rời thế gian trong ba tháng và thăng lên cõi trời Đao Lợi (*Tavatimsa,* tiếng Pali) đối với vua Pasenadi sự vắng bóng của đức Phật là một thiếu thốn lớn cho ngài, do đó ngài đã cho tạc một pho tượng đức Phật bằng gỗ đàn hương với đầy đủ ba mươi hai quý tướng của bậc đại nhân (*mahapurusa*); và đặt pho tượng tại chính điện trong hoàng cung. Theo truyền thuyết, đó được xem là pho tượng thể hiện đức Phật đầu tiên trong lịch sử nghệ thuật Phật giáo. Vua Pasenadi đã trình pho tượng với đức Phật khi ngài hạ thế từ trời Đao Lợi, và được ngài thuyết giảng về công đức của việc tạc tượng Phật (Crosby 2014: 52-53). Sự kiện vua Pasenadi trình pho tượng Phật cho chính đức Phật sinh thời đã được thể hiện trên nhiều tác phẩm điêu khắc của nghệ thuật Gandhara (Ihsan & Qazi 2008: 216-17; Saeed 2014: 45).

Chương Ba của Kinh Mahamaya cũng được minh họa rộng rãi. Khi nghe tin đức Phật nhập Niết Bàn,

[3] Hiện có nhiều bản dịch Kinh Ma Ha Ma Da từ Hán văn sang Việt văn; trong đó có bản dịch gần đây của Cư sĩ Hạnh Cơ vào năm 2018 xuất bản bởi Thư Viện Hoa Sen. Bài viết này sử dụng bản dịch của Hạnh Cơ.

[4] Theo những nghiên cứu khác thì người cho tạc tượng đức Phật là vua Udayana của xứ Vathsya; chứ không phải vua Pasenadi của xứ Kosala (Ihsan & Qazi 2008: 216-17; Saeed 2014: 45).

hoàng hậu Maya đã xuống trần gian để tiễn biệt con lần cuối. Bà đã khóc và rất đau khổ khi nhận chiếc trượng và bình bát mà đức Phật sử dụng lúc sinh thời. Xót xa trước nỗi lòng của mẹ, đức Phật đã ngồi dậy từ áo quan bằng vàng để giảng giải về quy luật vô thường của vũ trụ cho mẹ một lần nữa. Cảnh này đã được thể hiện trong nhiều tác phẩm nghệ thuật Phật giáo tại nhiều quốc gia ở Đông Bắc Á (Karetzki 2000: 101-03); trong đó có những bức bích họa nổi tiếng của di tích Đôn Hoàng (Hình 3)[5] , và của nghệ thuật Nhật Bản (Hình 4)[6]

4. Nhận định về niên đại của trụ-ốp-tường Lạc Quới trong bối cảnh giao lưu văn hóa liên châu Á

4.1. Niên đại của tác phẩm

Các đặc điểm nghệ thuật thể hiện trên trụ-ốp-tường Lạc Quới như chiếc ngai của đức Phật, hình tượng lá bồ đề, hình tượng chuyển pháp luân, tư thế ngồi của các nhân vật, v.v., các chi tiết đó sẽ lần lượt được phân tích, từ đó so sánh với các chi tiết tạo hình diễn đạt trên các tác phẩm Phật giáo của Amaravati ở Nam Ấn; di tích Dambulla của Sri Lanka; và, nghệ thuật Dvaravati ở Thái Lan nhằm nhận định một niên đại hợp lý cho bức phù điêu Lạc Quới.

Trước hết, chiếc ngai của đức Phật thể hiện trên trụ-ốp-tường Lạc Quới có thể so với nghệ thuật Amaravati và Dvaravati. Ngai gồm hai lớp gờ chồng lên nhau giản lược, chứ không phải tòa sen. Chiếc ngai đơn giản đã xuất hiện phổ biến trên nhiều tác phẩm của nghệ thuật Amaravati (Knox 1992: 158-62, Cat.85, 86); nhưng hầu như không xuất hiện trong nghệ thuật Dvaravati vì trong nền nghệ thuật này hình tượng đức Phật được diễn tả ngồi hoặc đứng trên tòa sen; hoặc trong thế ngồi vương tọa, hai chân buông thõng xuống gọi là *bhadrasana* (Prairiksh 2012: 45-95).

Về tư thế *bhadrasana,* Nicolas Revire (2016: i) cho biết rằng tư thế này thường gắn với hình tượng sớm nhất của các vị Phật đã được tìm thấy lần đầu tiên trong nghệ thuật Phật giáo Gandhara ở Bắc Ấn và Andhra Pradesh ở Nam Ấn có niên đại vào khoảng thế kỷ III-IV trước CN, phong cách này được tiếp nối trong các giai đoạn nghệ thuật sau đó tại Sarnath ở Trung Ấn với niên đại vào khoảng thế kỷ V CN. Tư thế

[5] <http://unescopostcard.blogspot.com/2010/08/440-cn-mogao-caves-1987.html>. Truy cập ngày 25/07/2019.

[6] <https://www.kyohaku.go.jp/eng/syuzou/meihin/butsuga/item01.html>. Truy cập ngày 25/07/2019.

Hình 4. *Đức Phật ngồi dậy thuyết pháp từ áo quan bằng vàng, Nghệ thuật Phật giáo Nhật Bản*

này gắn với hình tượng đức Phật khi ngài thuyết pháp với hai tay thủ ấn quyết *vitarka*. Và Revire cũng nhận định rằng tư thế *bhadrasana* đã rất phổ biến trong nghệ thuật Phật giáo Đông Nam Á lục địa, cụ thể là vùng Đồng bằng Sông Cửu Long, trong giai đoạn từ thế kỷ VII đến thế kỷ IX. Riêng trong nghệ thuật Óc Eo, bức tượng Phật ngồi tư thế *bhadrasana* đã được Malleret tìm thấy ở làng Sơn Thọ, tỉnh Trà Vinh[7], có niên đại vào khoảng nửa sau thế kỷ VII (1963, IV: 178-79, pl.31; Revire 2011: 31), có thể xem là minh chứng cụ thể về sự kế thừa truyền thống tạo hình *bhadrasana* tại Óc Eo trong thiên niên kỷ thứ I CN. Như vậy, có thể các nhân vật phụ nữ trong Phân cảnh III của trụ-ốp-tường Lạc Quới được thể hiện ngồi trong tư thế *bhadrasana* theo thủ pháp tạo hình truyền thống của nghệ thuật Phật giáo Óc Eo.

Phật giáo ra đời ở Ấn-độ khoảng 500 năm trước CN, để đánh dấu sự kiện lịch sử này có vô số các tác phẩm nghệ thuật đã được thực hiện nhằm tôn vinh đức Phật, và, là phương tiện để chuyển tải tư tưởng Phật giáo đến nhiều quốc gia trong suốt thời kỳ cổ đại, vì vậy mà Phật giáo đã hiện diện ở Sri Lanka

[7] Bức tượng này hiện nay đang được trưng bày tại phòng Nghệ thuật Óc Eo của Bảo tàng Lịch sử TP Hồ Chí Minh.

vào khoảng thế kỷ III trước CN, và trở thành tôn giáo chính của các vương triều Sinhalese (Perera 1988: 3). Theo báo cáo của DoA-CCF[8] (2019: 2), Dambulla là quần thể di tích Phật giáo trong hang động (Buddhist cave-temple complex) được thành lập vào khoảng thế kỷ I trước CN, cho đến nay quần thể di tích này vẫn tiếp tục được bảo quản, trùng tu và thờ phượng liên tục trong hơn 2000 năm tại Sri Lanka (*ibid.*).

Hình 5. *Đức Phật thiền định dưới tán cây bồ đề, tranh vẽ trần tường phía nam – Hang động Phật giáo Dambulla, Sri Lanka.*

Theo đó, các bức tranh tường trong hang động Dambulla chủ yếu minh họa các chủ đề tôn giáo như hình ảnh Đức Phật và các sự kiện đã diễn ra trong suốt cuộc đời của đấng Giác Ngộ cho đến khi ngài nhập Niết-bàn (DoA-CCF 2019: 27-29). Hang động số 2, một trong những đền thờ lớn nhất của quần thể di tích này, trong đó nổi bật với bộ ba bức tranh kể chuyện liên hoàn, gồm các chủ đề: *The Buddha Charita* (Cuộc đời Đức Phật/ *Buddhacarita-kavya-sutra*) được đặt ngay trung tâm; *Arrival of Vijaya* (Sự xuất hiện của hoàng tử Vijaya), và *Advent of Buddhism* (Sự xuất hiện của Phật giáo) được thể hiện liên hoàn. Bức tranh minh họa các phân cảnh như *Buddha's Enlightenment* (Đức Phật giác ngộ), *Mara Parajaya* - Temptation of the Buddha by the Daughters of Mara

Hình 6. *Tranh tường hang động Phật giáo Dambulla, khoảng thế kỷ I trước CN. Thủ pháp nghệ thuật hóa tán cây bồ đề thành một chiếc lá, đặt nối tiếp trên vầng hào quang tròn bao quanh đức Phật, và chiếc ngai vuông, tương tự với hình tượng nghệ thuật được thể hiện trên trụ-ốp-tường Lạc Quới.*

[8] DoA-CCF: Department of Archaeology-Central Cultural Fund; Ministry of Housing, Construction and Cultural Affairs; The Democratic Socialist Republic of Sri Lanka.

(Chủ đề *Mara Parajaya* - Đức Phật chiến thắng sự quấy nhiễu bởi con gái của Ma vương), bức bích họa này được thực hiện trên trần của hang động thờ chính (DoA-CCF 2019: *ibid.*).

Đấng Giác ngộ cũng được thể hiện trong tư thế thiền định, đôi mắt khép hờ, với vầng hào quang bao xung quanh dáng ngồi của ngài (Hình 5-6)[9]-[10]; khung cảnh *Isipatana* (Đất Thánh – tiếng Pali), và rừng cây bao quanh đức Phật đã được nghệ thuật hóa một cách tinh tế thành hình chiếc lá bồ đề đặt nối tiếp phía trên vầng hào quang; đó được xem là đặc trưng của nghệ thuật Kandyan – Sri Lanka (DoA-CCF 2019: 27-29). Kiến trúc của hang động Phật giáo này do vua Valagamba sáng lập vào khoảng thế kỷ I trước CN (DoA-CCF 2019: 24), có quy mô lớn nhất và công phu nhất tại quần thể Dambulla, vì vậy đây có thể là một trong những công trình đầy tham vọng nhất của các họa sĩ. Niên đại của các bức tranh này được cũng được đoán định có nguyên bản vào khoảng thế kỷ I trước CN, dù màu sắc trông vẫn như mới bởi nó đã được các triều đại tiếp nối bảo tồn bằng cách sơn phủ lên các lớp sơn cũ nhiều lần trong suốt hơn 20 thế kỷ qua (DoA-CCF 2019: 2). Các bức tranh tường tại Dambulla là sự tiếp nối nghệ thuật Phật giáo từ di tích Ajanta thuộc Ấn Độ, là điển hình truyền thống nghệ thuật Phật giáo Nam Á nói chung, đặc biệt là ở miền Nam Ấn Độ, Sri Lanka, Myanmar và Thái Lan (DoA-CCF 2019: *ibid.*).

Về ý tưởng sáng tạo và thủ pháp tạo hình, những đặc điểm cần lưu ý trên bức tranh tường của Dambulla, đó là hình tượng đức Phật được diễn tả trong ánh hào quang bao quanh thân thể khi ngài tọa thiền dưới cây bồ đề, tán cây được bố cục thành hình một chiếc lá bồ đề gắn liền vào hào quang, trên chiếc ngai vuông, sử dụng thủ pháp vừa tả thực vừa cách điệu tạo nên bố cục chặt chẽ. Đặc điểm tạo hình này chỉ ra những nét tương đồng trong quy cách thể hiện hình tượng đức Phật của Dambulla và Lạc Quới. Điều này gợi lên suy nghĩ rằng, thủ pháp diễn tả hình tượng đức Phật trên trụ-ốp-tường Lạc Quới có thể đã tiếp nhận trực tiếp ý tưởng nghệ thuật từ Sri Lanka, hay từ Nam Á, vì tác phẩm của Lạc Quới được chế tác trong một thời điểm muộn hơn vài thế kỷ.

[9] Nguồn: <https://www.dambulla-sri-lanka-february-2020-buddha-painted-inside-dambulla-cave-temple-on-february-8-2020-in-da.html> Truy cập 12/03/2020.

[10] Nguồn: <https://www.123rf.com/photo_92971501_dambulla-sri-lanka-february-17-2017-mural-paintings-frescoes-inside-dambulla-cave-temple-cave-temple.html>. Truy cập 12/03/2020.

Hình 7. *Mảnh vỡ chuyển pháp luân thuộc văn hóa Óc Eo, sa thạch, đường kính khoảng 25cm, thế kỷ VI đến thế kỷ VII. Hiện bảo quản tại Bảo tàng Lịch sử TPHCM.*

Về hình tượng chuyển pháp luân, Pinna Indorf (2014: 273-79, 299-305) từng so sánh một bức chạm chuyển pháp luân tìm thấy tại di tích Óc Eo[11] với các *dharmacakra* khác phát hiện ở Đông Nam Á lục địa; và bà cho rằng bức chạm của Óc Eo thuộc nhóm có niên đại sớm, khoảng thế kỷ VI đến thế kỷ VII (Hình 7). Piriya Krairiksh (2012: 67-70) nhận định rằng những bức chạm *dharmacakra* của Dvaravati thuộc tông phái Theravada của Phật giáo Tiểu thừa (Hinayana).

Trong bối cảnh này, chúng ta có thể nêu câu hỏi rằng, phải chăng hình tượng *dharmacakra/ cakrastamba* trên trụ-ốp-tường Lạc Quới cũng có niên đại thế kỷ VI-VII, tương đương với giai đoạn sớm của các *dharmacakra* ở Đông Nam Á lục địa và nó cũng thuộc Phật giáo Theravada (?).

Cũng có thể so sánh phần trụ chống (*stambha*) của *dharmacakra* thể hiện trên trụ-ốp-tường Lạc Quới với những *dharmacakra* của nghệ thuật Amaravati. Các trụ chống này đều chạm vuông vức và có kích thước ngắn trong khi ba vòng tròn của *cakra* thì được chạm to hơn rất nhiều, chúng đều có niên đại khoảng thế kỷ II đến thế kỷ III CN (Knox 1992: 163, Cat.88, Cat.89, Cat.165).

Chuyển pháp luân được thể hiện một cách giản lược trên trụ-ốp-tường Lạc Quới có nhiều nét tương

[11] Hiện nay mảnh vỡ chuyển pháp luân này được bảo quản trong kho của Bảo tàng Lịch sử Việt Nam tại TP Hồ Chí Minh.

đồng với một số tác phẩm điêu khắc đang được bảo quản trong một ngôi chùa Phật giáo Therevada ở Nakhon Si Thammarat của Thái Lan[12] (Hình 8). Các chuyển pháp luân này đã được Phanuwat Ueasaman (2019: 34-54) tổng hợp và giới thiệu sơ lược, theo đó tác giả cho rằng các *dharmacakra* phát hiện tại vùng này có niên đại khoảng thế kỷ VII đến thế kỷ VIII, và vẫn được các tín đồ Phật giáo địa phương tôn thờ.

Theo công bố về kết quả khảo cổ học được tiến hành trên bán đảo miền nam Thái Lan từ 2011 đến 2019 bao gồm các hoạt động khảo sát, khai quật, nghiên cứu và bảo tồn tại một số di tích, Phanuwat Ueasaman (2019: 37) đã liệt kê cụ thể như bảo tồn di tích Khao Phra Noe ở tỉnh Phang-Nga vào năm 2011, khai quật di tích Khao Nui ở tỉnh Trang năm 2012, phát hiện di tích mới Khao Phli Mueang thuộc tỉnh Nakhon Si Thammarat năm 2014, gần đây nhất là khai quật và bảo tồn di tích Khao Si Wichai ở tỉnh Surat Thani từ 2015 cho đến nay.

Tại các địa điểm trên, các nhà khảo cổ học đã kiểm kê được 13 ngôi đền dựng trong hang đá, tất cả đều mang dấu ấn thực hành tín ngưỡng Phật giáo Mahayana có niên đại trải dài từ cuối thế kỷ VI đến thế kỷ XI (Phanuwat Ueasaman 2019: 39) bao gồm 05 hang động được tìm thấy trên bờ biển phía tây, 05 hang hướng về bờ biển phía đông và 03 hang nằm sâu trong nội địa. Trong

Hình 8. *Chuyển pháp luân, đá sa thạch, đường kính khoảng 25cm, tìm thấy tại tỉnh Nakhon Si Thammarat, Thái Lan. Hiện đang bảo quản tại nhà trưng bày của ngôi chùa Phật giáo (temple museum) thuộc tỉnh này.* (Nguồn: Bunchar Pongpanich).

[12] Trao đổi cá nhân với Bunchar Pongpanich, tháng 03 năm 2020. Theo ông, có nhiều hiện vật tương tự đã được phát hiện vài năm trước và được đưa về bảo quản tại các chùa Phật giáo không xa địa điểm được tìm thấy. Tính đến hiện tại, có ba tỉnh của Thái Lan gồm Nakhon Si Thammasat, Pattani và Surat Thani (với di tích Khao SriVichai) tìm thấy loại hình điêu khắc này. Rất tiếc, Bunchar Pongpanich chỉ là một tín đồ Phật giáo chứ không phải nhà khảo cổ học nên chưa tìm được các thông tin quan trọng hơn liên quan đến nhóm hiện vật này.

đó, có 12 hang động đều lưu giữ các tiểu phẩm Phật giáo bằng đất nung, những tiểu phẩm (votive-tablet) này thể hiện hình tượng đức Phật, hoặc, đức Phật và các bảo tháp (stupas). Riêng chỉ tại hang Khao Khuha ở Kanchanadit, tỉnh Surat Thani có tác phẩm điêu khắc bằng đất nung mô tả hình ảnh Đức Phật trên trần hang, điều này tạo ra một không gian thờ tự độc đáo cho di tích này, theo các nhà nghiên cứu đó là tác phẩm duy nhất được phát hiện tại Thái Lan (*ibid.*).

Cùng với những tác phẩm điêu khắc *dharmacakra* đã phát hiện tại đây, số lượng đáng kể của các di tích Phật giáo nói trên chứng tỏ vai trò quan trọng của tôn giáo này trong đời sống của cư dân miền nam Thái Lan trong giai đoạn thế kỷ VI-VII. Những phát hiện khảo cổ học nêu trên là chứng cứ thuyết phục để củng cố nhận định về mối giao lưu thương mại và văn hóa mật thiết giữa cư dân miền nam Thái Lan và Óc Eo trong thời kỳ này khi các nhà hàng hải chỉ cần băng ngang qua eo biển hẹp để kết nối hai vùng đất.

Cũng cần bổ sung thêm, tỉnh Surat Thani có một di chỉ khảo cổ cảng-thị là Laem Pho, hướng ra bờ biển phía đông của bán đảo Thái Lan (bản đồ

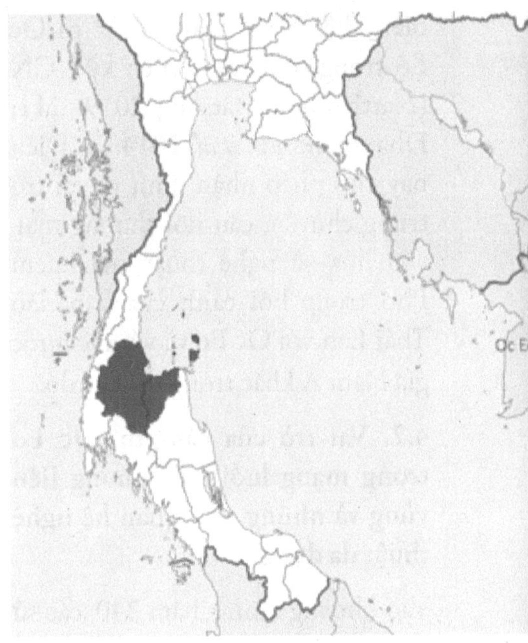

Hình 9. Bản đồ vị trí tỉnh Surat Thani cùng các tỉnh lân cận ở miền Nam Thái Lan, và di tích Óc Eo. Chi tiết bổ sung bởi Tú Anh dựa trên bản đồ tham khảo từ Wikipedia.

- Hình 9)[13]. Trong thời hưng thịnh, Laem Pho thu hút thương mại hàng hải từ khoảng cuối thế kỷ VII, và phát triển cực thịnh trong khoảng từ thế kỷ VIII đến thế kỷ X. Các bằng chứng khảo cổ học đã chỉ ra rằng Laem Pho là một trong những thương cảng quốc tế quan trọng kết nối với Trung Hoa và các quốc gia cổ đại Trung Đông, nơi này cũng từng có những mối giao thương với các cảng-thị chính phân bố ven

[13] Nguồn: <https://vi.wikipedia.org/wiki/T%E1%BA%ADp_tin:Thailand_Surat_Thani_locator_map.svg >

biển Việt Nam ngày nay kể cả Óc Eo trong suốt thiên niên kỷ I CN (Natthapong Matsong 2019: 211; Dhanmanonda *et al.* 2014: 2). Điều này cho phép nhận định về vai trò trung chuyển, cầu nối thương mại, văn hóa và nghệ thuật của Laem Pho trong bối cảnh của bán đảo Thái Lan với Óc Eo và với các quốc gia Nam Á khác trong thời kỳ đó.

4.2. Vai trò của cảng-thị Óc Eo trong mạng lưới hải thương liên vùng và những mối quan hệ nghệ thuật đa dạng

Vào khoảng những năm 240, các sứ thần Trung Hoa đầu tiên được phái đi tìm hiểu và ghi nhận về vùng đất và con người ở khu vực Đông Nam Á theo ý chỉ của quốc vương nhà Ngô (Hall 1985: 52 -53); trong đó, Phù Nam là vùng đất thuộc miền nam Việt Nam ngày nay cũng nằm trong hải trình mà họ đã đi qua. Khang Thái và Chu Ứng là hai trong số nhiều nhà du hành Trung Hoa đã mô tả về vùng đất và con người Phù Nam trong các tường thuật của họ rằng, "... người dân Phù Nam sống ở các thành phố có tường bao quanh cung điện và nhà ở... Họ sống dựa vào nông nghiệp... Thuế được đóng bằng vàng, bạc, ngọc trai, và các loại hương liệu quý... họ có chữ viết với các ký tự giống với người Hồ [một tộc người sống ở vùng Trung Á, dùng ký tự có nguồn gốc Ấn-độ]." (Hall 1985: 52 -53; Mabbett 1977: 149). Cùng với đó là hệ thống cảng-thị Óc Eo cũng được ghi nhận, và được đánh giá là có vai trò quan trọng trong suốt thời kỳ cổ đại. Các cơ sở vật chất của cảng-thị ngày càng mở rộng, như hệ thống kho bãi để lưu trữ hàng hóa, dịch vụ lưu trú cho các thương nhân, trong khi chờ mùa gió thuận lợi để tiếp tục hải trình của họ đến các địa điểm tiếp theo (Hall 1985: 52-53).

Nhờ vào giao thương hàng hải, Phù Nam đã trở thành một hiện tượng trong lịch sử các quốc gia cổ đại ở khu vực Đông Nam Á, vì vậy, danh từ 'state' (quốc gia) được các nhà sử học đề xuất khi nói về Phù Nam. Sau khi nghiên cứu các bằng chứng khảo cổ học và so sánh giữa các quốc gia cổ đại thuộc khu vực này, Kenneth Hall (1985: 62-64) nhận định rằng "cư dân vùng Óc Eo trong thời đại Phù Nam có đời sống kinh tế xã hội phát triển hơn hẳn các vương quốc cổ khác trong khu vực về mọi phương diện chính trị - kinh tế - văn hóa".

Một loạt các bằng chứng khảo cổ học đã chứng minh cảng-thị Phù Nam không chỉ quan trọng trong khu vực mà còn là hải cảng chính nơi các đội thương thuyền đều muốn dừng chân trong hải trình quốc tế của họ, có thể cùng lúc họ đã mang theo những thành tựu kỹ thuật và nghệ thuật quốc tế đến vùng đất Óc Eo này. Hall (1985:

65) xem xét các chứng cứ này và chỉ ra rằng, các dấu vết kiến trúc còn lại là minh chứng về trình độ kỹ thuật của các kiến trúc sư địa phương, họ đã xây dựng những ngôi đền được phỏng tạo theo các kiến trúc tôn giáo phổ biến ở miền nam và miền trung Ấn-độ được xây bằng gạch và đá gra-nít, vào cuối thời kỳ Gupta khoảng thế kỷ V đến thế kỷ VI.

Hơn nữa, việc phỏng tạo mô thức kiến trúc truyền thống của các ngôi đền Ấn-độ tại khu vực Óc Eo, nơi có môi trường tự nhiên và địa lý vào thời cổ đại rất khó để sử dụng các loại vật liệu như đá và gạch trong quá trình xây dựng đền tháp, đã phản ảnh trình độ sáng tạo và phát triển kỹ thuật của cư dân địa phương. Đặc biệt, việc áp dụng kỹ năng kết nối các cấu kiện bằng đá gra-nít vào các kiến trúc gạch đã cho thấy một trình độ kỹ thuật xây dựng phát triển, để thích nghi với môi trường thấp ẩm đặc thù của đồng bằng sông Mê-kông, là một sáng tạo nổi bật của cư dân bản địa (Hall 1985: 65).

Các ý kiến trên có thể lý giải cho sự hiện diện của yếu tố nghệ thuật Phật giáo Sri Lanka, cũng như miền nam Ấn Độ, được thể hiện thông qua hình tượng đức Phật ngồi thiền định dưới tán cây bồ đề như đã xuất hiện trên trụ-ốp-tường Lạc Quới thuộc khu vực Óc Eo. Thêm vào đó, các di tích Phật giáo ở miền nam Thái Lan, có thể là một trong những đầu mối kết nối yếu tố nghệ thuật Phật giáo Thái Lan vào nghệ thuật Phật giáo Óc Eo như đã được chứng minh trong hình tượng chuyển pháp luân của trụ-ốp-tường Lạc Quới.

Ngoài ra, trình độ văn hóa của cư dân Phù Nam còn gây ấn tượng đối với các vương triều Trung Hoa. Nhiều tác phẩm nghệ thuật thể hiện đề tài đức Phật chế tác từ sản vật địa phương đã được nhà sư Ấn-độ Nāgasena tuyển chọn như một 'sản phẩm cao cấp' để tặng vua Trung Hoa vào cuối thế kỷ V; một vị vua Phù Nam khác (Jayavarman) cũng đã gửi tặng hoàng đế Trung Hoa một bức tượng đức Phật làm bằng san hô, và, một bảo tháp bằng ngà vào năm 503 (Pelliot 1903 : 269; Hall 1985: 65; Wade 2014: 26). Những tặng vật này đã minh chứng cho sự phát triển về kỹ thuật và tài năng của thợ thủ công tại Óc Eo.

Cũng cần lưu ý về hai pho tượng Phật bằng đồng được tìm thấy tại di tích Gò Cây Thị - Vọng Thê, Thoại Sơn, An Giang (Malleret 1960: No. 433, Pl. XXXV, MBB3068; Lê Xuân Diệm, Đào Linh Côn, Võ Sĩ Khải 1995: 282-84). Hiện nay, một tượng đang bảo quản tại Bảo tàng An Giang, còn bức kia đang lưu giữ tại Bảo tàng Lịch sử TP Hồ Chí Minh (BTLS1586). Cả hai được xác định niên đại khoảng thế kỷ VI thuộc triều Bắc Ngụy (386-534) hoặc Nam Bắc triều (420-589) (Wicks 1992: 186; Hall 1985: 65).

Pierre-Yves Manguin (2009: 111) lý giải về sự xuất hiện của các pho tượng Phật mang phong cách Trung Hoa đề cập ở trên như sau, do Phù Nam dần trở nên thịnh vượng và hùng mạnh vào khoảng nửa sau thế kỷ III, quốc gia Phù Nam trở thành một thực thể chính trị (the true state) ở Đồng bằng sông Cửu Long đối trọng (vis-a-vis) với triều đình Trung Hoa như nhiều thư tịch cổ đã ghi chép; điều này có thể lý giải việc các sứ giả của Phù Nam được cử đến Trung Hoa dường như là để đặt mối quan hệ bang giao. Manguin cũng nhận định rằng, bên cạnh những phẩm vật như gốm sứ từ Trung Hoa, đá quý và các lại hình trang sức khác từ Ấn Độ, đồng xu vàng mang biểu tượng hoàng đế La Mã, v.v., thì các tác phẩm nghệ thuật bằng kim loại mang phong cách Trung Hoa như gương đồng, hay tượng Phật chỉ xuất hiện với một số lượng rất ít trong văn hóa Óc Eo – Phù Nam; do đó, ông cho rằng các tác phẩm nghệ thuật này là những tặng phẩm ngoại giao mà triều đình Trung Hoa trao tặng các quốc vương Phù Nam để tạo mối bang giao hơn là hàng hóa thương mại.

Việc nghệ thuật hóa tư tưởng Phật giáo trong kinh Mahamaya để minh họa trên tác phẩm điêu khắc của trụ-ốp-tường Lạc Quới, minh chứng cho việc bản địa hóa các yếu tố văn hóa bên ngoài của cư dân địa phương. Cũng nên lưu ý rằng, tư tưởng Phật giáo trong kinh Mahamaya được phổ biến rộng rãi ở Trung Hoa đương thời được biết qua bản dịch kinh này từ Phạn văn ra Hán văn vào thời Tiêu Tề khoảng cuối thế kỷ V, đồng đại với hai pho tượng Phật Trung Hoa bằng đồng phát hiện tại Óc Eo đã nêu trên. Như vậy phải chăng cư dân Óc Eo đã tiếp nhận tư tưởng của kinh Mahamaya đến từ Trung Hoa? Do vậy mà các yếu tố của tư tưởng Phật giáo Nam Ấn, Sri Lanka và Trung Hoa được kết hợp và nghệ thuật hóa trên trụ-ốp-tường Lạc Quới?

5. Tạm kết

Trụ-ốp-tường Lạc Quới là tác phẩm điêu khắc duy nhất được biết đến trong nghệ thuật tạo hình Phật giáo đương thời, trong thiên niên kỷ thứ I CN, bởi nó minh họa nội dung của Chương Một trong kinh Mahamaya về truyền thuyết *'Đức Phật thuyết pháp cho hoàng hậu Maya và chư thiên trên trời Đao Lợi'*. Bức chạm này thể hiện trực tiếp cảnh hoàng hậu Maya và chư thiên cùng ngồi nghe giảng đạo. Trong khi, cũng bản kinh này, nhiều tác phẩm điêu khắc khác chỉ thể hiện Chương Hai nội dung 'Đức Phật giáng thế tại Sankassa từ trời Đao Lợi'; hoặc

Chương Ba chủ đề 'Đức Phật thuyết pháp lần cuối cho hoàng hậu Maya trước khi ngài nhập Niết-bàn'.

Nội dung kể chuyện của trụ-ốp-tường Lạc Quới được diễn tả trong một bố cục theo chiều dọc, bố cục này tương tự những tác phẩm kể chuyện Phật giáo phổ biến trong nghệ thuật Amaravati vào những thế kỷ đầu CN; nhưng chúng không hề thấy xuất hiện trong nghệ thuật Dvaravati, như vậy phải chăng nội dung và cách thể hiện của trụ-ốp-tường Lạc Quới được gợi ý trực tiếp từ nghệ thuật Phật giáo ở Nam Ấn và Sri Lanka? Nếu vậy, nội dung điêu khắc của trụ-ốp-tường Lạc Quới có thể cung cấp những nhận thức mới để tìm hiểu về bối cảnh nghệ thuật Phật giáo Óc Eo trong thiên niên kỷ thứ I tại Đồng bằng sông Cửu Long.

Trụ-ốp-tường Lạc Quới cũng là một minh chứng sinh động cho sự tương tác văn hóa liên vùng của cảng-thị Phù Nam - Óc Eo, một trung tâm kinh tế-chính trị-văn hóa của cư dân Óc Eo, tọa lạc trên tuyến đường hải thương kết nối giữa hai vùng đất Nam Á và Đông Á. Ba biểu tượng tư tưởng Phật giáo được kết hợp để thể hiện trên một tác phẩm điêu khắc kể chuyện (visual narrative) bao gồm ba nội dung trong kinh Mahamaya là một sáng tạo độc đáo của các tu sỹ và nghệ nhân Óc Eo. Tác phẩm này là minh chứng cho sự tiếp thu rộng rãi các yếu tố nghệ thuật tôn giáo từ Nam Ấn, Sri Lanka, Thái Lan, Trung Hoa. Ngoài ra, các đặc điểm nghệ thuật mang tính sáng tạo của tác phẩm độc đáo này đã được chắt lọc để trở thành cá tính đặc thù của nghệ thuật Óc Eo, chứng minh cho sự phát triển nổi trội của nền văn hóa này trong suốt thiên niên kỷ thứ I CN.

Tài liệu tham khảo

1) Barrett, Douglas. 1954. *Sculptures from Amaravati in the British Museum.* London: The Trustees of British Museum.

2) Beer, Robert. 2003. *Tibetian Buddhist Symbols.* Boston: Shambhala.

3) Berkwitz, Stephen C.. 2003. 'History and Gratitude in the Theravada Buddhism'. *Journal of the American Academy of Religion*, Vol.71, No.3/2003: 579-604.

4) Coomaraswamy, A.. 1927. 'The Origin of the Buddha image', *The Art Bulletin 9,* No.4: 287-328.

5) Coomaraswamy, A.. 1939. *Elements of Buddhist Iconography.* Cambridge: Harvard University Press.

6) Crosby, Kate. 2014. *Theravada Buddhism: Continuity, diversity, and identity.* The UK: Wiley Blackwell.

7) Dehejia, Vidya. 1997. *Discourse in Early Buddhist Art: Visual Narratives of India.* New Delhi: Munshiram Manoharlal Publishers.

8) Department of Archaeology-Central Cultural Fund (DoA-CCF). 2019.

State of Conservation Report: Golden Temple of Dambulla (Sri Lanka) (C 561). Ministry of Housing, Construction and Cultural Affairs; The Democratic Socialist Republic of Sri Lanka, UNESCO website. Nguồn: <https://whc.unesco.org/en/search/?criteria=Golden+Temple+of+Dambulla+%28Sri +Lanka%29+%28C+561%29&-searchbutton>. Truy cập 12/3/2020.

9) Dhanmanonda, W. et al. .2014. 'Characterization of enameled glass excavated from Laem Pho, southern Thailand'. Article in *IOP Conference: Series Materials Science and Engineering*, pp. 1-6, 37/(July 2012) 012014. Published underlicence by IOP Publishing Ltd.

10) Foucher, A.. 1917. *The Beginning of Buddhist Art and Other Essays in Indian and Central Asian Archaeology* (Revised by the Author and Translated by L. A. Thomas & F. W. Thomas). London: Humphrey Milford.

11) Hall, R. Kenneth. 1985. *Maritime Trade and State Development in Early Southeast Asia*. Honolulu: University of Hawai'i Press.

12) Huntington, Susan L.. 1993. *The Art of Ancient India*. New York|Tokyo: Weatherhill.

13) Huntington, Susan L.. 2012. *Lay Ritual in the Early Buddhist Art of India: More Evidence Against the Aniconic Theory*. Amsterdam: J. Gonda Lecture, Royal Netherlands Academy of Arts and Sciences.

14) Ihsan Ali & Muhammad Naeem Qazi [eds.]. 2008. *Gandhara Sculptures in the Peshawar Museum: Life Story of Buddha*. Pakistan: Hazara University, Mansehra, NWFP.

15) Indorf, Pinna . 2014. 'Dvaravati *Cakras*: questions of their signigicance'. In *Before Siam: Essays in Art and Archaeology* (eds. Nicolas Revire & Stephen A. Murphy): 272-309. Bangkok: River Books|The Siam Society.

16) Karetzky, Patricia E.. 1992. The Life of Buddha: Ancient Scriptural and Pictorial Traditions. Lanham, Maryland: University Press of America.

17) Karetzky, Patricia E.. 2000. *Early Buddhist Narrative Art: Illustrations of the Life of the Buddha from Central Asia to China, Korea and Japan*. Lanham|New York|Oxford: University Press of America.

18) *Kinh Ma Ha Ma Da*. 2017. Sa-môn Thích Đàm Cảnh (Hán dịch); Cư sĩ Hạnh Cơ (Việt dịch). Thư viện Hoa Sen. Nguồn <https://thuvienhoasen.org>. Truy cập 25/07/2019.

19) Krairiksh, Piriya. 2012. *The Roots of Thai Art* (trans. Narisa Chakrabongse). Bangkok: River Books.

20) Lê Xuân Diệm, Đào Linh Côn, Võ Sĩ Khải. 1995. *Văn hóa Óc Eo những khám phá mới*. Hà Nội: NXB Khoa học Xã hội.

21) Longhurst, A. H.. 1979. *The Story of the Stupa*. New Delhi: Asian Educational Services.

22) Mabbett, I. W.. 1977. 'The 'Indianization' of Southeast Asia: Reflections on the Historical Sources'.

Journal of Southeast Asian Studies, Vol. 8, No. 2 (Sep., 1977): 143-161.

23) Malleret, Louis. 1962. 'Analyses chimiques de monnaises d'argent'. In *L'Archeologie de Delta du Mekong*, No.43, Vol.3. Pub. EFEO.

24) Manguin, Pierre-Yves. 2009. 'The archaeology of Fu Nan in the Mekong river delta: the Oc Eo culture of Viet Nam'. In *Arts of ancient Viet Nam: from River Plain to Open Sea* (eds. Nancy Tingley and Andreas Reinecke): 100-18. Houston: Museum of Fine Arts.

25) Natthapong Matsong. 2019. 'Chinese Stoneware and Porcelain found in Thailand's Archaeological Sites reflecting Trade Routes and Local Use'. In *Proceeding of Ancient Maritime Cross-cultural Exchanges Archaeological Research in Thailand* (ed. FAD), pp. 208-225. The Fine Arts Department, Ministry of Culture, Thailand.

26) Pelliot, Paul. 1903. 'Le Fou-nan'. *Bulletin de l'Ecole française d'Extrême-Orient* (BEFEO). Tome 3: 248-303.

27) *Perera,* H. R.. 1988. *Buddhism in Sri Lanka: A Short History*. Sri Lanka: *Buddhist* Publication Society.

28) Phanuwat Ueasaman. 2019. 'Ancient Hill Temples and Holy Caves in Upper Southern Thailand and the Trans-peninsular Route Connection'. In *Proceeding of Ancient Maritime Cross-cultural Exchanges Archaeological Research in Thailand* (ed. FAD): 34-54. The Fine Arts Department, Ministry of Culture, Thailand.

29) Revire, Nicolas. 2011. 'Some reconsiderations on pendant-legged Buddha images in the Dvāravatī artistic tradition'. *Bulletin of The Indo-Pacific Prehistory Association* 31: 37-49.

30) Revire, Nicolas. 2016. *The Enthroned Buddha in Majesty: An Iconological Study*. Thèse de Doctorat, Langues et civilisations orientales. Paris: Université Sorbonne Nouvelle.

31) Saeed, Nazir. 2014. *Glorious Gandhara: Life Story of Buddha Etched in Stone*. Government of Pakistan: Ministry of Information, Broadcasting and National Heritage.

32) Wade, Geoff. 2014. 'Beyond the southern borders: Southeast Asia in Chinese texts to the Ninth century'. In *Lost Kingdoms: Hindu-Buddhist Sculpture of Early Southeast Asia*, (ed. John Guy): 25-31. New Haven: Yale University Press.

33) Wicks, S. Robert. 1992. *Money, Markets and Trade in early Southeast Asia: The development of indigenous monetery systems to AD.1400.* Cornell University: Southeast Asia Program Publications.

34) Woodward, Hiram. 2003. *The Art and Architecture of Thailand: From Prehistoric Times through the Thirteenth Century.* Leiden Boston: Brill.

N.T.T.A

Thạc sĩ - Chuyên ngành Lịch sử Nghệ thuật & Khảo cổ học, Đại học SOAS – London.

DI SẢN TINH THẦN HUYỀN TRANG

SỨC MẠNH MỀM TRONG QUAN HỆ ĐỐI NGOẠI TRUNG QUỐC

Thích Thanh Tâm

Mở đầu

Những năm gần đây, chính phủ Trung Quốc bắt đầu quảng bá Huyền Trang như một công dân tiêu biểu và gương mẫu. Với báo chí nhà nước, các đảng viên thường xuyên dẫn chứng "tinh thần Huyền Trang" - một khẩu hiệu bao hàm những phẩm chất như sự tận tụy, dũng cảm, siêng năng và hy sinh. Trong phạm vi quốc tế, Huyền Trang giống như Khổng Tử, đã trở thành người chuyển tải những ý định tốt nhất của Trung Quốc. Bởi vì, Ngài không chỉ chịu nhiều gian khổ vì lợi ích to lớn của quốc gia và kiên trì không mỏi mệt để làm phong phú đời sống trí tuệ và tinh thần Trung Quốc mà còn nuôi dưỡng mối quan hệ các đối tác quốc tế dựa trên sự giao lưu văn hóa, tôn trọng và làm phong phú lẫn nhau.

Thiển nghĩ, cuộc đời và di sản văn học của Ngài Huyền Trang - một trong những Pháp sư, học giả, dịch giả nổi tiếng với cuộc hành hương lịch sử từ Trung Quốc đến Ấn-độ trong thế kỷ VII, được tôn vinh nhất trong lịch sử châu Á - đã để lại dấu ấn sâu sắc đối với các nền văn hóa Phật giáo ở châu Á. Chỉ vài thập kỷ sau khi các tác phẩm của

Ngài bị chìm vào quên lãng[1] thì những dấu tích vật lý (xá-lợi xương đỉnh đầu) đã mất dấu từ lâu lại được Takamori Takasuke khai quật, vào ngày 23 tháng 12 năm 1942,[2] và được các nhóm khác nhau tìm kiếm - cả tôn giáo lẫn thế tục, quốc gia và xuyên quốc gia - để phục vụ nhiều chương trình nghị sự một cách rõ ràng.

Bất chấp những chuyển biến to lớn đã thay đổi châu Á trong suốt một thế kỷ rưỡi vừa qua - hiện đại hóa, toàn cầu hóa, và các cuộc cách mạng kinh tế và chính trị - sức mạnh của di sản tinh thần Huyền Trang dường như không bị suy giảm, mà còn hàm ý cơ hội khảo sát sự hợp lưu của tôn giáo, chính trị, truyền thống và hiện đại trong các bối cảnh văn hóa và lịch sử đặc trưng. Bài viết này đề cập đến *di sản tinh thần Huyền Trang, được nhà nước Trung Quốc xem là một sức mạnh mềm ngoại giao trong quan hệ đối ngoại ngày nay, đặc biệt trong quan hệ điển hình với Ấn-độ.*

1. Cuộc đời Huyền Trang - một pháp sư, học giả, dịch giả nổi tiếng

Ngài Huyền Trang (玄奘; 602 – 664) là một vị Pháp sư, dịch giả nổi tiếng, người đã dịch kinh điển thiêng liêng của Phật giáo từ tiếng Phạn sang tiếng Trung Quốc và thành lập trường phái Duy thức học (Yogācāra) ở Trung Quốc. Sự nổi tiếng của Ngài dựa vào các bản dịch kinh điển Phật giáo và

[1] Các văn bản gốc của *Duy thức tông* đã được giới thiệu lại ở Trung Quốc bởi học giả cư sĩ Yang Wenhui (楊文會/ Dương Văn Hội, 1837-1911) vào cuối thời Thanh, người đã tìm được bộ sưu tập các văn bản *Duy Thức tông* từ Nhật Bản vào cuối thế kỷ XIX. Cũng thời gian đó, Huyền Trang được giới thiệu ở châu Âu qua các bản dịch về chuyến du hành của Ngài, 大唐西域記 [Đại Đường Tây vực kí], đầu tiên ở Pháp dịch bởi Stanislas Julien năm 1857 và sau đó ở Anh dịch bởi Samuel Beal năm 1884. Beal tiếp tục dịch tiểu sử Huyền Trang của Huili năm 1911.

[2] Takamori Takasuke (高森隆介 Cao Sâm Long Giới, mất năm 1954), một sĩ quan chỉ huy Nhật Bản đóng quân tại Nam Kinh, đang giám sát việc xây dựng đền thờ Thần Inari ngay bên ngoài cổng phía Nam thành phố. Trong khi đào móng xây dựng ngôi đền, người của ông phát hiện huyệt mộ một bảo tháp Phật giáo cũ. Bên trong một chiếc quan tài bằng đá, họ tìm thấy hai chiếc hộp lồng vào nhau, bên ngoài bằng đồng, bên trong bằng bạc. Hộp bên trong chứa một bức tượng Phật bằng vàng nhỏ, vài dụng cụ bằng đồng và gốm, hàng trăm đồng xu và một hạt lúa mì. Một hộp bằng đồng riêng biệt, bọc kín, có một mảnh xương nhỏ, màu nâu xám và đại khái hình chữ nhật. Hai dòng chữ được khắc vào các bức tường của quan tài đá, một dòng ghi niên đại từ thế kỷ XI, dòng kia ghi niên đại thứ XIV, đã khẳng định mảnh xương này là một mảnh xương hộp sọ của Pháp sư nổi tiếng đời Đường Ngài Xuanzang (玄奘 Huyền Trang; 600? - 664). (Theo Jan Kiely and J. Brooks Jessup, 2016, 143.)

hồi ký về các chuyến hành hương sang Trung Á và Ấn-độ - Đại Đường Tây vực ký - với nhiều dữ liệu chi tiết và chính xác, có giá trị không thể nào quên đối với các nhà sử học và khảo cổ học.

Nghiên cứu Triết học Phật giáo nhưng sớm gặp rắc rối bởi vô số sai lệch và mâu thuẫn trong các bản văn, mà không tìm thấy bất kỳ giải pháp nào từ các bậc thầy ở Trung Quốc nên quyết Ngài định đến Ấn-độ vào năm 629 để nghiên cứu về nguồn gốc của Phật giáo. Ngài đi dọc theo con đường tơ lụa; sống sót qua sa mạc Taklamakan nguy hiểm và tiếp tục đi qua những ngọn núi cao và khắc nghiệt của Tian Shan. Con đường tơ lụa mà Ngài đi qua là các quốc gia được cai trị bởi các nhà lãnh đạo quyền lực, những người đôi khi muốn giữ Ngài ở lại vương quốc hơn là cho phép đi tiếp. Nhờ vào trí thông minh và lòng sùng kính Phật giáo Ngài đã thuyết phục những nhà lãnh đạo này giúp đỡ trong hành trình đến Ấn-độ, Nepal và sau đó đến Nalanda, nơi có dành nhiều năm sống với những người thầy và nhà tư tưởng vĩ đại nhất của thời đại này. Tại Ấn-độ, Huyền Trang đã đến thăm tất cả các thánh địa gắn liền với cuộc đời của Đức Phật và dành phần lớn thời gian của ông được dành tại tu viện Nalanda để hoàn thiện kiến thức về tiếng Phạn, triết học Phật giáo và tư tưởng Ấn-độ.

Ngài trở về Trung Quốc, sau 16 năm vắng bóng và dành phần còn lại của cuộc đời cho việc giảng dạy, cố vấn và dịch các bản thảo. Sau cuộc hành trình của ông, Phật giáo trở nên phổ biến hơn và được hiểu rộng rãi hơn ở Trung Quốc và sau đó là các nơi khác trên thế giới. Những ghi chép về cuộc hành hương của Ngài trong Đại đường Tây vực ký giúp chúng ta nghiên cứu và hiểu về Phật giáo và các nền văn hóa dọc theo Con đường Tơ lụa.

2. Hồi sinh giá trị di sản tinh thần – khai quật xá-lợi xương đỉnh đầu

Sau khi trở về từ Ấn-độ, Ngài Huyền Trang chủ trì các hội dịch Kinh sách tại chùa Hoằng Phúc và sau đó tại chùa Từ ân, cả hai đều ở thủ đô Trường An thời nhà Đường (Tây An ngày nay). Năm năm cuối đời, Ngài sống tại chùa Ngọc Hoa, khoảng 45 dặm về phía Bắc Trường An. Sau khi qua đời năm 664, thi hài được chuyển về thủ đô và chôn cất ở Bạch Lộc Nguyên, vùng ngoại ô phía đông Trường An. Về sau vua Đường Cao Tông[3] di dời bảo tháp sang địa điểm khác, cách phía Nam thành phố vài dặm, gần chân

[3] 唐高宗, khoảng 649-683.

dãy núi Chung Nam. Mặc dù không ai biết chắc chắn, ngôi tháp và ngôi chùa Hưng Giáo được dựng lên nơi chôn cất thi hài, có thể đã bị phá hủy hai trăm năm về sau, khi cuộc nổi loạn khét tiếng của Hoàng Sào bao vây và chiếm đóng Trường An từ năm 880 đến 883. Theo dòng chữ được khắc bên cạnh chiếc quan tài đá ở Nam Kinh vào năm 1027 và vị trí địa lý thành phố Nam Kinh 13 thế kỷ sau, trong cuộc nổi loạn của Hoàng Sào, thi hài của Ngài Huyền Trang đã được bí mật di chuyển từ chùa Hưng Giáo đến chùa Tử Các, một quần thể nhỏ nằm sâu trong dãy núi Chung Nam. Hài cốt nằm ở đó cho đến khi Pháp sư Khả Chánh, vào một thế kỷ sau, từ chùa Trường Can tình cờ thấy di tích đổ nát của chùa Tử Các năm 988. Theo như tường trình, Ngài Khả Chánh đã nhặt được một mảnh xương đỉnh đầu của Ngài Huyền Trang, mang về Nam Kinh và chôn trong bảo tháp trên ngọn đồi ở phía đông tu viện.

Trường Can là một trong những ngôi chùa Phật giáo nổi bật nhất ở Nam Kinh, nổi tiếng với bảo tháp tự nhận lưu giữ một phần xá-lợi của Đức Phật, một mảnh xá-lợi đỉnh đầu được phân bố bởi Vua Aśoka.[4] Vào năm 1386, mộ phần của Ngài Huyền Trang nằm bên cạnh Thiền đường trên ngọn đồi phía nam quần thể chùa.[5] Ngoại trừ Thiền đường nằm phía trước bảo tháp của Ngài, toàn bộ ngôi chùa đã bị san bằng vào giữa thế kỷ XIX, khi Nam Kinh là tâm điểm của việc đập phá Thánh tượng của phong trào Thái Bình Thiên quốc. Tầm quan trọng của địa điểm này dần dần bị lãng quên, mãi cho đến khi quân đội Nhật đào bới ngọn đồi phía nam vào mùa đông năm 1942 để xây dựng đền thờ Thần đạo.

Sau nhiều thế kỷ bị ẩn khuất dưới lòng đất, nay xá-lợi được khai quật đã liên tục tạo nên những tiếng vang lớn. Theo lời khắc nguyên ủy ở bảo tháp núi Tiểu Cửu Hoa, vào ngày 28 tháng 12 năm 1943, gần một tháng trước khi xá-lợi được phụng thờ trong bảo tháp mới, lễ phân chia được tổ chức tại Nam Kinh và xá-lợi được tán nhỏ. Hai phần giữ lại Nam Kinh, một phần gửi đến Bắc Kinh để "ánh sáng mầu nhiệm của xá-lợi thiêng liêng có

[4] Xá-lợi này, được xác định là một phần đỉnh đầu của Đức Phật, được khai quật năm 2008.

[5] Tên của ngôi chùa này được đổi thành chùa Thiên Hi, và về sau lại đổi thành chùa Báo Ân năm 1686.

thể soi chiếu cả Nam Bắc."[6] Về hai mảnh xá-lợi ở Nam Kinh, một được lưu giữ trong bảo tháp tại núi Tiểu Cửu Hoa; mảnh còn lại được gửi cho Sở Di tích Văn hóa Nam Kinh. Mảnh trước hiện vẫn còn trong khu di tích, nhưng mảnh sau lại tồn tại trong sự thay đổi, chuyển dịch.

Năm 1949, mảnh xá-lợi sau được chuyển từ Sở Di tích Văn hóa sang Bảo tàng Nam Kinh, nơi được trưng bày cùng với các đồng tiền cổ, tranh vẽ, và cùng với những thuật họa sau này về sự tiến hóa của nhân loại.[7] Năm 1953, theo chỉ thị của *Hiệp hội Phật giáo Nam Kinh*[8] xá-lợi của Ngài Huyền Trang được chuyển đến chùa Tỳ Lô, nơi nhà nước Trung Quốc chủ trương như một tu viện trưng bày nhằm phục vụ lợi ích cho những cuộc viếng thăm của chức sắc nước ngoài. Động thái này được thực hiện theo sau sự thành lập *Hiệp hội Phật giáo Trung Quốc* vào đầu năm đó, với nhiệm vụ tổ chức cho những tín đồ Phật giáo tham gia vào "các phong trào vì lợi ích của quê hương."[9] Mười năm sau, 1963, trong suốt thời kỳ xã hội tương đối yên ổn giữa thời kỳ Đại nhảy vọt và cuộc Cách mạng văn hóa, mảnh xá-lợi lại được di chuyển lần nữa, đến chùa Thê Hà, một tự viện có bề dày lịch sử, rộng lớn nằm ở vùng đồi về phía Đông Bắc Nam Kinh. Vào thời điểm đó, chùa Thê Hà cùng với các địa điểm khác ở Trung Quốc, Đài Loan và Nhật Bản đang chuẩn bị tổ chức một sự kiện quốc tế kỷ niệm mười ba thế kỷ ngày Pháp sư Huyền Trang viên tịch.[10] Những sự kiện ở Trung Quốc được tổ chức một phần để minh chứng sức sống của Phật giáo được tiếp tục tại Cộng hòa Nhân dân Trung Hoa, chính phủ hăm hở muốn xóa bỏ tin đồn là chế độ thù địch với tôn giáo và làm nổi bật văn hóa Phật giáo Trung Quốc nhằm

[6] Chu Minyi 褚民誼, "Tang Sanzang da bianjue fashi Xuanzang dinggu ta bei ji" 唐三藏大遍覺法師玄奘頂骨墖碑記 [Stele inscription for the stupa containing the parietal bone of Tang Sanzang Great Universal Awakening Dharma Master Xuanzang].

[7] Năm 1951, một phái đoàn thiện chí từ Ấn-độ đến Trung Quốc, xá-lợi được trưng bày giữa các triển lãm khác ở Bảo tàng Nam Kinh. Xem Sunderlal, 1952, 308–9.

[8] *Nanjing shi Fojiao jie* 南京市佛教界

[9] Holmes Welch, 1972, 21.

[10] Wang Zhongde, 1999, 68. Lễ kỷ niệm cũng được tổ chức ở Bắc Kinh, Tây An, Đài Bắc, Nhật Bản và Ấn-độ. Các sự kiện tại chùa Pháp Nguyên ở Bắc Kinh và Hưng Giáo ở Tây An đều được quảng bố như các lễ kỷ niệm văn hóa châu Á chung. Các đại diện từ Campuchia, Ceylon, Indonesia, Nhật Bản, Lào, Mông Cổ, Nepal, Pakistan và Việt Nam đã có bài phát biểu ở cả hai địa điểm, bên dưới các biểu ngữ ghi "*Củng cố thống nhất các dân tộc Á Châu*" và "*Phát triển giao lưu văn hóa giữa tất cả các quốc gia châu Á*!" Xem thêm *Renmin ribao*, June 28, 1964, và July 6, 1964.

chia sẻ với các đồng minh chính trị và kinh tế.

Tuy nhiên, những quan ngại quốc tế về vấn đề tôn giáo ở Trung Quốc dần được chứng minh rõ ràng. Hội Phật giáo Nam Kinh e ngại, xá-lợi sẽ bị tịch thu hoặc phá hủy trong các cuộc tấn công của cuộc *Cách mạng Văn hóa* [năm 1966] vào các tu viện Phật giáo ngày càng gia tăng, nên xá-lợi được chuyển từ chùa Thê Hà sang Ban quản lý văn hóa Nam Kinh để giữ an toàn.

Cuộc cách mạng văn hóa kéo dài đến năm 1976, nhưng vào năm 1973, xá-lợi của Pháp sư Huyền Trang đã được đưa ra khỏi nhà kho của chính phủ và được phụng thờ tại chùa Linh Cốc vừa mới được phục dựng tại Nam Kinh, một ngôi chùa giản dị nằm gần bảo tháp của Ngài trên núi Tiểu Cửu Hoa.[11]

Vào tháng 5 năm 1973, chỉ bảy tháng sau khi bình thường hóa quan hệ Trung-Nhật, Nhóm giao lưu Phật học Nhật-Trung[12] đã được lên kế hoạch tham quan các địa điểm Phật giáo ở một số thành phố của Trung Quốc.[13] Ngay trước khi đoàn đến Nam Kinh, các viên chức chính phủ đã nhanh chóng hành động và trong khoảng thời gian mười lăm ngày, khôi phục chùa Linh Cốc giống như lúc ban đầu. Ủy ban cách mạng đã được dời đi và các nhà sư được phục chức trở lại. Một bức tượng Phật Dược Sư thời nhà Minh được gửi đến từ Bắc Kinh, và các tủ Kinh được mang về từ chùa Tỳ Lô. Nhà tưởng niệm Giám Chân, một pháp sư Trung Quốc được cho là giới thiệu truyền thống Luật tông đến Nhật Bản - được thiết lập một cách vội vã, và xá-lợi của Ngài đã bố trí trong nhà tưởng niệm Huyền Trang mới.[14] Như vậy, chùa Linh Cốc đã được thay đổi nhanh chóng để trở thành bảo tàng Phật giáo trưng bày gian hàng những mối quan hệ ngoại giao và

[11] Linh Cốc có một lịch sử về việc quốc gia chiếm dụng, có thể tính từ những năm 1920. Xem Rebecca Nedostup, 2010.

[12] *Nitchū Bukkyō kōryū kondankai* 日中仏教交流懇談会

[13] Nhóm được dẫn đầu bởi Nishikawa Keibun 西川景文 (1893–1973). Về báo cáo chuyến đi, xem Nukaga Shōyū 2003, 149–65.

[14] Xem Yang Yongquan, 2001, 99–100.

văn hóa giữa Nhật Bản, Trung Quốc và Ấn-độ.[15]

Trong cùng thời gian xá-lợi Huyền Trang đang di chuyển quanh Nam Kinh, một số mảnh xương đỉnh đầu khác của Ngài đã được di chuyển đến Bắc Kinh. Xá-lợi ở Bắc Kinh cuối cùng được chia thành ba phần. Những mảnh vỡ của xá lợi, được biết vẫn còn tồn tại ở Trung Quốc, được gửi đến Tứ Xuyên vào năm 1949, vào đêm trước khi Chính quyền tiếp quản Bắc Kinh, và hiện đang được lưu giữ tại tu viện Văn Thù ở thành phố Thành Đô.[16] Một phần thứ hai của xá-lợi Bắc Kinh dường như đã bị mất trong thời kỳ Cách mạng Văn hóa, mặc dù sau đó, một số nguồn tin cho rằng nó được tặng như một món quà cho các nhà sư Tích Lan vào năm 1952.[17] Phần cuối cùng của xá-lợi Bắc Kinh, ban đầu được đưa đến Thiên Tân, nhưng sau đó, vào năm 1957, có thể đã được gửi sang cho Ấn-độ.

[15] Sau đó, nhà tưởng niệm Giám Chân ở Linh Cốc được di dời, nhưng nhà tưởng niệm Huyền Trang vẫn còn, và gần đây được cải tạo và mở rộng. Trên bàn thờ chính, phía trước tượng Huyền Trang đặt một tháp nhỏ mạ vàng, chứa các mảnh xương hộp sọ. Hóa ra, những mảnh đó, không phải là xá-lợi thật sự của Huyền Trang mà chỉ là vật nghi trang, được lấy từ thi hài của một nhà sư, khai quật ở Triết Giang. Xá-lợi thật sự được giấu kín và chỉ được mang ra vào những dịp đặc biệt, nhưng ngay cả vật biểu trưng này cũng chỉ là một mảnh xương được mang đến Linh Cốc từ năm 1973. Phần còn lại của xá-lợi ở Linh Cốc, bây giờ đang thờ ở Đài Loan.

[16] Năm 1949, Bai Jian, cũng là người đã mang xá-lợi đến Bắc Kinh sáu năm trước, đã gửi ba mảnh xá lợi, cùng một báo cáo về lịch sử của nó cho Giáo sư Mông Văn Thông (Meng Wentong 蒙文通;1894–1968) của Đại học Hoa Tây 华西大学. Báo cáo viết tay của Bai Longping, "Tang Sanzang fashi Xuanzang linggu yinxian zhuanyi zhi ji" 唐三藏法师玄奘灵骨隐显转 移之迹 [The traces of the covert transfer of Tang Sanzang Dharma Master Xuanzang's numinous bone], tháng 3 năm 1949, được giới thiệu trong "Xianjun Meng Wentong xiansheng yu Xuangong de Foyuan" 先君蒙义通先生与奘公的佛缘 [The late Mr. Meng Wentong's Buddhist affinity with Master (Xuan)zang], http://hk.plm.org.cn/gnews/20101112/20101112214490.html.

[17] Vào ngày 15 tháng 10, một lễ kỷ niệm được tổ chức tại chùa Quảng Tế ở Bắc Kinh, và một đại biểu Tích Lan trao tặng cho CBA một xá-lợi Phật, một bản Kinh bằng lá bối, và một nhánh cây Bồ Đề. Ngài Hư Vân (Xuyun 虛雲; mất 1959), đang là Chủ tịch danh dự của CBA, lúc đó, đã tặng cho vị trưởng đoàn đại biểu người Sinhala, Đại sư Dhammaratana, một tượng Phật và một bảo tháp thu nhỏ bằng bạc. Báo cáo trước đây về sự trao đổi này đã không để cập đến nội dung của bảo tháp. Xem Chinese Buddhist Association, 1956, 176. Báo cáo sau này chỉ rõ bảo tháp đó chứa xá-lợi của Huyền Trang. Xem thêm Chi Nai, 1998, 1:265.

3. Di sản tinh thần Huyền Trang - sức mạnh mềm được vận dụng trong quan hệ đối ngoại của Trung Quốc với Ấn-độ

Suốt chuyến hành hương sang Ấn-độ, Huyền Trang đã viếng thăm nhiều địa điểm nơi xá-lợi của đức Phật đang được phụng thờ, gồm một ngôi đền ở Haḍḍa,[18] nơi một mảnh hộp sọ của Đức Phật, *uṣṇīṣa*, đang được tôn thờ. Khi trở về Trung Quốc, Huyền Trang mang theo không chỉ hàng trăm bản Kinh Phật mà còn lưu giữ một trăm năm mươi viên xá-lợi của Phật. Giờ đây mười ba thế kỷ sau, mọi người tổ chức hành hương để chiêm bái, bày tỏ lòng tôn kính với xá lợi, di sản tinh thần của Ngài.[19] Dù cho những chuyển biến to lớn như hiện đại hóa, toàn cầu hóa, và các cuộc cách mạng kinh tế và chính trị đã thay đổi châu Á trong suốt một thế kỷ rưỡi vừa qua, các tín đồ Phật giáo sùng đạo vẫn tiếp tục tôn kính xá-lợi của các bậc cao tăng như những biểu tượng tràn đầy năng lượng lạ thường. Những gì từng bị tố cáo là mê tín vào đầu thế kỷ XX, bây giờ được xem là di sản văn hóa vào đầu thế kỷ XXI.

Với ngày nay, chính phủ Trung Quốc đã bắt đầu quảng bá Huyền Trang giống như Khổng Tử, đã trở thành người chuyển tải những ý định tốt nhất của Trung Quốc nhằm nuôi dưỡng mối quan hệ các đối tác quốc tế dựa trên sự giao lưu văn hóa, tôn trọng và làm phong phú lẫn nhau - như cách Trung Quốc theo đuổi thực hiện ngày nay. Cho nên, qua câu chuyện này, người có vai trò truyền tải truyền thống Phật giáo Ấn-độ sang Trung Quốc thường bị bỏ qua, trong khi, những nỗ lực giới thiệu văn hóa Trung Quốc sang Ấn-độ và phần còn lại của Á Châu thì được làm nổi bật.[20] Cho nên, các tờ báo Trung Quốc luôn nhắc nhở, Huyền Trang không chỉ là một sinh viên trong thời gian ở Ấn-độ, mà còn là đại sứ văn hóa hay nhà giáo; đã chinh phục các nhà sư Ấn-độ trong cuộc tranh luận và thậm chí cả các

[18] Afghanistan ngày nay.

[19] Kể từ khi nhập Niết-bàn, cách đây 2500 năm, trong việc hỏa táng thi hài và phân chia xá-lợi của Đức Phật, từ đó, xá-lợi đã đóng vai trò trung tâm trong sự phát triển và lan tỏa Phật giáo. Sự phân bố huyền thoại về 84.000 viên xá-lợi Phật của Vị vua Ấn-độ Aśoka vào thế kỷ III trước Công nguyên và sự tôn kính của các Hoàng đế Trung Quốc về xương ngón tay của đức Phật suốt triều đại nhà Đường là những ví dụ nổi tiếng, ngoài ra còn vô số những thí dụ khác.

[20] Về những nỗ lực dịch Đạo đức kinh sang tiếng Phạn, xem Paul Pelliot, "Autour d'une traduction sanscrite du *Tao-tö king*," *T'oung-Pao* 13 (1912): 351–430.

trưởng lão ở Nalanda và các vị vua trong khu vực đã nài nỉ ông lưu lại Ấn-độ. Sau khi trở về Trung Quốc, các bản dịch và chú giải của Ngài đã dẫn đến những cuộc đại phục hưng Phật giáo ở Hàn Quốc, Nhật Bản và Đông Nam Á.[21]

Món quà của nhà nước Trung Quốc về xá-lợi Huyền Trang được gửi tặng cho chính phủ Ấn-độ là một phần của tiến trình ve vãn chính trị lâu dài. Trong suốt những năm 1950, hai nước đã làm việc để tăng cường quan hệ ngoại giao và kinh tế; và vào tháng 6 năm 1954, lần đầu tiên, Chu Ân Lai đến thăm Ấn-độ nhằm thúc đẩy một thỏa thuận mới về *Năm nguyên tắc chung sống hòa bình*.[22] Vào tháng 10 năm đó, một hiệp định thương mại Trung-Ấn được ký kết tại Bắc Kinh và Hiệp hội hữu nghị Trung-Ấn được thành lập ở cả hai nước. Lễ kỷ niệm về văn hóa truyền thống Ấn-độ được Chính phủ bảo trợ một cách công phu, đã diễn ra sau đó – về những bích họa trong động Ajanta năm 1955, cuộc đời và tác phẩm của Kālidāsa năm 1956.[23] Ngoài việc thể hiện sự tôn trọng đối với di sản của Ấn-độ, các quan chức Bắc Kinh còn mong muốn nhấn mạnh đến cội nguồn lịch sử của tình hữu nghị hai nước. Ngài Huyền Trang được xem như là biểu tượng chuẩn bị sẵn cho sự hàm ơn của Trung Quốc đối với văn hóa Ấn-độ, đồng thời cũng minh họa cho sự khéo léo và sáng kiến tự nhiên của Trung Quốc.

Như vậy, Huyền Trang nổi lên như một hình tượng cho sự hợp tác Trung-Ấn. Những ngôi chùa có liên quan đến cuộc sống của Ngài ở Tây An – chùa Từ Ân và Hưng Giáo – là một trong những cơ sở Phật giáo đầu tiên được Trung Quốc khôi phục và thường xuyên đón tiếp các quan chức Ấn-độ viếng thăm.[24] Điều này dường như là một chiến lược hiệu quả. Sau khi đi thăm Trung Quốc vào năm 1956, nhà lãnh đạo của phái đoàn quốc tế, tăng sĩ Ấn-độ Bhadant Anand Kausalyayan (1905-1988) cho rằng, "*Những người Cộng sản Trung Quốc không cản trở sự phát triển hay tôn kính bất kỳ tôn giáo* nào. Tôi nghĩ, các điều kiện xã hội *ở Cộng hòa Nhân dân Trung*

[21] Xem thêm Jan Kiely and J. Brooks Jessup, 2016, 166 – 167.

[22] Chúng gồm sự tôn trọng lẫn nhau đối với sự toàn vẹn và chủ quyền lãnh thổ, không xâm phạm lẫn nhau, không can thiệp lẫn nhau trong sự vụ nội bộ mỗi nước, bình đẳng và tương trợ lẫn nhau, và cùng tồn tại hòa bình.

[23] Herbert Passin, "Sino-Indian Cultural Relations," *China Quarterly* 7 (1961): 85–100.

[24] Sự phục dựng chùa Đại Từ Ân bắt đầu vào đầu thập niên 1950. Nehru và Chu Ân Lai viếng thăm chùa Hưng Giáo vào mùa Xuân năm 1953; các thành viên Bộ Ngoại giao Ấn Độ viếng thăm năm 1956.

Hoa dễ dàng khiến cho tín đồ với nhiều tín ngưỡng khác nhau - Phật giáo, Hồi giáo, Kitô giáo và Đạo giáo có thể *giữ gìn giới luật của họ*."[25] Các báo cáo như thế này phản ánh cái gọi là thời kỳ trăng mật của các quan hệ Trung-Ấn, khi khẩu hiệu "Hindi-Chini-bhai-bhai" (Ấn-độ và Trung Quốc là anh em) đã được Thủ tướng Jawaharlal Nehru và chính quyền của ông công bố.

Trong bối cảnh rối ren này, vào tháng 9 và tháng 10 năm 1956, phái đoàn mười một vị tăng sĩ Phật giáo do Đại sư Bhadant Anand Kausalyayan dẫn đầu viếng thăm Trung Quốc và xin phép lưu giữ một phần hài cốt của Huyền Trang tại Nalanda – trường đại học Phật giáo lâu đời ở miền Bắc Ấn-độ, nơi Ngài đã nghiên cứu trong nhiều năm.[26] Chu Ân Lai đã tặng một phần xá-lợi Huyền Trang ở Bắc Kinh, vốn được phụng thờ tại tu viện Dabei (大悲院, Đại Bi viện) ở Thiên Tân từ năm 1945 và bổ nhiệm Đức Đạt Lai Lạt Ma thứ mười bốn trẻ tuổi làm đặc phái viên Trung Quốc. (Đức Dalai Lama cùng với Panchen Lama, đã được được mời đến Patna để tham dự các buổi lễ kỷ niệm 2500 năm ngày sinh của đức Phật.) Cùng với xá lợi, thủ tướng Chu Ân Lai đã gửi bản sao các bản dịch của Huyền Trang, một bộ Đại tạng kinh Trung Quốc, cũng như 300 ngàn nhân dân tệ và các kế hoạch chi tiết xây dựng nhà tưởng niệm Huyền Trang theo phong cách truyền thống Trung Quốc.[27] Xá lợi được trao tặng cho Thủ tướng Nehru vào ngày 12 tháng 1 năm 1957 trong lễ kỷ niệm tại tu viện Mahavihara của Nalanda.[28] Tuy nhiên, sau đó không lâu, mối quan hệ giữa Trung Quốc và Ấn-độ không còn thuận lợi khi những tranh chấp lãnh thổ nảy sinh về các khu vực biên giới chung. Về sau, người ta châm biếm bằng cách đổi câu khẩu hiệu trên "Hindi-Chini-bye-bye " (Trung Quốc – Ấn-độ chia tay nhau).

---

[25] "Hsuan Tsang's Relics: A Portion May Come to India," *Times of India*, October 16, 1956.

[26] "Những xá-lợi của Huyền Trang"

[27] Kế hoạch của chính phủ Trung Quốc về loạt trao đổi này được khắc trên tấm bia, dưới sự bảo trợ của Ban tôn giáo nhà nước PRC và dựng tại Nalanda năm 2006. Bản khắc, cùng với bản dịch tiếng Anh, có sẵn trực tuyến tại http://hk.plm.org.cn / gnews / 2008118 / 200811885817.html (truy cập ngày 4 tháng 8 năm 2011).

[28] Báo cáo về chuyến đi Ấn-độ của Dalai Lama và Panchen Lama, cùng bức ảnh Đức Đạt-lai Lạt-ma trao tặng xá-lợi Huyền Trang cho Thủ tướng Nehru, có thể được tìm thấy trong *Tập san Hoằng Pháp 2* (1957): 177, và trang bìa. Cũng xem "Đề nghị di chuyển xá-lợi Huyền Trang đến Nalanda," *Ấn Độ thời báo*, ngày 29 tháng 12 năm 2003.

Kế hoạch xây dựng nhà tưởng niệm Huyền Trang đã bị gác lại cho đến khi liên minh Trung-Ấn được hồi sinh vào đầu thế kỷ XXI. Trong thời gian 50 năm chờ đợi, xá-lợi của Ngài Huyền Trang được lưu giữ trong tháp nhỏ pha lê ở gần Bảo tàng Patna. Vào năm 2006, "*Năm hữu nghị Ấn-độ – Trung Quốc*", xá-lợi xuất hiện; khi đó, cùng với một số biểu hiện khác được công khai cao độ về những thiện chí tương trợ, thì việc nỗ lực hoàn thành Nhà tưởng niệm đã được đưa lên.[29] Vào tháng Bảy năm đó, một nhóm mười nhà sư Trung Quốc và Đài Loan, mang theo một bức tượng Huyền Trang được điêu khắc từ đất sét ở Trung Quốc và Đài Loan, rời Tây An đến Ấn-độ, để tham dự lễ khánh thành chính thức, và tham quan nhà Tưởng niệm gần như hoàn chỉnh và chiêm ngưỡng bức tượng Huyền Trang có kích thước người thật đứng gần lối vào. Tấm bảng trên bệ tượng nêu rõ ý nghĩa toàn cầu về Huyền Trang: "*Huyền Trang thuộc về thiên hà của công dân thế giới, có nhiệm vụ to lớn, vì lợi ích của nhân loại, làm sáng tỏ khối lượng lớn siêu phàm về văn minh nhân loại.*"[30] Dường như, Ngài Huyền Trang không nhất thiết là người Trung Quốc hay là tăng sĩ Phật giáo; đơn giản Ngài là một trong những trí thức vĩ đại của thế giới.

Kết luận

Nhà nước Trung Quốc không phải là chính phủ thế tục duy nhất tham gia vào ngoại giao xá-lợi trong thời kỳ này. Chính phủ Anh đã trao xá-lợi Phật giáo đến Ấn-độ và Tích Lan; chính phủ Tích Lan đã tặng xá-lợi cho Việt Nam và Nhật Bản; Chính phủ Pháp tặng xá-lợi cho Cambodia; và chính phủ Nepal cúng dường xá-lợi cho Trung Quốc.[31] Nói cách khác, Trung Quốc đã tổ chức một chuyến du hành lớn về xá-lợi răng đến Myanmar vào

[29] Vào năm 2006, việc thành lập được sắp đặt do Ấn-độ thiết kế và tài trợ xây dựng tại chùa Bạch Mã (白馬寺) ở Lạc Dương, Hà Nam, địa điểm mà truyền thuyết cho rằng, Phật giáo được truyền vào Trung Quốc đầu tiên từ Ấn-độ. Về cấu trúc, mô phỏng Đại bảo tháp ở Sanchi, được khánh thành vào ngày 27 tháng 5 năm 2010, bởi Tổng thống Ấn-độ Pratibha Patil. Xem "Ấn-độ tặng bản sao Bảo tháp Sanchi và Vườn Lộc uyển làm quà cho Trung Quốc," *Ấn Độ thời báo*, April 25, 2010.

[30] Jan Kiely and J. Brooks Jessup, 2016, 158.

[31] Strong, *Relics of the Buddha*, 205–9.

năm 1955.[32]

Kể từ cuối chiến tranh thế giới thứ II, vị tăng sĩ độc đáo thời trung cổ này đã trở thành những hình mẫu hiện đại của tình đoàn kết Á châu; được tôn sùng trong các nhà tưởng niệm công cộng lộng lẫy và những lễ kỷ niệm được trù tính nêu bật mọi mặt của sự thống nhất văn hóa trong quá khứ và tạo ra những mô hình tích cực cho sự hợp tác tương lai ở Á châu. Tóm lại, khi còn là một nhà sư trẻ, Huyền Trang đã từ giã hoàng đế Trung Quốc đến học tập ở Ấn-độ. Hơn một thiên niên kỷ sau đó, xá-lợi của Ngài cũng được di chuyển ra nước ngoài; đôi khi là sự ưu ái của chính quyền Trung Quốc, đôi khi không phải. Cho nên, bài viết này khảo sát một số vai trò của xá-lợi Huyền Trang trong các mối quan hệ ngoại giao Trung Quốc với Ấn-độ và niềm hứng khởi về Huyền Trang ngày càng tăng ở phương Tây. Ngoài ra còn nhiều điều để nói về vị trí mà Huyền Trang có vai trò trong các diễn thuyết chính trị Trung Quốc hiện đại.[33]

T.T.T

Trung ẩn sơn, Thiệu Long tự, mùa An cư 2564.

Tài liệu tham khảo

1. Aviv, Eyal. 2008. "Differentiating the Pearl from the Fish Eye: Ouyang Jingwu (1871–1943) and the Revival of Scholastic Buddhism." *PhD diss.*, Harvard University.

2. Baigyō, Mizuno 水野梅曉. "Genzō tō no yurai" 玄奘塔の由来 [The origin of Xuanzang's stupa]. *Shūkyō jihō* 3, no. 5 (May 1949). In Sakaida Yukiko 坂井田夕起子, "Genzō Sanzō no hone no yukue—Nihon ni okeru hachikasho no hōan o megutte" 玄奘三蔵の骨の行方一日本における八ヵ所の奉安をめぐって [The locations of Xuanzang Sanzang's bones: Eight sites of enshrinement in Japan]. *Nihon kindai Bukkyō 17* (May 2010): 84.

[32] Xá-lợi răng đã được gửi đến Tích Lan vào năm 1961. Về những chú thích tour của chính phủ Tích Lan, Zhao Puchu lưu ý, nó có "ý nghĩa rằng nhân dân Tích Lan và Trung Quốc, sau khi tự giải phóng chủ nghĩa thực dân và chủ nghĩa đế quốc, đã không chỉ làm sống lại một tình hữu nghị lịch sử và sâu sắc, mà còn phát triển tình bạn đó." Xem Welch, *Phật giáo dưới thời Mao,* 184.

[33] Việc đọc *Tây du kí* như một ngụ ý chính trị, xem Rudolf G. Wagner, "Tôn Ngộ không đánh bại Bạch Cốt tinh: Một nghiên cứu trong thần thoại PRC và những quan điểm chính trị của phim cổ trang," trong *Phim cổ trang Trung Quốc đương đại: Bốn đối tượng nghiên cứu*, 139–235 (Berkeley: Đại học California xuất bản, 1990).

3. Chinese Buddhist Association, ed. 1956. *Buddhists in New China.* Peking: Nationalities Publishing House.

4. Dorothy C, Wong. "The Making of a Saint: Images of Xuanzang in East Asia." *Early Medieval China* 8 (2002): 43–98.

5. Ge Zhaoguang 葛兆光, "Zijia baozang de shi'erfude-wan Qing jiuyi Weishi dianji you Riben fanchuan Zhongguo zhi yingxiang" 自家宝藏 的失而复得–晚清久佚唯识典籍由日本反传中国之影响 Recovering our lost treasure - the influence of the return of long-lost Yogācāra texts to China from Japan during the late Qing], *Shixue jikan* 1 (January 2010): 66–71.

6. Hui-li and Jung-hsi Li. 1995. *A Biography of the Tripiṭaka Master of the Great Ci'en Monastery of the Great Tang Dynasty.* Berkeley: Numata Center for Buddhist Translation and Research.

7. Học viện quan hệ quốc tế. 2000. *Một số vấn đề cơ bản về nghiệp vụ ngoại giao.* NXB Chính trị Quốc gia.

8. Hồng, Đào Minh – Lê Hồng Hiệp chủ biên. 2018. *Thuật ngữ Quan hệ quốc tế.* Nxb. Chính trị Quốc gia sự thật.

9. "India to Gift Sanchi Stupa Replica and Sarnath Buddha to China," *Times of India*, April 25, 2010.

10. Kiely, Jan and J. Brooks Jessup, ed. *Recovering Buddhism in Modern China.* New York: University of Columbia press, 2016.

11. *Kim Quang Minh Kinh.* Đại 16, số 0663. [金光明經]. Hán dịch bởi Tam Tạng Đàm Vô Sấm.

12. Longping, Bai. "Xianjun Meng Wentong xiansheng yu Xuangong de Foyuan" 先君蒙文通先生与奘公的佛缘 [The late Mr. Meng Wentong's Buddhist affinity with Master (Xuan)zang]. http://hk.plm.org.cn/gnews/20101112/20101112214490.html.

13. Minh Châu, Thích. 1991. *Kinh Trường Bộ, Đại Tạng Kinh Việt Nam.* TP. Hồ Chí Minh: Viện Nghiên Cứu Phật Học Việt Nam.

14. Nai, Chi 赤耐. 1998. *Dangdai Zhongguo de zongjiao gongzuo* 当 代中国的宗教工作 [Contemporary China's religious work]. Beijing: Dangdai Zhongguo chubanshe.

15. Minyi, Chu 褚民誼. "Tang Sanzang da bianjue fashi Xuanzang dinggu ta bei ji" 唐三藏大遍覺法師玄奘頂骨墖碑記 [Stele inscription for the stupa containing the parietal bone of Tang Sanzang Great Universal Awakening Dharma Master Xuanzang]. *Song sheng ji*, 4–5.

16. "Move to Shift Xuanzang Relics to Nalanda," *Times of India*, December 29,

2003.

17. Nedostup, Rebecca. 2010. *Superstitious Regimes: Religion and the Politics of Chinese Modernity.* Cambridge, Mass.: Harvard University Asia Center.

18. Passin, Herbert. "Sino-Indian Cultural Relations." *China Quarterly* 7 (1961): 85–100.

19. Ray, Reginald A. 1999. *Buddhist Saints in India: A Study in Buddhist Values and Orientations*. New York: Oxford University Press.

20. Reat, N. Ross. 1993. *The Śālistamba Sūtra*. Delhi: Motilal Banarsidass.

21. *Renmin ribao*, June 28, 1964, và July 6, 1964.

22. Schopen, Gregory. 1998. "Relic." In *Critical Tems for Religious Studies*, edited by Mark C. Taylor, 256-268. Chicago: The University of Chicago.

23. Shōyū, Nukaga 額賀章友. 2003. *Nitchū Bukkyō kōryū: Sengo gojūnen shi* 日中仏教交流: 戦後五十年史 [Sino-Japanese Buddhist exchange: A history of the first fifty years after the war]. Tokyo: Ribun shuppan.

24. Strong, John S. 2004. *Relics of the Buddha*. Princeton, NJ: Princeton University Press.

25. Shufen, Liu. "Xuanzang de zhuihou shinian (655–664): Jianlun zongzhang ernian (669) gaizang shi" 玄奘的最後十年(655–664): 兼論總章二 年(669)改葬事 [Xuanzang's final ten years (655–664): With a discussion of the reburial event of 669]. *Zhonghua wenshi luncong*. No. 3 (March 2009): 1–97.

26. Sunderlal. 1952. *China Today: An Account of the Indian Goodwill Mission to China, September-October 1951*. Allahabad: Hindustani Culture Society.

27. Vaidya, P. L., ed. 1961. *Mahāyāna-Sūtra-Saṁgraha*. Vol. I. Darbhanga: The Mithila Institute.

28. Werner, Karel. 2013. "The Place of Relic Worship in Buddhism: An Unresolved Controversy?" *Buddhist Studies Review* 30 (1): 71-87.

29. Welch, Holmes. 1972. *Buddhism Under Mao.* Cambridge, Mass.: Harvard University Press.

30. Yaoting, Fan 樊耀亭. 1997. *Chang'an xingjiao si* 长安兴教寺 [Chang'an's Xingjiao Temple]. Xi'an: Shaanxi renmin chubanshe.

31. Yongquan, Yang 楊永泉 and Chen Ruixin 陳蕊心, eds. 2001. *Linggu si zhu* 靈谷寺志 [Gazetteer of Linggu Temple]. Nanjing: Jiangsu guji chubanshe.

32. Yunxi, Huang 黃運喜. "Xuanzang Sanzang fashi sheli zhenwei wenti pingyi"

玄奘三藏法師舍利真偽問題評　議 [An evaluation of the authenticity of Dharma Master Xuanzang Sanzang's relic]. *Xuanzang Foxue yanjiu* 7 (July 2007): 1–31.

33. Yukiko, Sakaida 坂井田タ起子. "Genzō Sanzō no hone no yukue—Nihon ni okeru hachikasho no hōan o megutte" 玄奘三蔵の骨の行方一日本における八　ヵ所の奉安をめぐって [The locations of Xuanzang Sanzang's bones: Eight sites of enshrinement in Japan]. *Nihon kindai Bukkyō 17* (May 2010): 84.

34. Zhongde, Wang 王仲德. 1999. *Xuangzang yuanji hou* 玄奘圓寂後 [After Xuanzang's death]. Xi'an: Shaanxi renmin chubanshe.

Thiền Tông và Các Nhà Thơ Hoa Kỳ

N.G. Phan Tấn Hải

Chúng ta đã quen với thể loại thơ Thiền sáng tác nhiều thế kỷ trước từ các ngài Trần Nhân Tông, Tuệ Trung Thượng Sỹ, Hương Hải... Hay gần đây như với thơ của các ngài Nhất Hạnh, Mãn Giác, Tuệ Sỹ, Minh Đức Triều Tâm Ảnh, Ni Trưởng Trí Hải... Đó là nói cho chặt chẽ. Nếu nói cho nới rộng hơn, thơ Thiền cũng là Bùi Giáng, Phạm Công Thiện, Trịnh Công Sơn... Mỗi thời đại đều có những nét riêng, mỗi tác giả cũng là một thế giới độc đáo. Mặt khác, thơ Thiền mỗi quốc độ cũng khác. Trong khi phần lớn thơ Thiền Nhật Bản cô đọng với thể haiku, thơ Thiền Trung Hoa có nhiều bài hùng mạnh như tiếng sư tử hống, như với Chứng Đạo Ca của ngài Huyền Giác, hay Tín Tâm Minh của ngài Tăng Xán. Không ngộ được tự tâm, sẽ không có văn phong đầy sức mạnh như thế. Nơi đây, chúng ta nêu câu hỏi: Làn gió Thiền Tông đã ảnh hưởng vào thơ Hoa Kỳ ra sao? Và sẽ giới thiệu về bốn nhà thơ.

CHASE TWICHELL

Nhà thơ Chase Twichell, sinh ngày 20/8/1950 tại New Haven, Connecticut, hoàn tất Thạc sĩ tại Iowa Writers' Workshop. Cũng là một giáo sư, bà từng dạy tại các đại học Princeton University, Warren Wilson College, Goddard College, University of Alabama, và Hampshire College. Bà xuất bản nhiều thi tập, trong đó tập thơ Horses Where the Answers Should Have Been (nxb Copper Canyon Press, 2010) giúp bà thắng giải thưởng thi ca Kingsley Tufts Poetry Award với 100,000 đôla từ đại học Claremont Graduate University. Bà cũng được nhiều giải thưởng văn học khác từ các cơ qaun và tổ chức như New Jersey State Council on the Arts, the American Academy of Arts and Letters và The Artists Foundation.

Nhiều bài thơ của Twichell mang chất Thiền do ảnh hưởng từ nhiều năm học Thiền từ nhà sư John Daido Loori tại thiền viện Zen Mountain Monastery. Nhà thơ Twichell đã trả lời tạp chí Tricycle trên số báo mùa thu 2003 rằng: "Thiền tọa và thơ, cả hai đều là học về tâm. Tôi nhận ra áp lực nội tâm khởi lên từ cảm xúc và dựa vào một công án tương tự trong những cách ngạc nhiên và không đoán trước. Thiền là một cái lọc, tuyệt vời xuyên qua đó tuôn chảy thành một bài thơ. Nó vắt ra ngoài tất cả những gì là không cốt tủy."

Chase Twichell

Bài thơ "Đói cho một cái gì" sau đây là dịch từ bài "Hunger for Something" trong thi tập The Snow Watcher của nhà thơ Chase Twichell. Cần ghi nhận rằng "đói" là một phản ứng của cơ thể, trong khi "tham ái" là một lựa chọn. Kinh Phật dạy rằng "tham ái" là nhân của sinh tử và đau khổ. Trong khi "đói" thì hễ còn có thân, là còn có đói.

Đói cho một cái gì

Đôi khi tôi muốn là đống gỗ
những cây bị cắt rời để sớm thành khói
hay ngay cả là khói tự thân

.

bóng ma kềnh càng của tro và không khí, bay tới
bất cứ nơi nào tôi muốn, ít nhất là một lúc

.

Không ở trong cũng không ngoài
không nhà để ở cũng không trôi lạc, không còn là
một hình dạng hay một tên gọi, tôi xuyên qua

.

tất cả những cửa sổ vỡ của thế giới.
Đó không là ước muốn cho ý thức kết thúc.

.

Đó không là món ăn một đội quân có
cho trái tim rỗng vắng của nó
nhưng là một cơn đói để chịu đựng bây giờ và lúc đó.

.

đơn độc nơi nghĩa trang
nơi những con chó của tự ngã đang ăn nuốt.

Hunger for Something

Sometimes I long to be the woodpile,
cut-apart trees soon to be smoke,
or even the smoke itself,

.

sinewy ghost of ash and air, going
wherever I want to, at least for a while.

.

Neither inside nor out,
neither lost nor home, no longer
a shape or a name, I'd pass through

.

all the broken windows of the world.
It's not a wish for consciousness to end.

.

It's not the appetite an army has
for its own emptying heart,
but a hunger to stand now and then

.

alone on the death-grounds,
where the dogs of the self are feeding.
by Chase Twichell

Bài thơ sau đây nhan đề là "Pine" – tức là, cây thông. Tác giả ghi hình ảnh khi ngồi thiền, thắp một cây hương (nhang). Với thời gian, với tâm thiền tọa, cây nhang rút ngắn lại. Tuy nhiên, chữ "pine" còn có nghĩa là "ước muốn thầm kín" trong tiếng lóng Anh văn. Nhóm chữ "thread of pine" là "chuỗi ước muốn" khi dùng trong nghĩa này. Chữ "old pine" có thể hiểu là "cội thông già" hay là "cội tham ái" trong ngôn ngữ tiếng lóng. Chữ "deer" là "con nai," nhưng trong tiếng lóng có nghĩa là một người, một tâm hồn đã bị vùi dập, đã thọ khổ; như thế, ngồi thiền là đưa tâm về chỗ an toàn. Kinh Phật từng nói rằng tất cả thân và tâm mình đều đang bốc cháy, và khi lửa tắt thì lửa (tham sân si) sẽ tìm thân tâm mới. Do vậy, giải thoát là khi lửa tắt, củi tàn, và không còn dư tàn nào nữa.

Cây thông

Đêm đầu tiên nơi thiền viện
một sâu bướm vương tay áo, chiếu ánh lửa
kéo dài sau cơn lạnh giá đầu tiên.

.

Cây nhang ngắn ngún cháy
ba mươi phút, chuỗi ước muốn tươi mới
khởi lên xuyên từ cội thông tham ái của giờ khắc.

.

Mùa hè vương bẫy dưới làn kính
mỏng trên mặt suối, vọng lên
tiếng kêu của một chai trống rỗng.

.

Trước niềm tịch lặng dài
các nhà sư chỉnh lại áo cà sa
những tiếng sột soạt nhẹ nhàng

.

Con nai bây giờ đã an toàn. Các dấu nai
đã ngập tuyết. Gió đã kéo
lướt qua những ngày đã cũ.

Pine

The first night at the monastery,
a moth lit on my sleeve by firelight,
long after the first frost.

.

A short stick of incense burns
thirty minutes, fresh thread of pine
rising through the old pine of the hours.

.

Summer is trapped under the thin
glass on the brook, making
the sound of an emptying bottle.

.

Before the long silence,
the monks make a long soft rustling,
adjusting their robes.

.

The deer are safe now. Their tracks
are made of snow. The wind has dragged
its branches over their history.

by Chase Twichell

DAVID BUDBILL

Nhà thơ, nhạc sĩ, cũng là nhà soạn kịch, David Wolf Budbill (13/6/1940 –25/9/2016) là tác giả 8 tập thơ, 8 vở kịch, 2 tiểu thuyết, một tuyển tập truyện ngắn, một truyện tranh trẻ em và hàng chục bài tiểu luận. David Budbill sinh tại thị trấn Cleveland, Ohio, học Triết và lịch sử mỹ thuật ở Muskingum College tại Ohio, học bậc hậu cử nhân về thần học ở Union Theology Seminary tại New York City năm 1967. Dọn tới Oxford, Pennsylvania, dạy ở Lincoln University cho tới 1969. Năm 1969, dọn về ở phía bắc Vermont, trở thành nhà văn toàn thời gian, sống hơn 4 thập niên trong khu núi rừng Judevine Mountain.

Bản thân Budbill cũng làm nhiều nghề, như thợ mộc, đầu bếp, nhân viên bệnh viện tâm thần, mục sư nhà thờ, giáo viên, bình luận gia đài phát thanh National Public Radio. Được nhiều giải thưởng về thơ, và năm 2002 được Hội Đồng Nghệ Thuật Vermont vinh danh với giải thưởng thành tựu trọn đời "2002 Walter Cerf Award for Lifetime Achievement in the Arts." Các sáng tác, giấy tờ di cảo của ông được lưu trữ ở University of Vermont. Năm 1968, Budbill ký vào bản văn phản chiến "Writers and Editors War Tax Protest" – tuyên bố không đóng thuế để phản đối Cuộc Chiến Việt Nam.

David Budbill

Về tác phẩm âm nhạc, ông để lại 2 đĩa nhạc CD, mang âm vang Phật Giáo:

- Zen Mountains-Zen Streets: A Duet for Poet and Improvised Bass (Núi Thiền – Phố Thiền: Song tấu cho nhà thơ và đàn bass ứng tác), với nhạc sĩ William Parker đàn bass, 1999.

- Songs for a Suffering World: A Prayer for Peace, a Protest Against War (Các ca khúc cho một thế giới khổ đau: Một kinh cầu vì Hòa Bình, vì Phản đối Cuộc chiến), với William Parker đàn bass và Hamid Drake trống, 2003.

Tạp chí nghiên cứu Phật Học Tricycle trong ấn bản Mùa Hè 2015, có bài phỏng vấn nhà thơ David Budbill. Phóng viên Leath Tonino hỏi, và ông đáp:

"Ông có thực tập thiền không, và nếu có, Thiền có trùng lắp lên các việc như làm thơ, làm vường, chẻ củi và mọi thứ khác? Không, tôi không nghĩ nói trùng lắp lên. Tôi chợt nhớ nhà sư Thích Nhất Hạnh nói: Khi bạn rửa chén, bạn nên rửa chén thôi. Tương tự, khi bạn chẻ củi, bạn chỉ nên chẻ củi --- nếu bạn phân tâm, và bắt đầu làm thứ gì khác, bạn sẽ có thể như là tự để máy cưa cắt phạm vào mình. Cũng như thế, với làm vườn, cắt cỏ và làm thơ. Tôi không thấy có liên hệ cần thiết giữa tất cả các hoạt động dị biệt này. Nếu có sự trùng lắp nào, nói nằm ở trong phương pháp của bạn: bạn tập trung chỉ vào một việc trước mắt thôi, bất cứ việc gì đấy. Mọi thứ khác [dính vào] sẽ làm rối lên."

Trong bài phỏng vấn khác trên Inquiring Mind, một tạp chí Phật học Nam Tông, ấn bản Mùa Thu 2004. Bài này có nhan đề "Interview with David Budbill: A Simple Mountain Poet" (Phỏng vấn David Budbill: Một nhà thơ núi đơn sơ). Budbill nhắc tới khái niệm yin và yang (âm và dương) theo phiên âm tiếng Trung Hoa, cũng như giải thích về ảnh hưởng Thiền Tông; đặc biệt nhắc tới 2 Thiên sư --- nhà thơ Trung Hoa Han Shan (1546–1623), phiên âm Việt là Hàn Sơn, và nhà thơ Nhật Bản Ryokan (1758–1831). Một ảnh hưởng khác của nhà thơ còn là sách về Thiền của D.T. Suzuki (bản Việt là "Thiền Luận" của hai dịch giả Tuệ Sỹ và Trúc Thiên). Nơi đây sẽ trích dịch như sau.

"Inquiring Mind (IM): *Thơ của ông như dường bày tỏ một căng thẳng nội tâm giữa một phần của ông muốn làm một ẩn sĩ và rời bỏ thế giới sau lưng, và một phần khác hướng về hoạt động xã hội và tìm một nhận thức nghệ thuật.*

David Budbill (DB): Vâng, bạn biết đó. Một phút này, là chuyện này. Phút sau, là chuyện khác. [Cười] Tôi không thể rời bỏ mặt nào của tôi. Hiển nhiên, tôi có vài kết hợp hai thứ. Âm và dương. Với vài mức độ, tôi đang đi theo dấu chân của các nhà thơ Phật Giáo vĩ đại – Han Shan (Hàn Sơn, Núi Lạnh) và Ryokan, những người đi vào rừng để sống tự do và làm các bài thơ của họ. Có nhiều người khác cũng như họ, nhưng không bao giờ được biết tới, và có thể là vì họ không bận tâm chuyện được công nhận chút nào. Họ không bước ra khỏi rừng để đọc thơ và ra công chúng. Tôi hiển nhiên không phải là người sẽ biến mất luôn. Có thể vài căng thẳng đó ghi lại trong các bài thơ gần đây của tôi, trong đó Thiền sư Han Shan thăm tôi và tôi giới thiệu với ngài về điện thoại di động, về máy cưa, và các thứ tương tự...

IM: *Trước khi ông dọn về núi rừng Vermont, có phải ông đã rất mực ưa thích các nhà thơ ẩn sĩ Thiền Tông?*

DB: Tôi đã ưa thích các nhà thơ Thiền, cũng như về Phật Giáo và Lão Giáo từ đầu thập niên 1960s, khi tôi là sinh viên ở trường thần Union Theological Seminary tại New York. Trong các sách thời đó tôi đọc là "Essentials of Zen Buddhism" của D. T. Suzuki, và một cuốn sách nhỏ của Edward Herbert có nhan đề "A Taoist Notebook." Tôi đặc biệt ưa thích các nhà thơ Lão Giáo, vì vẻ đẹp sầu muộn trong thơ của họ. Họ không tin vào tái sanh luân hồi, và do vậy họ thường bày tỏ một nỗi buồn về thế giới vô thường này.

IM: *Ông đã từng Thiền tập chính thức bao giờ?*

DB: Tôi chưa bao giờ tham dự một khóa thiền thất nào. Tôi có ngồi thiền, mặc dù tôi không biết rằng tôi có ngồi đúng hay không. [Cười] Tôi sẽ có mặt trong một cuốn sách tuyển tập các bài thơ Thiền Hoa Kỳ dự kiến xuất bản vào năm tới, từ một nhà xuất bản nhỏ ở Ohio, và họ đã mời tôi đưa ra một lời tuyên bố. Tôi nói rằng tôi thường ngồi lặng lẽ trong một tư thế ngồi tréo chân, trên một tọa cụ, trước một bàn thờ nhỏ tôi làm tại nhà, và thở đều đặn, đôi khi tôi ngồi lâu, tới khi tàn cây nhang. Tôi không biết đó có phải là tọa thiền không, và tôi không gọi mình là Phật Tử."

Dưới đây là vài bài thơ.

Ngắn gọn

Chính là tôi
và rồi
không là tôi.

.

Tôi là
và rồi
sẽ không là tôi.

IN A NUTSHELL

It's me
and then
it's not me.

.

I am
and then
I won't be.)

.

Ngày mai

Ngày mai
chúng ta là
xương và tro,
là rễ cỏ dại
trồi lên xuyên qua
sọ chúng ta.

.

Hôm nay
áo quần đơn sơ
vô tâm
no bụng
sinh động, tỉnh thức
ngay nơi đây
ngay bây giờ.

.

Say với nhạc
ai cần tới rượu nho?

.

Tới luôn
bạn lòng ơi
hãy khiêu vũ
trong khi chúng ta còn
có những bàn chân.

TOMORROW

Tomorrow
we are
bones and ash,
the roots of weeds
poking through
our skulls.

.

Today,
simple clothes,
empty mind,

full stomach,
alive, aware,
right here,
right now.

.

Drunk on music,
who needs wine?

.

Come on,
Sweetheart,
let's go dancing
while we still
have feet.)

.

Bạn hỏi tôi vì sao

Lý Bạch nói
Bạn hỏi vì sao tôi vào
ẩn trong các rặng núi xanh.
Tôi kẹt nơi đây
quá nghèo để ra đi
cũng có thể vì quá sợ
đã từng nghĩ là có thể
sẽ có thể
có điều gì đáng giá nơi đây
hôm nào
nếu tôi có thể
chịu đựng.
Đó là bốn mươi năm trước.

You Ask Me Why

Li Po said,
You ask why I live
in these green mountains.
I got stuck here.
Too poor to move,
maybe too afraid to,

didn't want to anyway,
thought maybe
there might be
something worthwhile here
someday,
if I could
stick it out.
That was forty years ago.)

by David Budbill

STANFORD M. FORRESTER

Một trong các nhà thơ Hoa Kỳ nổi tiếng nhất về thể thơ haiku là Stanford M. Forrester. Trong phần lý lịch, ông không cho biết năm sinh, chỉ tự viết rằng: da trắng, sinh và trưởng thành tại Staten Island, New York. Trả lời phỏng vấn trên trang nhà The Secular Buddhist, nhà thơ Stanford Forrester cho biết rằng, "Phật Giáo có một truyền thống từ lâu là hiển lộ qua nghệ thuật. Có lẽ phù hợp nhất với Thiền pháp nhận thức từng khoảnh khắc trong hiện tại là thơ, đặc biệt là thể thơ haiku."

Stanford M. Forrester là cựu Hội trưởng hội Haiku Society of America, cũng như là chủ biên của một tuyển tập thơ ngắn. Thơ của ông đã in trong 33 tạp chí ở Mỹ, Nhật, Canada, Ireland, Romania, Anh, và Úc châu. Thơ ông cũng in trong 22 tuyển tập thơ. Trong năm 2004, thơ Stanford M. Forrester được giải nhất cuộc thi thường niên Annual Basho Anthology Contest lần thứ 57 tại Ueno, Nhật Bản, và đứng giải 3 trong kỳ thi thơ Kaji Aso Contest tại Boston. Năm 2001, ông được trao giải văn học Museum of Haiku Literature Award, trao cho bởi bảo tàng viện này ở Tokyo và hội thơ Haiku Society of America. Ông là thẩm phán nhiều giải thi thơ trong khu vực New York. Stanford M. Forrester được mời nói chuyện và dạy về thơ tại nhiều nơi, như Wesleyan University, Thiền viện Zen Mountain Monastery, Lễ hội thơ World Haiku Festival tại Bangalore, Ấn Độ.

Mỗi bài thơ thể haiku chỉ có 3 dòng, do vậy trong khi bạn đọc thơ, có thể ngưng ở mỗi ba dòng để ngấm chất thơ độc đáo của thi sĩ này. Thêm nữa, các khuôn thơ ba dòng có thể được đọc theo thứ tự khác đi, xáo trộn, hay bỏ dở lưng chừng... tùy cảm hứng độc giả.

Thơ Stanford M. Forrester

thiền đường
một con kiến đã chở đi
định lực của tôi.
--- meditation hall
an ant carries away
my concentration

.

mưa rào buổi sáng
chỉ riêng tiếng
chuông chùa là khô
--- morning downpour
only the sound
of the temple bell stays dry

khách sạn Nhật
Kinh Phật và Kinh Thánh
ở cùng ngăn kéo
--- Japanese hotel
Gideon and Buddha share
the same drawer

.

ngôi chùa bỏ quên
một nụ hoa vàng
tự hiến dâng đời
--- forgotten temple ..
a yellow flower
offers itself

.

bị lôi kéo về
những thói quen cũ
mùa mưa
--- falling back
into old habits -

the rainy season

.

nhập Thiền thất
tôi tỉnh thức
với tách cà phê
--- *Zen retreat*
i awaken
with a cup of coffee

.

tiệc ngắm trăng
mặt trăng
tới trễ rồi
--- *moon viewing party*
the moon
arrives late

.

chiều gió lộng
nơi cổng chùa
Thần Gió mỉm cười

--- *windy afternoon*
at the temple gate
the Wind God's grin

.

đom đóm lóe sáng
tôi cũng
cầu nguyện Đức Phật
--- *firefly glow*
i too
pray to Buddha

.

buổi sáng chiếu rọi
tất cả Đức Phật đá
mặc y vàng
--- *morning light*

all the stone buddhas
robed in gold

.

dấu tay Đức Phật
in trên cát
vườn Thiền
--- buddha's fingerprint
in the sand
Zen garden

.

chỉ một nụ hoa
cần để trả lời
câu hỏi của bạn
--- only one flower
is needed to answer
your question

.

ánh sáng ban ngày
không ai nhận ra
con đom đóm
--- daylight
no one notices
the firefly

.

mùa hè khô hạn
vườn Thiền
hoa nở
--- summer drought
the Zen garden
in bloom

.

ngôi chùa đổ nát
các mảnh tượng Phật
vẫn đang cầu nguyện
--- temple ruins

pieces of a buddha
still praying

.

tan vào
nước trong trẻo
tượng Phật tuyết
--- *melting into*
pure water
the snow buddha

.

rất là nhanh
khi trở về
làm bụi
--- *how quickly*
it comes back
dust

.

mưa nắng sân sau
bài ca chuông gió
đổi theo lối mây
--- *backyard sun shower*
the windchime song
changes with each cloud

.

bình bát nhà sư
một hạt gạo
một con kiến
--- *monk's bowl*
one grain of rice
one ant

.

Đức Phật
ngồi
hoài thôi
--- *buddha*

sat
a lot

.

hương trầm bay
tôi viết
không đề tài
--- incense
gone i write
about nothing

.

sân chùa
âm vang
tượng Phật đá
--- temple yard
the sound of
stone buddhas

.

bất động
hay không
con ốc sên
--- motionless
or not
the snail

.

chuông chùa kêu
một ngàn lần
mưa mùa đông
--- temple bell ringing
one thousand times
winter rain

.

lặng lẽ như
ngôi chùa núi
tổ kiến
--- as quiet as

a mountain temple
the anthill

.

chiều mùa hè
những giọt mưa đầu
trên chân trần của tôi
--- *summer afternoon*
the first drops of rain
on my bare feet

.

tỉnh thức Thiền
chân cẳng tôi
buồn ngủ
--- *Zen awakening*
my legs
asleep

.

giương cung Thiền
nhắm vào hồng tâm
trong tâm tôi
--- *Zen archery*
aiming for the bull's-eye
in my mind

.

cuối mùa thu
tự thấy mình
trong đồng cỏ dại
--- *end of autumn*
finding myself
in a field of thistle

.

viết bài thơ haiku
trên cát
sóng cuốn trôi đi
--- *writing a haiku*

in the sand
a wave finishes it

.

thủy triều cao
tượng Phật cát
vào triệu lớp sóng.
--- high tide
the sand buddha
scattered into a million waves

JANE HIRSHFIELD

Sinh năm 1953, Jane Hirshfield là một nhà thơ được nhiều giải thưởng, một người viết nhiều tiểu luận uyên bác về mỹ học, và là một nhà thơ thỉnh giảng tại các đại học Stanford University và UC-Berkeley. Bà là tác giả 9 tập thơ, 2 tuyển tập các bài lý luận, biên tập và đồng dịch thuật 4 tuyển tập thơ, tập trung vào các nhà thơ phụ nữ và Nhật Bản. Nổi tiếng từ rất sớm, bài thơ đầu tiên của bà in trong tạp chí The Nation năm 1973, được trao giải thưởng thơ năm sau là Discovery Award. Rồi tới một lúc, bà gạt bỏ hết chuyện sáng tác, để vào thiền viện San Francisco Zen Center tu học trong 8 năm.

Về sau, Hirshfield nhận định: "Tôi cảm thấy rằng tôi đã chưa bao giờ tôi thực sự là một nhà thơ nếu tôi không biết nhiều hơn những gì tôi đã biết vào lúc đó về cái mang ý nghĩa là một con người. Tôi không nghĩ thơ chỉ dựa trên thơ; nó dựa trên một cuộc đời được sống trọn vẹn." Tài năng đa dạng, bà cũng từng được mời vào chương trình nghiên cứu khoa học não bộ tại đại học UCSF. Sau đây là bài thơ "The Promise" (Lời hứa) của Hirshfield, đó là lời nhà thơ nói chuyện với ngoại xứ và nội xứ --- có lẽ, là một cách quán sát thân tâm.

Lời hứa

Hãy ở lại, tôi nói
với các cành hoa đã cắt
Chúng nghiêng mình
đầu cúi xuống.

.

Hãy ở lại, tôi nói với con nhện
nhện đã chạy trốn.

.

Hãy ở lại, chiếc lá
ửng đỏ lên
xấu hổ cho tôi và nó

.

Hãy ở lại, tôi nói với thân tôi
nó ngồi như một con chó
vâng lời một khoảnh khắc
rồi bắt đầu run rẩy.

.

Hãy ở lại, với mặt đất
của đồng cỏ ven sông
của dốc núi hóa thạch
của đá vôi và sa thạch
nó nhìn lại
với một bày tỏ thay đổi, trong lặng lẽ.

.

Hãy ở lại, tôi nói với những mối tình của tôi
Tất cả được trả lời
luôn luôn.

The Promise

Stay, I said
to the cut flowers.
They bowed
their heads lower.

.

Stay, I said to the spider,
who fled.

.

Stay, leaf.
It reddened,
embarrassed for me and itself.

.

Stay, I said to my body.
It sat as a dog does,
obedient for a moment,
soon starting to tremble.

.

Stay, to the earth
of riverine valley meadows,
of fossiled escarpments,
of limestone and sandstone.
It looked back
with a changing expression, in silence.

.

Stay, I said to my loves.
Each answered,
Always.

by Jane Hirshfield

Nhìn chung, các nhà thơ Hoa Kỳ đã tiếp cận Thiền Tông theo những cách khác nhau. Trong khi có người vào thiền viện để tu học nghiêm túc, như Chase Twichell và Jane Hirshfield, cũng có người chưa từng vào khóa Thiền quy củ nào, như David Budbill, mà chỉ nắm lấy các pháp ấn vô ngã như "tôi là, tôi không là" và pháp ấn vô thường rằng tôi là bụi, là rễ cỏ đang mọc ra từ đầu lâu tôi... Hay như nhà thơ Stanford M. Forrester, một đỉnh rất cao về thơ haiku, nhưng lòng rất khiêm tốn, lặng lẽ, ngấm được chất thơ haiku và không khí Thiền Nhật Bản rất trọn vẹn. Mỗi người, mỗi nhà thơ, chính là một hải đảo tự thân, và rất Thiền theo kiểu riêng của từng người.

P.T.H

SƠ LƯỢC VỀ NHẬN THỨC TRONG TÂM LÝ HỌC VÀ PHẬT HỌC

Quốc Bảo

1. NHẬN THỨC VÀ Ý NGHĨA CỦA NHẬN THỨC

1.1. Những khái niệm về nhận thức

Theo Từ điển Bách Khoa Việt Nam [1]

> *"Nhận thức là quá trình biện chứng của sự phản ánh thế giới khách quan trong ý thức con người, nhờ đó con người tư duy và không ngừng tiến đến gần khách thể. Sự nhận thức đi từ trực quan sinh động đến tư duy trừu tượng, và từ tư duy trừu tượng đến thực tiễn. Con đường nhận thức đó được thực hiện qua các giai đoạn từ thấp đến cao như sau: 1) Nhận thức cảm tính: vận dụng cảm giác, tri giác, biểu tượng; 2) Nhận thức lí tính: vận dụng khái niệm, phán đoán, suy lí; 3) Nhận thức trở về thực tiễn: ở đây tri thức được kiểm nghiệm là đúng hay sai."*

Trong định nghĩa trên có hai thuật ngữ gần nghĩa được dùng để mô tả nhận thức, đó là "tư duy" và "ý thức". Do đó, định nghĩa này không phản ánh rõ ràng khái niệm nhận thức. Quá trình nhận thức được trừu tượng hóa bằng quy luật thông qua ba khái niệm tối nghĩa: trực quan sinh động, tư duy trừu tượng, thực tiễn. Việc mượn từ gần nghĩa để giải thích một từ cùng họ nghĩa thì càng làm khái niệm trở nên khó hiểu.

Có hai vấn đề trong định nghĩa trên: có một khách thể (một đối tượng) và có một ý thức. Quá trình ý thức tiếp nhận khách thể thì nảy sinh sự nhận thức, còn quá trình đó như thế nào thì chưa vội bàn sâu thêm, vì mỗi trường phái sẽ có định nghĩa khác nhau.

Theo từ điển Oxford [2]

> *"Cognition is the process by which knowledge and understanding is developed in the mind."*
>
> (Tạm dịch: Nhận thức là một tiến trình mà tri thức và sự hiểu biết được phát triển trong tâm trí.)

Trong định nghĩa này ta thấy không có khách thể được nói đến, mà chỉ có chủ thể (tâm trí) với với kết quả của quá trình nhận thức (tri thức và sự hiểu biết).

Như vậy, một cách tổng quát có thể nhận định nhận thức là một quá trình gồm nhiều giai đoạn, là sự kết hợp hài hòa và có quy luật của các yếu tố bên trong để phản ứng lại với sự tác động của các yếu tố bên ngoài khi các điều kiện hội đủ.

1.2. Ý nghĩa của nhận thức

- Nhận thức chủ trương tạo nên sự khác biệt giữa con người với động vật, giữa con người với nhau và giữa bản thân chủ thể với chính mình (theo từng giai đoạn nhận thức).
- Nhận thức giúp con người nắm bắt được: màu sắc – ánh sáng, âm thanh, mùi hơi, hương vị, nhiệt độ, ma sát, cảm xúc, ký ức, suy nghĩ...
- Nhận thức là sự suy xét và sắp đặt các quá trình tư duy.
- Nhận thức giúp lưu trữ những ký ức.
- Nhận thức có tác động trực tiếp đến tính cách, hành động, tình cảm, thói quen, sở thích...

2. TỔNG QUAN VỀ TÂM LÝ HỌC NHẬN THỨC

2.1. Khái niệm

Theo Tâm lý học trong nháy mắt: *"Tâm lý học nhận thức là ngành nghiên cứu về sự "hiểu" và sự "biết" của quá trình tư duy và trả lời cho những câu hỏi xoay quanh những vấn đề đó"*. [3]

Cognitive Psychology: *"Cognitive Psychology is the study of thinking and the processes underlying mental events"*. [4]

(Tạm dịch: Tâm lý học nhận thức là môn học nghiên cứu về tư duy và tiến trình diễn ra các sự kiện tâm lý tiềm ẩn.)

Cognitive Psychology: *"Cognitive psychology deals with topics such as perception, memory, attention, language and thinking/decision making."* [5]

(Tạm dịch: Tâm lý học nhận thức liên quan đến các vấn đề như nhận thức, trí nhớ, sự chú ý, ngôn ngữ và suy nghĩ/ra quyết định.)

Những quan điểm trên có một điểm chung là đều quan niệm các hoạt động nhận thức của con người tương tự như cách hoạt động của một chiếc máy tính hiện đại: tiếp nhận tín hiệu (input), lưu trữ thông tin (storage) và truy xuất (output).

2.2. Nội dung thuyết phát sinh nhận thức ở trẻ em theo Piaget

Bảng 2.1. Bốn giai đoạn phát triển cấu trúc thao tác nhận thức và trí tuệ trẻ em theo J. Piaget [7].

Độ tuổi	Giai đoạn	Những giản đồ cơ bản, hay những phương pháp diễn tả kinh nghiệm	Những phát triển cơ bản
0 – 2	Cảm giác – vận động	Trẻ sơ sinh sử dụng những khả năng cảm giác và vận động để thăm dò và đạt được sự am hiểu cơ bản về môi trường. Khi mới được sinh ra, trẻ chỉ có một số phản xạ bẩm sinh để gắn kết với thế giới. Cuối thời kỳ cảm giác – vận động, trẻ có được khả năng phối hợp những cảm giác – vận động phức tạp.	Trẻ sơ sinh có được ý thức ban đầu về bản thân và người khác, trẻ biết được rằng, các đối tượng vẫn tiếp tục tồn tại, ngay cả khi trẻ không được trẻ nhìn thấy (tính ổn định của đối tượng) và trẻ bắt đầu tiếp thu những giản đồ hành vi để tạo ra những hình ảnh, hay những giản đồ tinh thần.
2 -7	Tiền thao tác	Trẻ sử dụng biểu trưng (các hình ảnh và ngôn ngữ) để diễn tả và hiểu nhiều khía cạnh khác nhau của môi trường. Trẻ phản ứng lại các đối tượng và sự kiện theo cách nghĩ của mình. Suy nghĩ của trẻ lúc này mang tính chất "mình là trung tâm", nghĩa là trẻ nghĩ rằng mọi người đều nhìn nhận thế giới giống như cách nhìn của mình.	Trong những hoạt động của mình, trẻ trở nên có khả năng tưởng tượng. Trẻ dần bắt đầu nhận thấy rằng rất có thể những người khác không tiếp nhận thế giới giống như mình.

7 - 11	Thao tác cụ thể	Trẻ có được và sử dụng các thao tác nhận thức (những hành động tinh thần, hay những thành phần của suy nghĩ logic) trên các vật thật.	Trẻ không còn bị đánh lừa bởi hình thức bên ngoài. Bằng cách dựa vào những thao tác nhận thức, trẻ hiểu được những đặc tính và những mối liên hệ cơ bản giữa các đối tượng và các sự kiện trong cuộc sống hằng ngày. Trẻ trở nên thành thạo hơn nhiều trong việc suy đoán các động cơ, bằng cách quan sát hành vi của người khác và những hoàn cảnh mà trong đó hành vi nảy sinh.
Trên 12	Thao tác hình thức	Những thao tác nhận thức của trẻ được tổ chức lại theo một cách thức nhất định, cho phép trẻ có thể kiểm tra những hành động này (suy nghĩ về các ý nghĩ). Giờ đây, suy nghĩ của trẻ đã mang tính trừu tượng và hệ thống.	Suy nghĩ không còn bị giới hạn vào những cái trực quan, cụ thể. Trẻ thích suy xét những vấn đề mang tính giả thuyết, kết quả là trẻ có thể trở nên duy tâm hơn. Trẻ có khả năng lập luận hệ thống và suy diễn, điều này cho phép trẻ cân nhắc nhiều giải pháp có thể đối với một vấn đề và tìm ra được câu trả lời đúng.

2.3. Đối tượng và nhiệm vụ nghiên cứu

Bảng 2.2. Đối tượng nghiên cứu của tâm lý học nhận thức [9].

1. Thần kinh học nhận thức	2. Hình tượng	3. Chú ý	4. Tư duy
5. Tri giác	6. Nhận biết các hình mẫu	7. Trí nhớ	8. Sự thể hiện kiến thức
9. Ngôn ngữ	10. Tâm lý học phát triển	11. Trí thông minh của con người	12. Trí thông minh nhân tạo

3. CƠ SỞ SINH LÝ THẦN KINH CỦA TÂM LÝ HỌC NHẬN THỨC

Mục này trình bày những kiến thức liên quan đến bộ môn sinh lý học thần kinh. Chúng tôi mạn phép được diễn đạt lại chương 2 "*Chức năng vai trò của hệ thần kinh đối với nhận thức của con người*" trong chuyên đề "*Tâm lý học nhận thức*" của Nguyễn Văn Tường [9].

3.1. Cấu tạo hệ thần kinh

Hệ thần kinh bao gồm hai phần: hệ thần kinh trung ương và hệ thần kinh ngoại biên, được bảo vệ bởi hộp sọ và tuỷ sống.

+ Hệ thần kinh trung ương bao gồm: tuỷ sống, hành tuỷ, tiểu não, não giữa, não trung gian, đại não, vỏ não.
+ Hệ thần kinh ngoại biên bao gồm: hệ thống các dây thần kinh, các hạch thần kinh, các đám rối thần kinh nằm ngoài cột sống và hộp sọ thần kinh ngoại biên làm nhiệm vụ tiếp nhận các kích thích dẫn truyền các xung động thần kinh về trung ương (não bộ và tuỷ sống), rồi từ trung ương đưa đến các cơ quan, các bộ phận để trực tiếp thực hiện các quá trình sống của cơ thể.

Hệ thần kinh có vai trò như là bộ máy nhận thức để giúp chúng ta tiếp nhận thông tin, xử lý thông tin, trả lời thông tin, đảm bảo sự thống nhất trong nội bộ cơ thể và thống nhất giữa cơ thể với môi trường.

3.2. Chức năng, vai trò của hệ thần kinh đối với nhận thức con người

3.2.1. Vai trò của hệ thần kinh ngoại biên đối với nhận thức

3.2.1.1. Các giác quan và vai trò của nó đối với việc tiếp nhận thông tin

Trong quá trình tiến hoá của các giác quan (thần kinh mạng → thần kinh hạch → thần kinh ống → phân hoá), mỗi giác quan đã được phát triển theo hướng chuyên môn hoá để tiếp nhận các loại kích thích phù hợp. Nhờ đó mà sự phản ánh được chính xác hơn, đem lại hiệu quả cao hơn.

Mỗi giác quan được cấu tạo từ 3 bộ phận:

* Bộ phận nhận cảm

Tiếp nhận các kích thích từ môi trường, thường được gọi là bộ phận ngoại biên.

* Bộ phận dẫn truyền

Gồm các dây thần kinh làm nhiệm vụ dẫn truyền thông tin từ tế bào cảm giác về trung ương thần kinh, thường được gọi là bộ phận dẫn truyền hướng tâm.

* Bộ phận trung ương

Có cấu trúc tương ứng trong hệ thần kinh, làm nhiệm vụ tích hợp các thông tin rồi xử lý nó và phát ra lại các thông tin để truyền đến cơ quan tương ứng, đáp lại các kích thích vừa nhận được.

Các giác quan được xem là cửa để tiếp nhận các thông tin đầu vào, nếu các giác quan bị tổn thương thì việc tiếp nhận thông tin sẽ thiếu chính xác, dẫn đến các phản ứng không kịp thời và ảnh hưởng đến cơ thể.

3.2.1.2. Cơ quan xúc giác (cơ quan không chuyên trách)

Là hệ thống cảm giác không có cơ quan chuyên trách. Các tế bào xúc giác nằm rải rác ở trên bề mặt da.

Chúng ta tiếp nhận các loại cảm giác:

(1) Cảm giác cơ học: như cầm, nắm, sờ... sẽ xuất hiện cảm giác dễ chịu (êm ái, mềm mại) hay khó chịu (tê, nhức, mỏi, đau).

(2) Cảm giác nhiệt độ.

(3) Cảm giác xúc giác tinh vi có ý thức.

(4) Cảm giác nội tạng: các thụ quan tiếp nhận các kích thích về ma sát, áp lực... tác động đến việc tự điều chỉnh và điều hoà hoạt động của các nội quan.

(5) Cảm giác bản thể: nằm xen kẽ trong các sợi cơ ở trong các bắp cơ, ở phần xương bám với cơ và khớp. Khi bị kích thích, các thụ quan bản thể này đem lại hai cảm giác: sâu không ý thức và sâu có ý thức, giúp cơ thể tự điều chỉnh các hành động một cách chính xác, tiết kiệm lực. Các cảm giác xúc giác mang tính chủ thể, nó có tác động giúp cho cơ thể thích ứng với các hoạt động ở trong mỗi một thời điểm, nó giống như một "ăngten" để tiếp nhận sóng.

3.2.1.3. Hệ thống cảm giác có cơ quan chuyên trách

* Cơ quan thị giác

90% thông tin từ bên ngoài vào con người là thông qua thị giác, thị giác tiếp nhận kích thích ánh sáng từ các sự vật hiện tượng, nó giống như một "máy ảnh" tinh xảo gồm các tế bào que (đêm) và nón (ngày).

* Cơ quan khứu giác

Chuyên tiếp nhận các kích thích về mùi (với tỷ lệ 20% mùi dễ chịu và 80% mùi không dễ chịu được tiếp nhận) do các tế bào cảm giác nằm ở màng nhầy của khoang mũi truyền đến giúp chúng ta nắm bắt thông tin về mùi vị của sự vật.

* Cơ quan vị giác

Trên bề mặt lưỡi có nhiều nụ vị giác để tiếp nhận các kích thích vị: ngọt, chua, mặn, đắng và umami. Khứu giác và vị giác có quan hệ chặt chẽ với nhau. Vị giác giúp chúng ta nhận biết vị của thức ăn.

* Cơ quan thính giác

Là cơ quan cảm giác chuyên nhận các kích thích của âm thanh. Cơ chế hoạt động của nó là sự tiếp nhận và truyền âm. Cơ quan thính giác có thể kết hợp với vị giác để bổ sung, hỗ trợ, bù trừ cho nhau.

Tóm lại, các giác quan được ví như "ăng ten" để thu nhận các thông tin từ thế giới bên ngoài. Các giác quan này là khởi điểm, là bước đầu trong quá trình nhận thức của con người. Về bản chất, hoạt động chủ đạo của con người và hoạt động nghề nghiệp là một quá trình nhận thức. Vì thế, vai trò của các giác quan là không thể thiếu. Muốn vậy, chúng ta phải bảo vệ các giác quan, phát huy cao độ vai trò của chúng và huy động tất cả các giác quan tham gia vào quá trình nhận thức nhằm nâng cao hiệu quả của quá trình nhận thức.

3.2.1.4. Neuron và vai trò của nó đối với nhận thức

Neuron gồm hai bộ phận: thân và các tua. Chức năng cơ bản của neuron là tiếp nhận thông tin, truyền tải thông tin, tham gia cấu tạo nên hệ thần kinh trung ương, xử lý, chọn lọc và lưu giữ thông tin.

3.2.2. Vai trò của hệ thần kinh trung ương đối với quá trình nhận thức của con người

Não gồm ba phần và xếp chồng lên nhau: phần dưới cùng là não nguyên thủy, giữa là não cổ và phần trên cùng là vỏ não mới.

3.2.2.1. Não nguyên thủy

Là trung khu của sinh mệnh con người, nó có ảnh hưởng rất lớn đến hoạt động của con người nhưng lại không có đóng góp gì cho quá trình nhận thức, mà chỉ có ảnh hưởng gián tiếp.

3.2.2.2. Não cổ

Nằm giữa não nguyên thủy và vỏ não mới, có hình dáng như con cá ngựa, là trung khu của cảm xúc và hứng thú của con người. Mọi thông tin do các giác quan tiếp nhận muốn được truyền vào não phải đi qua não cổ (vùng hải mã, vùng limpích). Nó được coi như là rào cản đầu tiên để truyền thông tin vào não, lựa chọn thông tin để đưa lên não và tham gia tích cực vào trong quá trình nhận thức của con người. Sự phát triển trí tuệ của con người phụ thuộc vào hứng thú, nghĩa là phụ thuộc vào não cổ (vùng limpích). Vì vậy, muốn đạt được hiệu quả cao trong quá trình nhận thức thì phải có hứng thú nhận thức, đồng nghĩa với việc phải có sự hoạt động của vùng não cổ.

3.2.2.3. Vỏ não mới

Là phần vật chất phức tạp nhất, tinh vi nhất trong hệ thần kinh của con người. Đây là vùng đại não, có vỏ bán cầu đại não. Vỏ não mới có vai trò rất quan trọng trong việc phát triển nhận thức và thực hiện các giai đoạn trí tuệ của con người. Việc tiếp nhận và xử lý các thông tin về não được thực hiện nhờ hoạt động của bán cầu não phải và bán cầu não trái:

* Bán cầu não phải: có vai trò tiếp nhận và lưu giữ tất cả các thông tin mà con người đã tri giác được, nhưng nó không đọc được các thông tin này, khiến thông tin vẫn ở trong tình trạng "không nhãn mác" với một chuỗi các sự kiện được sắp xếp một cách đơn giản không theo trật tự nào.

* Bán cầu não trái: làm nhiệm vụ phân loại và xử lý thông tin dưới hình thức các khái niệm, kí hiệu để nhận ra các thông tin đó và điều chỉnh chúng. Nó là trung khu của những gì mang tính ổn định, trật tự. Như vậy, bán cầu não trái mang tính tổng hợp, phân tích. Mặc dù mỗi bán cầu đại não có một chức năng, nhiệm vụ riêng, nhưng hai bán cầu đại não luôn thống nhất với nhau trong quá trình nhận thức của con người giúp con người có thêm những kiến thức mới. Sự thống nhất của hai bán cầu được thể hiện ở tính bổ sung cho nhau giữa chúng. Đó chính là thao tác được đưa ra ở giai đoạn cuối cùng để cập nhật các dữ liệu và tổng hợp các thông tin thành các khái niệm, kí hiệu...

* Tiến trình của quá trình nhận thức: bán cầu não trái truyền lệnh cho bán cầu não phải, ở bán cầu não phải lưu giữ hàng loạt các thông tin không đồng nhất, được nối với mục đích của bán cầu não trái, nếu bán cầu não trái chưa thấy phù hợp lại tiếp tục tạo ra các yếu tố mới. Khi đó, tính bổ sung của hai bán cầu đại não sẽ thực hiện nhiệm vụ cuối cùng để giúp con người đưa ra những tri thức mới. Tóm lại, nhờ hoạt động bình thường của hệ thần kinh mà con người mới có khả năng nhận thức thế giới từ những cái đơn giản đến nhận thức được những thứ phức tạp thuộc về bản chất và khái quát được những đặc điểm chung của sự vật hiện tượng, hình thành nên những tri thức mới cho con người.

4. "NHẬN THỨC" TRONG CÁC LĨNH VỰC

4.1. Giáo dục học

Nhiệm vụ của giáo dục là nuôi dưỡng và dạy dỗ để giúp phát triển con người về thể chất và tinh thần, bao gồm tư tưởng, đạo đức, tri thức và kỹ năng. Để một người biết khôn khéo trong các mối quan hệ xã hội thì "hiểu mình" là tiền đề cơ bản. Các phân tích và các thuyết tâm lý xã hội đã góp phần rất lớn cho sự khám phá này. Chúng được áp dụng hiệu quả trong nhiều lãnh vực khác nhau. Cách riêng trong lĩnh vực giáo dục, nhận thức bản thân là việc làm hết sức cần thiết trong việc thay đổi một con người theo hướng tích cực. Quá trình thay đổi một con người là: Nhận diện – Rèn luyện – Chuyển hóa, trong đó nhận thức (nhận diện) là công việc đầu tiên mà mọi người bắt buộc phải làm. Đặc biệt, đối với những đứa trẻ chưa đến tuổi dậy thì (3 – 10 tuổi) hoặc những đứa trẻ bị rối loạn phát triển (tự kỷ, tăng động, chậm phát triển...) thì việc can thiệp nhận thức là điều hết sức khó khăn đối với những người làm giáo dục. Tuy vậy, vì vai trò quan trọng của nhận thức nên người dạy sẽ có những kỹ thuật, những phương pháp can thiệp khác nhau (có thể bằng hành vi, lời nói...). Nhận thức bản thân được ứng dụng trong những công việc dưới đây.

4.1.1. Thay đổi thái độ

Việc học tập của người học chủ yếu dựa vào hoạt động của chính họ hơn là của người dạy. Nếu người học đánh giá sai khả năng của mình, ngay từ đầu họ sẽ cảm thấy mình không phù hợp với việc học, sẽ thấy việc học nhàm chán và nếu buộc phải học, họ sẽ chỉ "học cho có", "học hình thức" và điều đó hoàn toàn phản giáo dục. Ngược lại, nếu người dạy biết cách giúp cho người học nhận ra năng lực thực sự, người học sẽ cảm thấy thích thú với công việc học tập và sử dụng phương thức học tập theo chiều sâu. Vì thế, người dạy cần phải giúp cho người học biết thay đổi thái độ đối với việc học tập. Áp dụng thuyết nhận thức bất nhất, người dạy có thể thách thức người học nhằm thay đổi phương thức học tập cố hữu của họ.

4.1.2. Tạo động lực học tập

Bất cứ hoạt động nào của con người cũng đều nhắm tới một mục đích. Chính mục đích là động cơ thúc đẩy con người hoạt động. Tuy nhiên, động lực lại có nhiều loại hay mức độ khác nhau. Nếu mục đích ấy mơ hồ, không rõ rệt hay kém giá trị, người hoạt động sẽ không cảm thấy hăng hái, muốn dấn thân, và nếu có thì hành động của họ sẽ chỉ hời hợt và không hiệu quả. Ngược lại, nếu mục đích ấy rõ rệt và có giá trị cao, người hành động sẽ dấn thân một cách hứng thú, quyết liệt và dễ đi tới thành công. Để tạo động lực học tập, cần có cả hai yếu tố: giá trị và kỳ vọng (được gọi chung bằng thuyết giá trị - kỳ vọng). Trước hết, việc học hay bất kỳ hoạt động nào đều phải có một giá trị, giá trị càng cao thì động cơ càng lớn, nhưng đồng thời người học phải có kỳ vọng đạt được giá trị ấy. Nếu giá trị cao mà người ta không có kỳ vọng đạt được thì cũng vô ích. Vì vậy, người dạy không những phải trình bày cho người học biết rõ giá trị của công việc mà còn phải giúp họ thấy rằng giá trị ấy không vượt ra ngoài kỳ vọng của họ mà lại hoàn toàn nằm trong tầm với.

4.1.3. Dạy học dựa trên kiến thức đã có: thuyết kiến tạo

Cuộc đời của mỗi người tiếp thu kiến thức liên tục từ thuở lọt lòng đến khi về già. Những kiến thức đó ở các dạng khác nhau, tiếp thu theo những cách khác nhau. Kiến thức này liên quan đến kiến thức kia, làm tiền đề cho kiến thức kia. Chẳng hạn, đứa trẻ được dạy con số và bảng chữ cái như hai cái tối cần, rồi sau đó là những phép toán đơn giản, hay văn phạm; lên đến trung học, trẻ được dạy kiến thức mang tính cơ bản; đến khi đại học, cao đẳng sẽ tiếp thu những kiến thức có tính chuyên môn hóa cao. Có những kiến thức chỉ là những niềm tin, nhận thức hay trực giác mơ hồ, thậm chí có những kiến thức sai lầm mà người dạy phải dám tạo ra thách thức để sửa chữa, uốn nắn. Ngay cả với những kiến thức rõ và đúng, người dạy cũng có thể tái khẳng định bằng việc tạo ra tình trạng nhận thức bất nhất để kích thích tư duy phản biện của người học, dẫn tới sự đào sâu và thay đổi khái niệm, theo các mô hình của thuyết kiến tạo *(constructivism)*.

4.2. Triết học Plato

Từ xưa đến nay, "nhận thức" luôn là một chủ đề khá thú vị để các lĩnh vực khoa học khác tham gia nghiên cứu, trong đó có Triết học. Khái niệm "nhận thức" cũng được đề cập từ thời của Plato và Aristotle (khoảng thế kỷ IV TCN) qua những lập luận của ông về tri thức, mô thức, thế giới ý niệm và những đặc thù trong Nhận thức luận.

4.3. Duy thức học

Trong sự khảo cứu các thức, các luận sư Duy thức học như Ngài Huyền Trang, Ngài Chân Đế... đã chỉ ra cấu trúc và chức năng của ý thức trong 8 thức và mối liên hệ của nó với "bức tranh" Bách pháp. Về sự vận hành của ý thức, các công trình liên quan đã có sự phân tích về hai hình thái nhận thức: hiện lượng và tỷ lượng. Đồng thời, họ cũng chỉ ra trong tám thức, duy nhất ý thức mới có hình thái nhận thức tỷ lượng.

Bảng 4.1. Bốn vấn đề trọng yếu của ý thức theo Duy thức học [12].

Cơ chế hình thành	Bản chất	Cấu trúc	Chức năng
+ Lấy Mạt-na thức làm căn. + Trong A-lại-da thức, có chứa chủng tử của ý thức, khi đủ những điều kiện (nhân kiến lập) thì chủng tử này phát sinh thành ý thức. + Tác động giữa căn và trần chỉ mới là điều kiện cần, điều kiện đủ là năm duyên: Căn duyên, cảnh duyên, tác ý duyên, căn bản y duyên và chủng tử y duyên.	Sự tự thể hiện mình của tâm khi tiếp thâu cảnh.	+ Kiến phần: nhận biết, so sánh, suy luận về đối tượng (pháp trần). + Tướng phần: là kiến phần của năm thức trước. + Tự chứng phần: sự kiểm chứng, đánh giá lại kiến phần. + Chứng tự chứng phần: kết quả sau cùng của tự chứng phần.	+ Phân biệt: gồm tự tính phân biệt, kế độ phân biệt và tùy niệm phân biệt hay còn gọi là kế độ về kế độ. + Sinh khởi ước muốn.

4.4. Siêu lý học

Trước hết, Siêu lý học là một môn học của Phật giáo, nghiên cứu về sự thật tận cùng của vũ trụ vạn vật. Mà trong đó, có bốn đối tượng được xem xét đến:

- Tâm (Citta).
- Tâm sở (Cetasika).
- Sắc pháp (Rūpa).
- Níp-bàn (Nibbāna).

Đời sống này, từ loài vật hai chân cho đến bốn chân, nhiều chân, từ loài lớn xác đến loài nhỏ xác, từ loài không xương sống cho đến có xương sống... đều không nằm ngoài: tâm, tâm sở và sắc pháp. Nói chung, Phật giáo quan niệm tất cả những thực thể sống đều có khả năng nhận biết. Trong từng mỗi hành động của con người đều thể hiện muôn hình vạn trạng các trạng thái tâm lý khác nhau.

Để hiểu sâu hơn nữa, ta hãy cùng tìm hiểu về 3 phạm trù: căn, trần và thức.

Bảng 4.1. Ba phạm trù liên quan đến nhận thức theo quan điểm Siêu lý học.

6 CĂN	6 TRẦN	6 THỨC
Nhãn căn (Thần kinh thị giác)	Cảnh sắc (ánh sáng, màu sắc...)	Nhãn thức
Nhĩ căn (Thần kinh thính giác)	Cảnh thinh (âm thanh...)	Nhĩ thức
Tỷ căn (Thần kinh khứu giác)	Cảnh khí (mùi hơi...)	Tỷ thức
Thiệt căn (Thần kinh vị giác)	Cảnh vị (hương vị...)	Thiệt thức
Thân căn (Thần kinh xúc giác)	Cảnh xúc (nhiệt độ, ma sát...)	Thân thức
Ý căn	Cảnh pháp (cảm xúc, kí ức...)	Ý thức

• NGŨ SẮC THANH TRIỆT (Pasādarūpa)

Trong lịch sử, đã có không ít các vị Luận sự giảng giải về năm cơ quan nhận thức này. Tuy nhiên, nổi bật phải kể đến là chương VI – "*Tổng hợp phân tích sắc siêu lý*" trong công trình "*Tổng hợp nội dung Vô tỷ pháp*" của Ngài Saddhamma Jotika. Dưới đây, chúng tôi mạn phép trình bày lại trích đoạn qua bản dịch Việt của Ngài Sán Nhiên [13] cùng các hình ảnh minh họa trực quan mà chúng tôi đã sưu tầm được từ các trang web Y khoa đáng tin cậy.

1. Nhãn thanh triệt (Cakkhupasāda)

Chỗ được gọi tên là Nhãn thanh triệt là một thể loại sắc pháp sinh từ nơi nghiệp lực, có sự trong suốt như pha lê, làm thành vật dụng tiếp thâu cảnh sắc, ẩn trú ở khoảng giữa tâm điểm tròng mắt đen, có 7 tầng lớp màng con mắt y như núm bông gòn được tẩm ướt sũng dầu hết cả 7 lớp, to ước độ bằng đầu của con chí, có chức năng làm tròn hai nhiệm vụ:

1/ Là vật thể làm thành chỗ nương trú của tâm nhãn thức.

2/ Làm thành cửa ngõ (môn), chỗ nương sinh của tâm lộ trình nhãn môn.

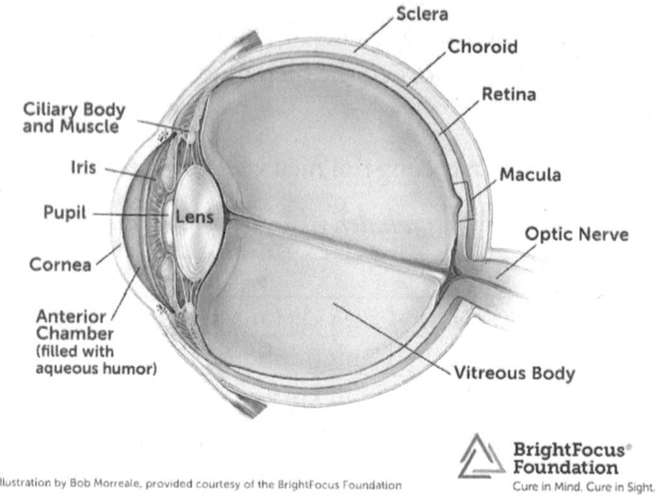

Hình 4.1. Cấu trúc con mắt của người [14].

2. Nhĩ thanh triệt (Sotapasāda)

Nhĩ thanh triệt là một thể loại pháp chủng sinh từ nơi nghiệp lực, có sự trong suốt tinh khiết, và làm thành vật dụng tiếp thâu các âm thanh, đã ẩn trú ở trong khoang tai, có hình dạng giống như vòng đai, và nơi ấy mọc lông sợi đen mịn. Nhĩ thanh triệt tỏa rộng ra khắp mọi khu vực, có chức năng làm tròn hai nhiệm vụ:

1/ Là vật thể làm thành chỗ nương trú của tâm nhĩ thức.

2/ Làm thành cửa ngõ (môn), chỗ nương sinh của tâm lộ trình nhĩ môn.

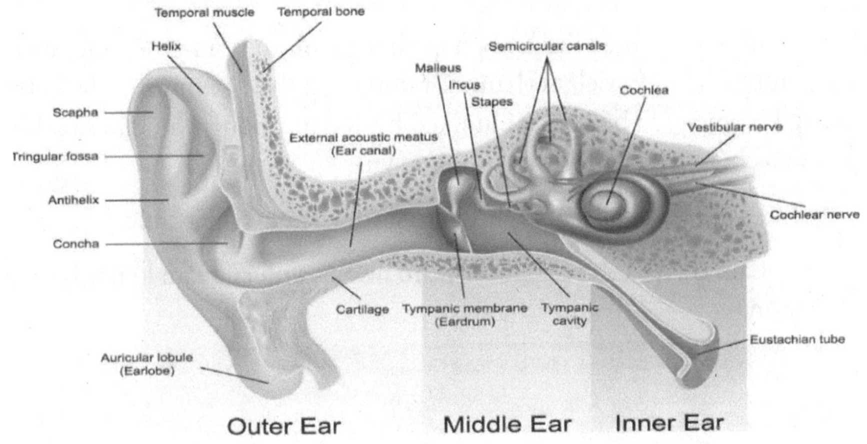

Hình 4.2. Cấu trúc tai của người [15].

3. Tỷ thanh triệt (Ghānapasāda)

Tỷ thanh triệt là một thể loại pháp chủng sinh từ nơi nghiệp lực, có sự trong suốt tinh khiết, và làm thành vật dụng tiếp thâu các khí hơi, đã ẩn trú ở trong khoang mũi, có hình dạng giống như móng dê, và có chức năng làm tròn hai nhiệm vụ:

1/ Là vật thể làm thành chỗ nương trú của tâm tỷ thức.

2/ Làm thành cửa ngõ (môn), chỗ nương sinh của tâm lộ trình tỷ môn.

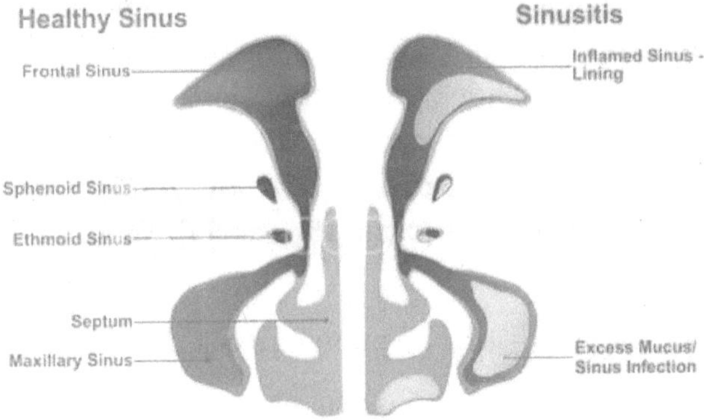

Hình 4.3. Cấu trúc khoang mũi của người [16].

4. Thiệt thanh triệt (Jivhāpasāda)

Thiệt thanh triệt là một thể loại pháp chủng sinh từ nơi nghiệp lực, có sự trong suốt tinh khiết, và làm thành vật dụng tiếp thâu các mùi vị; đã ẩn trú ở trong khoảng giữa bề mặt cái lưỡi, có hình dạng giống như đầu đóa hoa sen, và có chức năng làm tròn hai nhiệm vụ:

1/ Là vật thể làm thành chỗ nương trú của tâm thiệt thức.

2/ Làm thành cửa ngõ (môn), chỗ nương sinh của tâm lộ trình thiệt môn.

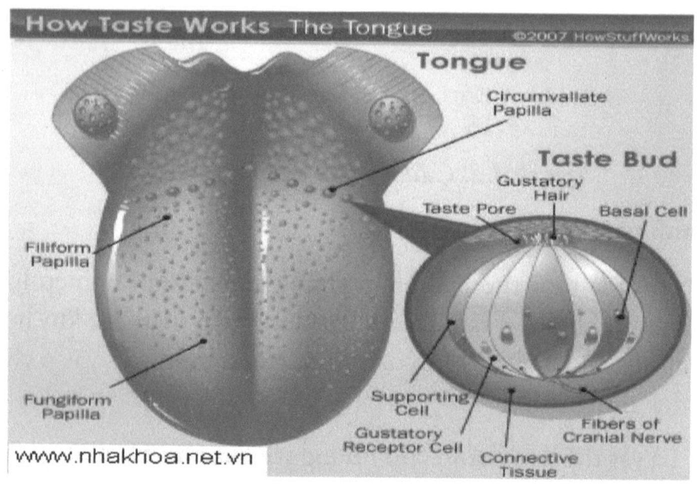

Hình 4.4. Cấu trúc gai vị giác của người [17].

5. Thân thanh triệt (Kāyapasāda)

Thân thanh triệt là một thể loại pháp chủng sinh từ nơi nghiệp lực, có sự trong suốt tinh khiết, và làm thành vật dụng tiếp thâu các sự vật tiếp xúc đụng chạm, như có lạnh, nóng, mềm, cứng, lỏng, căng. Thân thanh triệt này ẩn trú ở trong khắp cả cơ thể, chỉ ngoại trừ đầu ngọn tóc, lông, móng, bề mặt lớp da chết khô, và chỗ tụ hội các vật thực mới ở trong ruột già, là thuộc lãnh địa của tiêu hóa nhiệt khí (Pācakatejo). Vả lại, nó có chức năng làm tròn hai nhiệm vụ:

1/ Là vật thể làm thành chỗ nương trú của tâm thân thức.

2/ Làm thành cửa ngõ (môn), chỗ nương sinh của tâm lộ trình thân môn.

Cả năm thể loại sắc pháp gồm nhãn, nhĩ, tỷ, thiệt và thân đây đều được gọi tên là sắc thanh triệt, vì có thực tính trong suốt, và có khả năng tiếp thâu các cảnh của riêng mình. Như có câu Chú giải nói rằng: "Pasīdatīti = Pasādo"- "Sắc pháp nào có sự trong suốt, bởi do thế, sắc pháp ấy mới được gọi tên là thanh triệt."

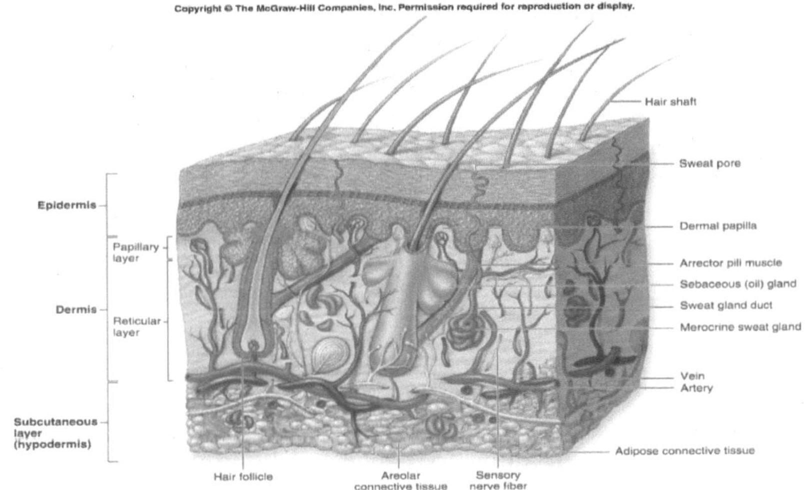

Hình 4.5. Cấu trúc các lớp da thịt của người [18].

- Tâm = Ý = Thức = Cái biết = Nhận thức.

Xét cho cùng, tâm (cái biết đơn thuần) chỉ có một, nhưng lại xuất hiện 89 hay 121 trạng thái là do bởi ba điều sau:

(1) Tâm nương tựa vào căn nào trong 6 căn.

(2) Tâm biết trần nào trong 6 trần.

(3) Những tâm sở phối hợp.

Điều quan trọng là cái biết đơn thuần ấy do duyên mà có. Nó xuất hiện cùng các tâm sở để thực hiện một việc gì đó rồi nhanh chóng biến mất. Một trạng thái tâm khác lại xuất hiện. Cứ như vậy mà làm nên dòng chảy tâm thức của tất cả mọi sinh vật.

Dưới đây là sự liệt kê mười ba sở hữu tâm có đặc tính tốt xấu tùy thuộc vào trạng thái tâm. Nếu là trạng thái tâm thiện thì mười ba sở hữu ấy là thiện. Ngược lại, nếu là trạng thái tâm bất thiện thì mười ba sở hữu ấy là bất thiện.

Bảng 4.3. Mười ba sở hữu tợ tha.

1. Xúc (Tiếp xúc)	2. Thọ (Cảm giác)	3. Tưởng (Suy tưởng)	4. Tư (Toan tính)	5. Nhất hành (Kiên định)	6. Mạng quyền (Duy trì)	7. Tác ý (Ý thành)
8. Tầm (Tìm cảnh)	9. Tứ (Dán tâm)	10. Thắng giải (Quyết đoán)	11. Cần (Nỗ lực)	12. Hỷ (Vui say)	13. Dục (Ham muốn)	

Bảng 4.4. Mười bốn sở hữu bất thiện.

1. Si (Ngu si)	2. Vô tàm (Không hổ thẹn với tội)	3. Vô quý (Không ghê sợ tội)	4. Phóng dật (Tán loạn)
5. Tham (Tham lam)	6. Tà kiến (Quan niệm sai)	7. Ngã mạn (So đo)	
8. Sân (Buồn giận)	9. Tật (Ganh tỵ)	10. Lận (Ích kỷ)	11. Hối (Cắn rứt)
12. Hôn trầm (Dã dượi)	13. Thụy miên (Buồn ngủ)		
14. Hoài nghi (Nghi hoặc)			

Bảng 4.4D. Hai mươi lăm sở hữu tịnh hảo.

1. Tín (Đức tin)	2. Niệm (Ghi nhận)	3. Tàm (Hổ thẹn với tội)	4. Quý (Ghê sợ tội)	5. Vô tham (Không tham)	6. Vô sân (Không sân)	7. Hành xả (Quân bình)

8. Tịnh thân (Thanh tịnh)	9. Tịnh tâm (Thanh tịnh)	10. Khinh thân (Nhẹ nhàng)	11. Khinh tâm (Nhẹ nhàng)	12. Nhu thân (Dễ dạy)	13. Nhu tâm (Dễ dạy)
14. Thích thân (Dễ nuôi)	15. Thích tâm (Dễ nuôi)	16. Thuần thân (Thuần thục)	17. Thuần tâm (Thuần thục)	18. Chánh thân (Chân chánh)	19. Chánh tâm (Chân chánh)
20. Chánh ngữ (Nói đúng	21. Chánh nghiệp (Làm đúng)	22. Chánh mạng (Sống đúng)			
23. Bi (Thương xót)	24. Tùy hỷ (Vui theo)				
25. Trí tuệ					

KẾT LUẬN

Mỗi lĩnh vực khác nhau thì lý giải về "Nhận thức" theo những cách khác nhau. Tuy nhiên cũng không thể phủ nhận rằng, chúng không có những điểm chung nhất định. Càng đào sâu thì lĩnh vực ấy càng tiệm cận đến sự thật, đến bản chất tột cùng. Điều quan trọng là, sau khi hiểu biết lí thuyết về nhận thức, chúng ta cũng nên tìm ra cho mình hướng ứng dụng. Ứng dụng ở đây được hiểu là làm sao cho nhận thức của con người trở nên "trong sạch". Chúng ta tiếp nhận thông tin và phản ứng lại như thế nào? Rốt ráo là để sửa đổi bản thân theo chiều hướng tích cực (giảm cái xấu và thêm cái tốt). Như vậy, trong bài báo cáo này, chúng tôi chỉ dừng lại ở mức độ sơ lược về nhận thức.

N.V.Q.B

Tài liệu tham khảo và trích dẫn

[1] **Hội đồng quốc gia chỉ đạo biên soạn từ điển bách khoa Việt Nam** (2011), *"Từ điển bách khoa Việt Nam" (in lần thứ 2) (tập 3),* nxb Từ điển bách khoa Hà Nội, 2003, tr. 239.

[2] **Oxford university press** (1948), "*Oxford Advanced Learner's Dictionary*", IBSN: 978-0-19-479879-2, nxb, năm 2011, tr.287.

[3] **Nhóm Ezpsychology** (2017), *"Tâm lý học trong nháy mắt" (tập 3),* ISBN: 978-604-88-2714-4, nxb Dân Trí, năm 2017, tr.10.

[4] **Robert J. Sternberg và Karin Sternberg** (2009), *"Cognitive Psychology"*, nxb Wadsworth Cengage Learning, ISBN-13: 978-1-111-34476-4, năm 2016, tr.3.

[5] **Carol Brown** (2006), *"Cognitive Psychology"*, nxb SAGE publications, ISBN-10 1-4129-1838-3, năm 2006, tr. 6.

[6] **Nhóm Ezpsychology** (2017), *"Tâm lý học trong nháy mắt" (tập 3),* ISBN: 978-604-88-2714-4, nxb Dân Trí, năm 2017, tr.12.

[7] **Phan Trọng Ngọ (chủ biên) – Lê Minh Nguyệt** (2016), *"Giáo trình các lí thuyết phát triển tâm lí người* (In lần thứ hai – 408 trang), ISBN: 978-604-54-2738-5, nxb Đại học sư phạm, năm 2016, tr.71-72.

[8] **Saul Mclaud** (2015), *"Cognitive Approach",* tct: https://www.simplypsychology. org/cognitive.html, ntc: 11/7/2018.

[9] **Nguyễn Văn Tường** (2010), *"Chuyên đề tâm lý học nhận thức",* ftc: *https://www.academia.edu/8097106/CHƯƠNG_I_NHẬP_MÔN_TÂM_LÝ_HỌC_NHẬN_THỨC_I._NHẬN_THỨC_LÀ_GÌ_VÀ_VAI_TRÒ_CỦA_NHẬN_THỨC, ntc: 11/7/2018.*

[10] **Đỗ Mạnh Cường** (2016), *"Nhận thức bản thân và ứng dụng trong giáo dục",* tct: *http://catechesis.net/index.php/muc-vu/huan-giao/3305-nhan-thuc-ban-than-va-ung-dung-trong-giao-duc,* ntc: 11/7/2018.

[11] **Hoàng Mỹ Hạnh** (2006), *"Bản chất của nhận thức và vai trò của nó trong việc sáng tạo khái niệm, phạm trù", tct: http://www.chungta.com/nd/tu-lieu-tra-cuu/ban_chat_cua_nhan_thuc-2.html, ntc: 11/7/2018.*

[12] **Dương Đình Tùng** (2016), *"Vấn đề ý thức trong Duy Thức học"*, tct: *http://vannghiep.vn/wp-content/uploads/2016/12/V%E1%BA%A5n-%C4%91%E1%BB%81-%C3%BD-th%E1%BB%A9c-trong-Duy-Th%E1%BB%A9c-h%E1%BB%8Dc-tt.pdf,* ntc: 11/7/2018.

[13] **Saddhamma Jotika**, *"Tổng hợp phân tích sắc siêu lý" (Sán Nhiên dịch), tr. 31-33.*

[14] **Bob Morreale** (2017), *"Anatomy of the eye"*, tct: *https://www.brightfocus.org/macular-glaucoma/infographic/anatomy-eye,* ntc: 30/09/2019.

[15] **Simple bio** (2018), *"The ear: structure and function"*, tct: *https://blog.kiversal.com/en/the-ear-structure-and-functions/,* ntc: 30/09/2019.

[16] **Jesada** (2019), *"Healthy and inflammation structure respiratory nasal sinus. Study*

nasal sinus. Education and research nasal", tct: https://stock.adobe.com /uk/images/healthy-and-inflammation-structure-respiratory-nasal-sinus-study-nasal-sinus-education-and-research-nasal/224734750, *ntc: 30/09/2019.*

[17] **Nguyễn Cao Thắng** (2011), *"Cấu tạo và hình thể của lưỡi"*, tct: *http://nhakhoahsl.com/84n/cau-tao-va-hinh-the-cua-luoi.html*, ntc: 30/09/2019.

[18] **Chai Nakpiban** (2009), *"Skin structure and function"*, tct: *http://cosbiology.pbworks.com/w/page/11556260/LESSON%206-01%20%E2%80%93%20Skin%20Structure%20and%20Function, ntc: 30/09/2019.*

ILLNESS and TREATMENTS

Thanh An

Introduction

If you are crazy about the moon, you cannot just take it down and put it in your alcove, even if you abhor it, the moon would not still shine upon the world because of your behavior. The sun still shines, the wind still blows; and outside the window, the birds are singing in beautiful garden. Everything that exists is still there, working is as their nature. Nobody can stop the moon shines. Human beings are born, grow up, old, sick and die. Who can stop this circle? Even though you are happy or unhappy, like or dislike, it is still the same. Human beings, however, do not know the reality nature and they have got stuck in sadness which was caused by illusion. To resolve humans' problem and guide right ways which lead to happy aims, about 2600 years ago, The Gautama Buddha preached a large number of words until now and later is to brighten up even the universe's darkest night. As the Buddha word:

"Dukkhaṃ ceva paññāpemi dukkhassa ca nirodhaṃ."[1]

I do teach one thing and one only: that is, dissatisfaction and the way to

[1] *Alagaddūpama Sutta*, MN.

liberation from dissatisfaction.

The teachings of the Buddha are like an infinite power that help others obtain the ultimate aims – the freedom from all sufferings. After more than twenty-five centuries, Buddhism has proven its absolute value when it exists and still develops strongly based on its robustness and helpfulness. Buddhism, furthermore, was accepted as being a system of thought – philosophy and as a way of life – religion as well.[2] From the past until now and later, beside the way of life, Buddhism was considered as a science, by practicing, Buddhism will bring us to the bright and clear path. One of the important factors of Buddhism of all is its ability to treat humans' pains including mental and physical one. that is the reason why the Buddha is called the greatest psychologist. To understand this point, we have to understand all methods which were preached by the Buddha which leads to stopping mental and physical pains – what we can call it is Buddhist Psychotherapy. In the modern medical systems, people conduct many researches on diseases diseases in two kinds of ways. They are Psychosis and Neurosis. In the same way, we can carry out studies of diseasies in the Buddhist Psychotherapy in two ways; physical diseases and mental ones. When we give a glimpse of the *Dhamma*, we will understand that the teachings of the Buddha are not strange to the modern medical systems because 2600 years ago the Buddha described all kinds of physical and mental diseases in His *Pāli Nikāya.* It is now a well-established fact that mental illnesses can be caused both by physical and mental factors or by a combination of both. Mental illnesses caused predominantly by physical factors have to be treated medically, using methods such as chemotherapy (medication), electroplexy and psychosurgery; illnesses caused by mental factors have to be treated psychotherapeutically. According to this system of Buddhist Psychotherapy, the mental factors that cause mental illnesses are identified as mental defilements - " the *kleshas*", but in dealing with *kleshas,* one has to understand - one has to see and know both one's own body and mind. The mind, even in its normal state, is full of *kleshas* or defilements. However, this paper is focus on the discussion of Buddhist Understanding on physical Illnesses and how to treat these illnesses following the teachings of the Buddha.

[2] Premasiri, P. D. Prof., *Studies in Buddhist Philosophy and Religion*, Buddha Dhamma Mandala Society, Singapore, 2006, pp 101-107.

Causes of illness

According to Buddhism, human beings are psychosomatic unit. All human beings are formed with mind and matter (*Nāma* and *Rūpa*). Mind and matter connect to each other according to *Paticcasamuppada* and 24 *Paccaya*. So, if we study Buddhist psychotherapy, we must know these two connections between mind and matter.

As discussed in the Law of Dependent Co-Origination (*Paticcasamuppada*) and the analysis of 24 relations *(paccaya)*, everything is dependent on various other related elements. This universal doctrine is also very common and equal to the early Buddhist analysis of psychopathology. So, we can find out the causes which make the people get mental illnesses and abnormal behaviors. These causes consist of mind and matter.

There are many causes. They are as follows:

Physical causes: the psychical background of any individual is *rūpa*. Therefore, we need to understand the four elements *Dhatu*. To have physical well-being, these elements should be balanced. Otherwise, it will cause to mental illnesses.

Psychological Causes: There are three causes which can make mental disorders such as Greed, Hatred and Delusion. We are facing mental problems due to these three poisons.

Kammical causes: To understand volitional action which are not only in the present life but also from the past lives. Kammic influences belong to previous existences and three excesses of humors in the present life. Three humors are: excess of wind, excess of bile or blood and excess of phlegm. Cultural and Environmental causes: There were two parrots in the *Jātaka* stories. The parrot which is in the robbers is cruel. The other one in the hermits is very polite. Here, we should understand how important an environmental cause is. Para-psychological Causes: Para-psychological influences are also recognized in the context of Buddhist psychopathology as an outstanding cause leading human beings to various problematic behaviors and mental disorders. Generally, in the rural area, women are attacked by the Demon. It is called Para-psychological cause. The five aggregates (*Khandha*), the six basic elements (four great elements *Mahabbuta* consciousness [*Vinnadhatu*] and space *AkasaDhatu*), the twelve bases (*Ayatana*), the eighteen secondary elements of perceptions (*Dhatu*), the analysis of four food (*Ahara*), the analysis of 24 relations (*Paccaya*) the analysis of faculties (*Indriya*) had been utilized by the Buddha in order to explain the psychophysical elements and their connections.

One point we have to very clear before finding out about physical illnesses that are symbols of *Dukkha.* According to the definition of Dr. W. Priyadarshana, The *Pāli* term '*dukkha*' coined in the early Buddhists cannon has been used to denote every unsatisfactory human experiences and predicaments. According to the language difficulties, it is very difficult to find out an equivalent English word that can directly convey the real meaning of *dukkha.* Therefore, English words such as satisfactoriness, 'happiness' 'distress' 'discomfort' 'dissatisfaction' 'sorrow' affliction 'anxiety' 'anguish' 'unease' are are used here for the understanding of the true meaning of the term *dukkha.* With regard to philosophical and psychological explanation of the term *dukkha,* it represents three stages, namely as physical mental and cosmic sufferings or suffering of bondage. In the final analysis, Buddhism understand three forms of mental illnesses, such aș mental illnesses caused by psychological reasons, by physical reasons and as cosmic sufferings. *Nibbāna* has been represented by Buddhism as the everlasting therapy which eradicates those three forms of mental sufferings eternally. As discussed above, the term '*dukkha*' has been used to convey three aspects of unsatisfactory human experiences, and predicaments. But when it is concerned the contextual usage, the term '*dukkha*' has been primarily utilized in the Buddhists context in order to denote the physical sufferings experienced by the people. The *Saccavibhanga*, further explains that the meaning of *dukkha* as physical pain, physical discomfort, and painful and uncomfortable feeling born of physical contact.

At the first place, the Buddha mentioned about this issue in his preaching as follow:

> *"Dveme, bhikkhave, rogā. Katame dve? Kāyiko ca rogo cetasiko ca rogo. Dissanti, bhikkhave, sattā kāyikena rogena ekampi vassaṃ ārogyaṃ paṭijānamānā, dvepi vassāni ārogyaṃ paṭijānamānā, tīṇipi vassāni ārogyaṃ paṭijānamānā, cattāripi vassāni ārogyaṃ paṭijānamānā, pañcapi vassāni ārogyaṃ paṭijānamānā, dasapi vassāni ārogyaṃ paṭijānamānā, vīsatipi vassāni ārogyaṃ paṭijānamānā, tiṃsampi vassāni ārogyaṃ paṭijānamānā,*

cattārīsampi vassāni ārogyaṃ paṭijānamānā, paññāsampi vassāni ārogyaṃ paṭijānamānā, vassasatampi, bhiyyopi ārogyaṃ paṭijānamānā. Te, bhikkhave, sattā sudullabhā lokasmiṃ ye cetasikena rogena muhuttampi ārogyaṃ paṭijānanti, aññatra khīṇāsavehi."[3]

Here, we can see that the effect of mentality on body are very profound. A mental patient's mind is sick. As a result, the sick mind makes his body also sick. It is difficult for a mental patient to see and know his sick mind because the mind is not a tangible component of a person. But it is comparatively easy to get a mental patient to see and know his own body as a tangible object of meditation. As repeatedly shown earlier, one becomes a mental patient due to mental or physical causes or both. Physical causes have to be removed mainly by medication (chemotherapy), shock therapy and psychosurgery. Mental causes have to be removed by the application seven methods of dealing with mental impurities (the *kleshas*) prescribed by the Buddha in *Sabbasava Sutta*. All people - normal and abnormal have *kleshas* in them; the difference between a normal person and an abnormal person is that the normal person is capable of managing his *kleshas* whereas an abnormal person is unable to manage his *kleshas*.

In order to see and know one's own *kleshas* one has to cultivate mindfulness (*sati*). This is a difficult task for the mentally sick people. Therefore, one has to cultivate 'sati' gradually. As given in *Satipatthana Sutta*, one must begin to cultivate mindfulness with one's own body or the body of another person. Mental patients tend to lose body awareness, so they lose control of their own bodies. Due to the lack of body awareness, tension in the body gets increased or may lead to depression. While tension may lead a patient to criminal behaviours, while depression may lead a patient to withdrawing from society or even to suicide commitment. Prolonged psychiatric medication may weaken the patient's body including his nervous system.

Physical Illness

In addition, in *Vinaya Pitāka*, the Buddha taught physical illnesses as follow:

[3] *Rogasutta, Indriyavagga* 16, *Aṅguttara Nikāya* 4.

"Tena kho pana samayena bhikkhūnaṃ sāradikena ābādhena phuṭṭhānaṃ yāgupi pītā uggacchati, bhattampi bhuttaṃ uggacchati. Te tena kisā honti, lūkhā, dubbaṇṇā, uppaṇḍuppaṇḍukajātā, dhamanisanthatagattā. Addasā kho bhagavā te bhikkhū kise lūkhe dubbaṇṇe uppaṇḍuppaṇḍukajāte dhamanisanthatagatte, disvāna āyasmantaṃ ānandaṃ āmantesi— "kiṃ nu kho, ānanda, etarahi bhikkhū kisā, lūkhā, dubbaṇṇā, uppaṇḍuppaṇḍukajātā, dhamanisanthatagattā"ti? "Etarahi, bhante, bhikkhūnaṃ sāradikena ābādhena phuṭṭhānaṃ yāgupi pītā uggacchati, bhattampi bhuttaṃ uggacchati. Te tena kisā honti, lūkhā, dubbaṇṇā, uppaṇḍuppaṇḍukajātā, dhamanisanthatagattā"ti."[4]

At that time, monks, afflicted by an affection occurring in the autumn, brought up the conjey they had drunk and brought up the rice they had eaten; because of this they became lean, wretched, of a bad colour, yellowish, the veins standing out on their limbs. The Lord saw these monks who were lean ... standing out on their limbs; seeing them, he addressed the venerable Ānanda, saying: "Now, how is it Ānanda, that at present monks are lean ... standing out on their limbs?". At present, Lord, monks, afflicted by an affection occurring in the autumn, brought up the conjey they had drunk and brought up the rice they had eaten; because of this they are lean ... standing out on their limbs.

To resolve the problem above, the Buddha accepted that his disciples used the five medicines, that is to say ghee, fresh butter, oil, honey, molasses, are medicines and are also agreed upon as medicines, and although they serve as nutriment for people yet they cannot be reckoned as substantial food. What now if he should allow monks to make use of these five medicines at the right time, if they have accepted them at a right time.

He allow monks, a (lower) grindstone, a (small) grindstone; if there is a reason, to make use of astringent decoctions as medicines: astringent decoctions from the nimb trees, astringent decoctions from the *kuṭaja*, astringent decoctions from the *pakkava*, astringent decoctions from the *nattamāla*, or whatever other astringent decoctions there are that are medicines if they do not serve, among solid foods, as a solid food, if they

[4] *Bhesajjakkhandhakaṃ VI. Mahāvaggapāli Dutiyo Bhāgo. Vinayapiṭake.*

do not serve, among soft foods, as a soft food; and having accepted them, to preserve them for as long as life lasts. He allows his disciple, if there is a reason, to make use of leaves as medicines: nimb-leaves, kuṭaja-leaves, cucumber-leaves, basil-leaves, cotton-tree leaves, or whatever other leaves there are that are medicines if they do not serve ... (any of these medicines). If there is a reason to make use of fruits as medicines: *vilaṅga*, pepper, black pepper, yellow myrobalan, beleric myrobalan, emblic myrobalan, goṭha-fruit or whatever other fruits there are that are medicines if they do not serve ... (any of these medicines). He allows monks, if there is a reason, to make use of resins as medicines: *hiṅgu*, *hiṅgu*-resin, *hiṅgu*-gum, gum, gum-*patti*, gum-*paṇṇī*, or whatever other resins there are that are medicines if they do not serve ... (any of these medicines)". He allows monks, if there is a reason, to make use of salts as medicines: sea(-salt), black salt, rock-salt, culinary-salt, red-salt or whatever other salts there are that are medicines if they do not serve, among solid foods, as a solid food, if they do not serve, among soft foods, as a soft food; and having accepted them, to preserve them for as long as life lasts. If there is no reason, there is an offence of wrongdoing for one who makes use of (any of these medicines).

The Buddha also had shown to his disciples some medicine to treat their diseases by materials in nature.

Mental illnesses

On the other hand, to cure mental illnesses, the Buddha taught on various methods that can be considered as psychological aspects. Here, in a brief way, I will present a few words on psychology.

Psychopathology is a term which refers to either the study of mental illness or mental distress as well as the manifestation of behaviors of an individual. The term psychopathology according to "Merriam-webstar" dictionary is study of psychological and behavioral dysfunction occurring in mental disorder or in social disorganization.

The word ''*psychopathology*'' derived from a Greek word: 'psyche' means "soul", 'pathos' is defined as "suffering", and 'logos' is "the study of". Generally, psychopathology is defined as the origin of mental disorders, how they develop, and the symptoms they might produce in a person.[5]

In the Buddhism, psychological facts are described very well and its treatment with the theory of psychotherapy while analyses the mental illness and abnormal behaviors of an individual at the beginning. Patients with mental disorders are normally treated by psychiatrists, or psychologists, who both specialize in mental health and diagnose and treat patients through medication or psychotherapy. These professionals systematically diagnose individuals with mental disorders using specific diagnostic criteria.[6]

The Buddhist Analysis on Psychopathology can be seen early Buddhism. Here, let us show some of them from various Buddhist discourses that can be seen all over in early teachings of the Buddha which gave a great detail regarding on psychopathology.

However, one thing is very special and important to cure their illness that is practice the meditation which shown in the Sutta to be concern. In the one preaching, the Buddha has taught:

> *"Sādhu, bhante, bhagavā yenāyasmā girimānando tenupasaṅkamatu anukampaṃ upādāyā"ti. "Sace kho tvaṃ, ānanda, girimānandassa bhikkhuno dasa saññā bhāseyyāsi, ṭhānaṃ kho panetaṃ vijjati yaṃ girimānandassa bhikkhuno dasa saññā sutvā so ābādho ṭhānaso paṭippassambheyya. Katamā dasa? Aniccasaññā, anattasaññā, asubhasaññā, ādīnavasaññā, pahānasaññā, virāgasaññā, nirodhasaññā, sabbaloke anabhiratasaññā, sabbasaṅkhāresu anicchāsaññā, ānāpānassati."*[7]

Here in, the highlight of this method was mentioned by the Buddha what showed the physical diseases in this way. They are eye-diseases (*cakkhu-rogo*) ear-disease (*sota-rogo*) body-disease (*kaya-rogo*) head-disease or headache (*sisa-rogo*) ear-disease or mumps (*kanna-rogo*) mouth-disease (*mukha-rogo*) teeth-disease (*danta-rogo*) cough (*kaso*) asthma (*saso*) cold (*pinaso*) burning sensation of the body (*daha*) cholera (*visucika*) leprosy

[5] https://en.wikipedia.org/wiki/Psychopathology

[6] Rudd. sagepub.com (PDF). Sage Pub *http://www.sagepub.com/upm-data/58633_Rudd.pdf. Retrieved 19 February 2015.*

[7] *Girimānandasutta. Sacittavagga. Aṅguttara Nikāya.*

(*kuttham*) boils (*gando*) smallpox (*rakhasa*). In the case of the Venerable *Girimānanda* to the alleviation of his sickness to enable him to get back to engaging in the practice of meditation. Here the text refers to *pahānasaññā*, the understanding of properly rejecting unwholesome thoughts: Whatever thoughts of sensual pleasure - thoughts of aversion - thoughts of violence or evil or unwholesome thoughts - that arise, they should be rejected, dispelled, abolished and caused to perish – this is the perception of rejection:

> "*Idhānanda, bhikkhu uppannaṃ kāmavitakkaṃ - byāpādavitakkaṃ - vihiṃsāvitakkaṃ - uppannuppanne pāpake akusale dhamme - nādhivāseti, pajahati, vinodeti, byantīkaroti, anabhāvaṃ gameti! Ayaṃ vuccatānanda, pahānasaññā.*"[8]
>
> Whoever is successful in these attempts will reach a stage that is described as: "*Ayaṃ vuccati, bhikkhave, bhikkhu vasī2 vitakkapariyāyapathesu. Yaṃ vitakkaṃ ākaṅkhissati taṃ vitakkaṃ vitakkessati, yaṃ vitakkaṃ nākaṅkhissati na taṃ vitakkaṃ vitakkessati. Acchecchi taṇhaṃ, vivattayi saṃyojanaṃ, sammā mānābhisamayā antamakāsi dukkhassā.*"[9]

This Bhikkhus is a Bhikkhu, who has gained control over the succession of thoughts. He will think whatever thought he desires to think, whatever thought he does not want to think, he doesn't think. He has cut off craving, with fetters removed and with the complete penetration of conceit he has made and end to suffering! To reach this stage the Buddha gives a detailed five-fold progressive description in the *Vitakkasaṇṭhānasuttaṃ* how all kinds of disturbing thoughts can be removed. He describes that one should avoid getting attracted or attached to any sign of arising thoughts that are connected with unwholesomeness, whether connected with desire, with ill will or with delusion:

> "*yaṃ nimittaṃ manasikaroto uppajjanti pāpakā akusalā vitakkā chandūpasaṃhitāpi dosūpasaṃhitāpi mohūpasaṃhitāpi,*"[10] by referring to any sign that is connected to wholesomeness: "*tassa tamhā nimittā aññaṃ nimittaṃ manasikaroto*

[8] *Ibid.*

[9] *Ibid.*

[10] *Vitakkasaṇṭhānasuttaṃ. Sīhanādavaggo. Majjhimanikāya*

> *kusalūpasaṃhitaṃ.*"[11] In this way those unwholesome thoughts get removed and the mind reaches a state full of tranquility, quietude and concentration: - "*tesaṃ pahānā ajjhattameva cittaṃ santiṭṭhati sannisīdati ekodi hoti samādhiyati.*"[12] If still some thoughts of unwholesome character may arise, he may also further remain alert by investigating the danger involved in these thoughts: "*... tesampi vitakkānaṃ ādīnavaṃ upaparikkhato ye pāpakā akusalā vitakkā chandūpasaṃhitāpi dosūpasaṃhitāpi mohūpasaṃhitāpi te pahīyanti te abbhatthaṃ gacchanti...*"[13] and again he will reach a calmed and queened position of the mind to proceed further in his meditation. Again in case of further distracting thoughts of the same impure character he should proceed in the following manner by forgetting them as well as by not paying any attention to them: "*...tesaṃ vitakkānaṃ asatiamanasikaro āpajjitabbo...*"[14] and if necessary to working further by stopping the thought formation process: "*... tesaṃ vitakkānaṃ vitakkasaṅkhārasaṇṭhānaṃ manasikātabbaṃ...*"[15] If he still shouldn't be successful then even forcefully he should beat and crush down these still arising thoughts even with teeth clenched and the tongue pressed against the upper gum: "*... dantebhidantamādhāya jivhāya tāluṃ āhacca cetasā cittaṃ abhiniggaṇhato abhinippīḷayato abhisantāpayato*"[16] and any such unwholesome thoughts will get abandoned.

Therefore, this method also has taught by the Buddha in the other Sutta are very clearly and essay to practice to prescribe these illnesses of mental and physical. In *Satīpatthana* Sutta, the Buddha has preached:

> "*Bhikkhave, bhikkhu araññagato vā rukkhamūlagato vā suññāgāragato vā nisīdati, pallaṅkaṃ ābhujitvā, ujuṃ kāyaṃ paṇidhāya, parimukhaṃ satiṃ upaṭṭhapetvā. So satova assasati,*

[11] *Ibid.*

[12] *Ibid.*

[13] *Ibid.*

[14] *Ibid.*

[15] *Ibid.*

[16] *Ibid.*

satova passasati. Dīghaṃ vā assasanto 'dīghaṃ assasāmī'ti pajānāti, dīghaṃ vā passasanto 'dīghaṃ passasāmī'ti pajānāti, rassaṃ vā assasanto 'rassaṃ assasāmī'ti pajānāti, rassaṃ vā passasanto 'rassaṃ passasāmī'ti pajānāti."[17]

In this sutta, The Buddha introduced in the following words this is the only way, Monks, for the purification of begins, for overcoming of sorrow and lamentation, for the destruction of suffering and grief, for reaching the right path, for the attainment of *Nibbāna* - namely the four foundations of mindfulness. However, we are concerned with *Satipatthana* to be used for therapeutically purpose only - that is to cure mental illnesses. We cannot go very far in gaining spiritual achievements such as *Jhanas* or realization of *Nibbāna*. In case of mental patients, *Satipatthana* has to be toned down and begin with a slower approach. *Satipatthana Sutta* guides us correctly to start with the development of body awareness - to be aware of one's own body or that of another person or persons. One's own body or that of another person is an object which can be touched and seen - the body is a tangible object. Therefore, it is easy to begin concentration on it. The Buddha, in *Satipatthana Sutta*, has recommended the following six methods of developing body awareness. They are:

Developing awareness of breathing process, *(anapana sati)*.

Developing awareness on the postures of the body sitting, standing, walking and sleeping postures, *(iriyapatha)*.

Developing clear comprehension of one's own actions such as talking, thinking and bodily functions, *(sampajana)*.

Developing seeing and knowing the impurities of the body, *(patikula manasikara)*.

Developing awareness of the elements of the body, *(dhatu manasikara)*.

Developing awareness of the process of decomposition of the body, *(nava - sivathika manasikara)*.

It is also easy for a mental patient to see and know his feelings associated with his body and mind. This sutta makes it clear that people generally

[17] *Satipaṭṭhāna sutta. Majjhima Nikāya.*

experience three kinds of feelings - I pleasurable ii unpleasant iii neutral (neither pleasurable nor unpleasant). Mental patients without many difficulties can understand these feelings - particularly the first two. A normal person in guided meditation can get to know and see several levels of feelings. Even pleasurable feelings can be divided into two groups - i mundane pleasure (*samisa sukha*) ii spiritual pleasure (*niramisa sukha*).[18] To cure all diseases perfectly, it is very important for the doctor to know that what kinds of symptoms the patience are suffering. When the doctor comes to know the symptoms of his patience, he can cure the disease. Hence, to cure our mental illnesses, we need theraputic ways are *Sīla*, *Samadhi* and *Paññа*, a noble truth, *Magga*. *Sīla* can cure our behaviors and Samadhi will treat our mind, the last one, Panna can get rid of all defilements.

The psychological and behavioral problems caused by hatred (*dosa*), *kopa*, *pakopa*, and so on are used as synonyms of *Dosa*. All the forms of hatred either as self-annihilation or social annihilation are comprehensively elaborated in terms of the concept *Vibhavatanha*. Those who are overwhelmed by *lobha* and *dosa* cannot perceive the things as they are. Therefore, this perverted mentality is known as *moha*. The deluded person regards what is impermanent as permanent, what is painful as happy, etc. Consequently, *Lobha*, *Dosa* and *Moha* are considered as the unwholesome drives leading human beings into many psychological problems and to problematic behaviors.

In the Buddhist teachings of Kamma, habitual actions are known in the context of psychopathology as the linkage which is conducive to bring some sorts of psychological problems and problematic behaviors into future existences from previous and present existence. Kammic influences belong to previous existence and imbalance of the four elements and three humors are also concerned as the central and crucial causes leading human being to various psychological problems and problematic behaviors. The *Karaniyametta sutta* mentions that some kind of hallucinations, anxiety and depression conditions caused by the invisible power. Psychological problems and problematic behaviors are recognized in the Buddhism as the malevolent powers of ghosts, demons, or gods. The *Milindapanha* also recognizes of gods that are conducive to perform some dreams. Consequently, Para-psychological influences are also recognized in the

[18] *see*: H. S. S. Nissanka, *Buddhist Psychotherapy*, Srilanka, 2015. Chapter 8.

context of Buddhist psychopathology as an outstanding cause leading human beings to various problematic behaviors and mental disorders.

Conclusion

In conclusion, physical illnesses and mental illnesses following the Buddha's teachings, besides these medicinen which shown by him in the *Sutta* and *Vināya Pitaka,* can be a threat to human illnesses, the most important issue is practicing meditation. If one practices according to the process of the Buddhist psychotherapy, he will be able to analyze things by himself and find the way to eliminate the main causes of his problems. We can understand what sort of character he has, what sort of mental illnesses he has, what sort of root causes are there and what sort of treatments he needs. The four foundations of mindfulness are essential to reduce our sufferings and to to be free from sufferings. They all are definitely psychological factors mundane or supra-mundane. Meditation is the best and better therapeutic for mental illnesses. The Buddha said that the four foundations of mindfulness is the only way way for the purification of mind, for the overcoming of sorrow and lamentation, for the disappearance of pain and grief, for reaching the noble path and for the realization of *Nibbāna.*

T.A.

Bibliography:

Aṅguttara Nikāya 5 vols. ed. R. Morries and E. Hardy. London: Pali Tesxt Society (PTS), 1885-1990.

Dīgha Nikāya 3 vols. T. W. Rhys Davids and J. E. Carpenter. London: Pali Tesxt Society (PTS), 1890-1911.

Majjhima Nikāya 3 vols. ed. V. Trenkner and R. Chalmer. London: Pali Tesxt Society (PTS), 1948-

1951.

Saṃyutta Nikāya 6 vols. ed. M. Leon Feer. London: Pali Tesxt Society (PTS), 1884-1904.

Herbet Guenther, *Meditation Differently*, Motilal Banarsidass Publishers Private Limited, India, 1992.

Nyanaponika Thera, *The Heart of Buddhist Meditation*, Rider & Company, London, 2007.

D. J. Kalupahana, *The Principles of Buddhist Psychology*, Buddhist Cultural Centre, Sri Lanka, 2018.

S. Gnanasiri, *Psychology in Buddhist Literature*, Buddhist Cultural Centre, Sri Lanka, 2008.

H. S. S. Nissanka, *Buddhist Psychotherapy*, Buddhist Cultural Centre, Sri Lanka, 2002.

A Dictionary of Buddhism. ed. Damien Keown, Oxford: Oxford University Press, 2003.

Encyclopedia of Budhhism. 8 vols. ed. G. P. Malalasekera, Sri Lanka: Gorvement og Cylon, 1997.

Thi hiên Hương Tích

MỘT LẠY, MUÔN KÍNH THƯƠNG

Lá phong vàng ngõ trúc
Đường thiền rợp bóng hoa
Lòng chợt rưng rưng nhớ
Vạt nắng phương trời xa

Thị Ngạn am khuất lấp
Sau rừng cây quạnh hiu
Bóng Thầy nghiêng nắng xế
Lung linh công phu chiều

Chỉ chừng đó, thinh lặng
Không gian tỏa ngát hương
Lời không lời bất tận
Ôi, mầu nhiệm lạ thường!

Tâm con bừng nở rộ
Quỳ dâng đóa trầm hương
Hướng vọng về Quê Mẹ
Một lạy,
Muôn kính thương ...

Đệ tử TN Hạnh Chi

(Tào Khê Tịnh Thất – sau thời công phu chiều)

HẠ CA

...

Từ ta gỡ hết buộc ràng
Mười lăm năm cũ hai hàng lệ rơi
Hoa dương rực rỡ vàng trời
Gót son chạm đất cất lời hát ca
Tiếng em vọng giữa giang hà
Thiết tha dưới hạ bóng tà dương huy
Dịu dàng dáng dấp từ bi
Tâm thường tịch tịnh có gì ngại đâu
Huệ là bát ngát thâm sâu
Nửa đêm đốt đuốc qua cầu tử-sinh
Thì thầm tiếng tụng Tâm kinh
Vượt qua ắt đến nơi mình phỉ phong
Bỏ công lặn lội ngược dòng
Cội nguồn phía trước bụi hồng sau lưng
Ca-lăng cất tiếng vang lừng
Ô hay Tịnh Độ đâu chừng quanh đây
Một màu nước biếc trời mây
Giữa làn hơi thở phút này đẹp sao
Không môn tinh tấn dấn vào
Mở ra vô tận nhiệm màu hỷ hoan
Cổng sài ngõ trúc thênh thang
Mà trong pháp bảo vô vàn thanh tân

Sáu căn chẳng mắc sáu trần

Nụ hoa hóa hiện pháp thân Phật-đà

Mới hay nguồn cội đâu xa

Rằng mười pháp giới cũng là từ đây...

Tiểu Lục Thần Phong

- TƯ LIỆU THAM KHẢO

Đáp ứng nhu cầu tham cứu của độc giả, Phật học Luận tập Hương Tích sưu tập các khảo luận có giá trị lịch sử học thuật trên các diễn đàn văn học xưa mà ngày nay rất ít độc giả có thể tiếp cận; đa phần các bài viết này đã xuất hiện từ 40 – 50 năm trước, có bài còn xưa hơn, nên không tránh khỏi vài hạn chế về kỹ thuật [vd, viết bằng máy đánh chữ, cách viết cước chú cho kỹ thuật in ấn thời kỳ đó] cũng như các dụng ngữ đặc thù của thời đại; Luận tập vẫn giữ nguyên như một giá trị Tư liệu Tham khảo.

Xin trân trọng giới thiệu. – BBT.

ĐỂ TIẾN ĐẾN VIỆC MÁY MÓC HÓA CÔNG TÁC DỊCH THUẬT

[Góp ý kiến với tỳ-kheo THÍCH MINH CHÂU,
Viện trưởng Viện Đại học Vạn Hạnh]

Lê Mạnh Thát

Gần đây, tỳ-kheo Thích Minh Châu trong một bài báo đăng trên tạp chí này nhan đề *"Thử tìm một đường hướng giáo dục cho Cao đẳng Phật học viện"* đã bàn đến một số vấn đề liên quan tới việc giáo dục tăng ni của nền Phật giáo nước ta, trong đó tác giả đã vạch ra một số nhu cầu, mà một nền giáo dục tăng ni Phật giáo ngày nay đã đáp ứng. Trong những nhu cầu ấy, nhu cầu phiên dịch Tam tạng kinh điển ra Việt văn đã không những bao hàm một ý nghĩa trọng đại đối với Phật giáo Việt Nam và Phật giáo đồ Việt Nam, mà còn bao hàm một ý nghĩa rất trọng đại đối với nền giáo dục Việt Nam và người Việt Nam. Nói là trọng đại và rất trọng đại, bởi vì hiện nay ở miền Nam này đa số những người có trách nhiệm đại học không những không đứng lên chủ trương những tạp chí khoa học kỹ thuật nhằm làm nơi chốn công bố những thành quả nghiên cứu khoa học kỹ thuật cho nhân dân ta trong tiếng mẹ đẻ của họ và chỉ bằng lòng đi công bố chúng qua những tạp chí khoa học ngoại quốc trong những ngôn ngữ ngoại quốc xa lạ với người Việt Nam và sinh viên, học sinh Việt Nam, mà còn không thực sự đóng góp vào việc làm phong phú tiếng nước ta qua việc dịch thuật những sách vở ngoại quốc, nhất là những sách vở khoa học và kỹ thuật. Họ chỉ bằng lòng viết ra những luận văn tiếng Pháp tiếng Anh một cách rất thông thạo như một số cha ông họ trước đây đã lấy làm hãnh diện trong việc đọc thuộc lòng những sách vở tiếng Trung Quốc và viết ra những văn chương thi phú tiếng Trung Quốc một cách hoa mỹ. Nguy hiểm hơn nữa, họ lại là những người làm công tác đào tạo ra những người Việt Nam có giáo dục, và như vậy, nếu cái đà viết và nghĩ theo ngoại quốc này cứ tiếp tục, những người Việt Nam có giáo dục mới này lại bước theo vết chân họ, viết và nghĩ theo ngoại quốc, và lại đi công bố những thành quả nghiên cứu khoa học của họ qua những tạp chí ngoại quốc, như cha anh họ đã làm, thế thì chẳng bao lâu nữa tiếng nước ta, tiếng nói của toàn bộ dân tộc ta, phải thoái bộ và bãi vị như một ngôn ngữ dân tộc, như một ngôn ngữ khoa học và kỹ thuật của kỷ nguyên khoa học và kỹ thuật này. Tình trạng này càng trở nên nghiêm trọng hơn khi chúng ta nhìn đến những con số thống kê trạng huống trí thức của thời đại ta ngày nay. Chẳng hạn trong số những nhà khoa học đã từng sống trong lịch sử nhân loại, thì hơn 95% những nhà khoa học này hiện đang sống và làm việc trên thế giới mà đa số những thành quả nghiên cứu của họ đều xuất bản trong những ngôn ngữ như Anh, Pháp, Nga, Đức, mà một phần đáng kể trong chúng đã đến từ những người đã không chịu viết bằng tiếng mẹ đẻ của họ. Và nếu nhìn đến con số thống kê những xuất bản của những chuyên khoa đại học ngày nay, người ta mới thấy chúng kếch xù như thế nào. Lấy hóa học làm thí dụ. Chỉ dùng số những công bố, mà Chemical Abstracts của Hội hóa học Mỹ đã toát yếu qua ba phần tư thế kỷ này, người ta nhận ra là, số những công bố hóa học gấp bội một cách lũy thừa, cứ sau mỗi tám năm: Hội ấy đã toát yếu trong một năm hơn một phần tư triệu công bố hiện nay (1). Trong một viễn tượng như thế, nếu muốn theo kịp với những tiến bộ của những nước khác, ngay cả những nước đã kỹ nghệ hóa ngày nay như Mỹ, Nga, Anh, Pháp cũng đã phải bàn đến công tác dịch thuật những công bố khoa học và kỹ thuật và cách thế để thi hành nó một cách có hệ thống và hữu hiệu nhằm thông báo cho những nhà khoa học của họ những thành quả nghiên cứu của những khoa học gia ngoại quốc, huống nữa là nước ta với một tình trạng kinh tế phải kỹ nghệ hoá, một tình trạng giáo dục phải canh tân và một tình trạng tri thức phải được phong phú. Do vậy, việc tỳ-kheo Thích Minh Châu bàn đến công tác dịch thuật trên có ý nghĩa trọng đại và rất trọng đại không những cho những người quan tâm với tình trạng trí thức của Phật giáo Việt Nam, mà còn cho những ai còn lo nghĩ đến tương lai dân tộc và giáo dục Việt Nam. Điều đáng tiếc là Thầy chỉ bằng lòng đưa ra một giải pháp dài hạn ngay cả cho việc giải quyết công tác phiên dịch Tam tạng kinh điển Phật giáo, đấy là đào tạo ra một số dịch sư cần thiết, chứ khoan nói chi tới đóng góp vào việc giải quyết công tác dịch thuật một cách tổng quát. Chúng tôi vì thế xin đóng góp thêm một vài ý kiến ở đây trước cho việc giải quyết vấn đề phiên dịch những Tam tạng kinh điển Phật giáo, mà tỳ-kheo Thích Minh Châu đã nêu lên, và sau để vạch thử ra một cách thế giải quyết vấn đề phiên dịch một cách căn để nhằm sửa sai tình trạng khuyết hám trên của đời sống trí thức của dân tộc ta. Chúng tôi xin bàn đến việc máy móc hóa công tác dịch thuật.

I

Nói đến việc máy móc hóa công tác dịch thuật hay việc dịch bằng máy ở đây nhất là đối với kinh văn như kinh điển Phật giáo tất sẽ không tránh khỏi những bàn tán dị nghị và đôi khi những chỉ trích xuyên tạc. Điều này, nếu xảy ra ở nước ta hiện nay, dĩ nhiên không phải là không có tiền lệ. Zhirkov (2) trước đây khi bàn một báo cáo của Kulagni và Mel'chuk về khía cạnh ngôn ngữ học của bản dịch bằng máy cuốn sách toán học từ tiếng Pháp ra tiếng Nga đã kể lại cho chúng ta câu chuyện của Smirnov-Troyansky, theo đó Troyansky phát minh ra một phương pháp phiên dịch bằng máy vào năm 1939 và đến nhờ Hàn lâm viện khoa học Sô viết nghiên cứu nó về phương diện ngôn ngữ học, nhưng những nhà ngữ học Nga thời đó coi nó như không thực tiễn và hoàn toàn không cần thiết. Đến năm 1944 một đại hội cao cấp những chuyên viên cơ học, kỹ thuật điện học và ngôn ngữ học được triệu tập ở Viện tự động học và viễn cơ học của Hàn lâm viện để bàn về nó và kết quả là những chuyên viên cơ học và điện học tìm cách chứng minh «tính bất khả hữu» của việc dịch bằng máy, và Zhirkov kể tiếp, những chuyên viên này lại nói đến những chuyện như chữ đồng âm dị nghĩa, chữ đồng nghĩa dị âm đến nghĩa bóng nghĩa đen v.v... để làm nản lòng việc tạo ra một máy dịch thí nghiệm cỡ nhỏ. Tiền lệ này, xin nhớ là, chỉ xảy ra cách đây hơn 25 năm và do đó không xưa xóc gì cho lắm. Vì vậy, nếu sự cổ xuý việc phiên dịch kinh điển Phật giáo có tạo nên những dị nghị, điều ấy cũng là một thường tình. Điểm quan trọng là, trong khi các nước khác đang nghiên cứu cách thế để hoàn thiện công tác phiên dịch bằng máy, trong ngôn ngữ của nước họ, thì ít nhất nước ta cũng phải bắt đầu sửa soạn bàn đến việc phiên dịch bằng máy những sách vở ngoại quốc ra tiếng ta, hầu đóng góp vào việc giải quyết cái nghèo nàn trí thức hiện nay ở miền Nam này. Không những thế, những người ngoại quốc đã bắt đầu hơn mười năm lại đây nghiên cứu sách ta nhằm dịch sách ta ra tiếng họ. Andreyev chẳng hạn trong một báo cáo cho Hội nghị quốc tế về việc dịch bằng máy đã cho biết là, phòng thí nghiệm phiên dịch bằng máy ở trường Đại học Leningrad của ông đã phát triển một cách tính phân tích độc lập cho tiếng ta. Việc đó, ngoài công tác làm giàu ngôn ngữ và trí thức của dân tộc ta bằng dịch máy, bắt buộc chúng ta phải đóng góp ít nhiều vào việc nghiên cứu tiếng ta trong viễn tượng dịch này cho thế giới. Ngay cả khi gạt bỏ những lý luận này việc phiên dịch bằng máy tự chính nó cũng vẫn đang theo đuổi nhất là đối với nền điển tịch Phật giáo, một nền điển tịch khá phồn tạp và đa biệt. Nếu nhìn lại lịch sử truyền dịch của nền điển tịch này trong những nước khác nhau, chúng ta có thể thấy tại sao giải pháp những dịch sư chỉ là một giải pháp dài hạn.

Hiện nay, kinh điển Phật giáo được bảo tồn trong bốn tạng kinh khác nhau, nếu ta loại bỏ tạng Mông Cổ và tạng Mãn Châu, cả hai được dịch giữa những thế kỷ 17 và 18; đấy là tạng Phạn vẫn gồm luôn những bản văn thuộc Phạn văn hỗn chủng và tục văn, tạng Pali, tạng Hán văn và tạng Tạng văn. Qua bốn tạng này hai tạng Hán và Tạng văn, dù là dịch tạng, đóng một vai trò quan trọng cho việc tìm hiểu Phật giáo không kém gì hai tạng trước, và lịch sử truyền dịch của chúng cho ta thấy gì? Về Hán tạng, lịch sử hình thành nó trải dài trên gần một ngàn năm và hoàn toàn thực hiện nhờ vào lịch sử dưới sự bảo trợ của chính quyền đương thời, mà thí dụ nổi bật là Kumarajiya ở Trường An dưới triều Tiên Tấn, Gunabbdra ở Nam kinh dưới triều Lương, Jñàgupta ở Trường An dưới đời Tùy, Huyền Tráng ở Trường An dưới triều Đường v.v… Về phía tạng Tạng văn, vấn đề truyền dịch điển tịch, dù có hệ thống và phân cách hơn tạng Hán văn nhiều, cũng vẫn trải dài trên hơn 400 năm với những dịch sư thạc học uyên bác.

Kinh nghiệm truyền dịch của tạng kinh này cho chúng ta những gì? Ngay khi đã hệ thống nguyên tắc và dịch ngữ tới một mức độ đồng nhất chưa từng thấy, mà kết quả là thiết lập nên bản mục lục Ldandkar mà tổng kê những kinh điển dịch cho tới khoảng năm 812 tượng trưng giai đoạn dịch thuật thứ nhất và cuốn từ vựng Mahavyutpatti làm cơ sở cho dịch ngữ của giai đoạn dịch thuật thứ hai của nó sau vụ tranh luận Bsamyas, các dịch sư Ấn và Tây Tạng cũng tốn hơn 300 năm để hoàn tất việc dịch tạng kinh Tây Tạng như chúng ta có nó hôm nay. Nếu kinh nghiệm truyền dịch hai tạng kinh này kéo dài đến một thời gian như vậy với hệ thống những dịch sư, thì như vậy phải chăng chúng đã được thực hiện với những phương pháp cổ truyền? Trả lời câu hỏi này, chúng ta lấy trường hợp *Quốc dịch nhất thiết kinh* (Kokuyaku Issaikyo) của Nhật Bản. Nó được thực hiện và xuất bản giữa những năm 1928-1945. Đại thể cách tổ chức và nguyên tắc phiên dịch của tạng này như sau. Mỗi một loại văn hệ được giao phó cho một chuyên viên của văn hệ đó nghiên cứu và dịch, như Bát-nhã thì giao phó cho Shiio Benkyô, Niết-bàn thì giao cho Matsumoto, Đại tập cho Mochizuki v.v., rồi mỗi chuyên viên này sẽ chọn lấy một bản kinh, nếu bản kinh ấy có nhiều trùng dịch để dịch tham khảo với Phạn bản hay Tạng bản, nếu nguyên bản Phạn và Tạng bản còn, và trình bày một phân tích cho nó như lời tựa nhằm báo cáo cho người đọc biết lịch sử hình thành bản kinh đó cùng địa vị của nó trong lịch sử điển tịch cũng như tư tưởng của Phật giáo. Vì thế, tạng dịch kinh này thực sự không gì hơn là một tạng tuyển dịch, và văn khí của nó trên nguyên tắc hầu như chỉ là một thay đổi nhỏ mọn văn khí tạng Hán văn. Dẫu thế, nó cũng tốn hơn hai mươi năm để thực hiện. Và đây chưa kể đến vấn đề nhân sự, mà công tác này đã yêu cầu, và đã được đào tạo hơn ba mươi năm về trước. Những dịch giả như Ui, Ono, Tokiwa, Yabuki v.v... cùng với những tên kể trên là những người đã được huấn luyện không phải như là những dịch sư, mà là như những giáo sư đại học và những học giả. Với kinh nghiệm này, chúng ta vì thế phải đặt một chương trình dài hạn cho việc phiên dịch Tam tạng kinh điển Phật giáo, theo giải pháp dịch sư không phải 5, 10 hay 20 năm, mà ít nhất là 30 năm nếu chúng ta muốn việc phiên dịch Tam tạng kinh điển không phải là một tuyển dịch tạng Hán như Kokuyaku Issaikyô hay tuyển dịch tạng Pali như tạng Anh văn, và nếu chúng ta muốn việc Việt dịch Tam tạng kinh điển không chỉ giới hạn vào tạng Hán văn hay Pali, mà cả tạng Phạn văn và Tạng văn, như chúng xuất hiện ngày nay. Nói cách khác, việc huấn luyện những dịch sư có khả năng dịch đòi hỏi chúng ta phải làm cho họ có khả năng hiểu biết một cách tương đối phải chăng những bản văn họ sẽ dịch và những gì liên hệ với nó, mà trong trường hợp này của nền điển tịch Phật giáo với tất cả những đa tạp ngôn ngữ và phổ phí tư liệu không gì hơn là Phạn văn, tục văn, Pali, Hán văn, Tạng văn, Mông Cổ, và nếu có thể, Mãn Châu, và một số những ngôn ngữ địa phương Ấn-độ, Ba Tư và Trung Á khác như Ma-ga-dhi, Xau-me-ri, Gandhari, Sa-ca, Sốc-đa, Tốc-ca, Cố-tan v.v... Và đây là chưa kể đến việc giáo dục những dịch sư này cho họ có những kiến thức tổng quát về những vấn đề lịch sử chính trị, xã hội, kinh tế, địa lý liên quan với vấn đề mà bản văn họ nghiên cứu. Trong khi thực hiện việc giáo dục và huấn luyện này, mà thời gian có thể kéo dài 10, 15 năm, chúng ta tiếp tục chỉ có những dịch kinh điển Phật giáo một cách lẻ tẻ không hệ thống. Nói thế, chúng ta cũng chưa bàn đến tình trạng nhân sự hiện nay của Giáo hội với sự thiếu thốn những cán bộ lãnh đạo và hoằng pháp có thực học và kinh nghiệm biểu hiện không những qua sự vắng mặt một cách đáng phàn nàn của công tác hoằng pháp giữa những dân tộc thiểu số anh em sống bên cạnh dân ta và thuộc vào đại gia đình những người Việt Nam, mà còn qua sự khuyết phạm những cán bộ lãnh đạo cấp dưới nhằm cho hạ tầng tổ chức của Giáo hội, nói riêng, và cho toàn bộ tổ chức Giáo hội nói chung. Sự thiếu thốn này chúng ta phải nhấn mạnh và cân nhắc cách kỹ lưỡng và thân thiết, khi vạch nên một đường hướng cho Cao đẳng Phật học viện và khi bàn đến công tác dịch thuật Tam tạng kinh điển trong khuôn khổ tình trạng nhân sự đây, mà cùng với vấn đề giáo dục kể trên không thể giải quyết một sớm một chiều được. Do vậy, chúng tôi thiết nghĩ việc máy móc hóa công tác dịch thuật không những hứa hẹn nhiều giải quyết cho vấn đề phiên dịch những kinh điển Phật giáo, mà chúng ta sẽ tạm thời lo lắng ở đây, nhưng còn phiên dịch nói chung những sách vở khoa học và kỹ thuật ngoại quốc nhằm đóng góp một cách thiết thực vào công tác mở mang giáo dục và kinh tế nước ta và cải thiện một phần nào cái tình trạng trí thức lạc hậu nói trên của những người có giáo dục ở miền Nam này.

II

Bàn đến việc phiên dịch bằng máy, chúng ta phải bàn đến hai vấn đề sau. Thứ nhất là vấn đề ngôn ngữ học của những bản văn muốn dịch và vấn đề thứ hai là vấn đề kỹ thuật học của cái máy dịch. Về vấn đề ngôn ngữ học, công tác phiên dịch bằng máy ngày nay đang đối diện với những khó khăn đáng chú ý, mà nhiều cách thế quan điểm giải quyết đã được đề ra. Chỉ đến lúc chúng ta vượt qua những khó khăn ấy phiên dịch bằng máy mới được thực hiện một cách hữu hiệu, bởi vì việc chế tạo nên một máy dịch hầu như hoàn toàn tùy thuộc vào việc xác định một quá trình phiên dịch, mà chiếc máy đó phải thực hiện. Thế thì, những khó khăn đó là gì và chúng ta sẽ giải quyết như thế nào? Về khía cạnh lý thuyết, những khó khăn đó nằm trong việc tìm trả lời cho một số câu hỏi kiểu dưới đây. Vấn đề phiên dịch thông thường đòi hỏi ít nhất bốn điều kiện để được thỏa mãn, đấy là, 1/ sự hiểu biết ngôn ngữ của bản văn phải dịch hay ngôn ngữ gốc và ngôn ngữ mà bản văn phải được dịch vào hay ngôn ngữ đích, 2/ một sự hiểu biết tổng quát những gì liên quan với bản văn phải dịch và phải được dịch, 3/ một kiến thức chuyên môn về nội dung của bản văn phải được dịch, và 4/ sự biết lợi dụng kinh nghiệm dịch để làm việc dịch mỗi ngày mỗi hơn, và bốn điều kiện này thông thường được những người thực hiện công tác dịch thỏa mãn. Bây giờ, máy dịch có thể thỏa mãn những điều kiện này không? Trả lời câu hỏi này, nhiều lý thuyết gia của khoa dịch máy đã vạch ra hoặc máy dịch không thể thỏa mãn tất cả bốn điều kiện ấy, vì vậy một bản dịch hoàn thiện bằng máy dịch sẽ không bao giờ thực hiện được, (4) hoặc máy dịch, mặc dù có tất cả những khó khăn và bất toàn của nó, cần phải được phân tích kỹ lưỡng hơn nhằm đề lên những cách chữa trị mới (5). Chúng ta dĩ nhiên không cần phải đi sâu vào những tranh luận lý thuyết này ở đây, dù chúng có những hàm ngụ khá sâu xa đối với việc giải quyết vấn đề dịch máy. Điều cần nói là, chúng không phải là con đẻ của thời đại đó. Những ai đã từng thử dịch một bản văn hay một đoạn văn đều nhận thấy là, ngay cả khi cùng một dịch giả dịch cùng một bản văn, nếu nó được thực hiện hai lần khác nhau, chúng ta tất có hai bản dịch khác nhau. Tình trạng này như vậy khinh thường mọi nỗ lực nhằm thiết định một tiêu chuẩn thực nghiệm cho việc đánh giá một bản dịch. Và hậu quả là một bản dịch hoàn thiện chỉ là một lý tưởng hóa của lý thuyết. Điểm này không có chứng minh một cách thực nghiệm. Lịch sử phiên dịch của Phật giáo Trung Quốc là một thí dụ. Cái tình trạng «ngũ thất bản» và «tam bất dị», mà Thích Đạo An đã vạch ra gần 17 thế kỷ trước đây, ngày nay vẫn còn là những vấn đề cho những ai lưu tâm đến phiên dịch. Trong hai thế kỷ đầu của lịch sử Phật giáo, hai trường phái phiên dịch đã xuất hiện trong việc trả lời cho câu hỏi phải dịch kinh điển Phật giáo như thế nào. Một bên gồm có An Thế Cao và Chi Thuyền chủ trương phải dịch một cách trung thực theo sát nguyên bản Phạn văn và bên kia ngược lại gồm Chi Khiêm và Dharmaraksa chủ trương bản dịch không cần phải theo sát và chỉ cần dịch một cách bóng láng hoa mỹ những ý chính của nguyên bản. Hai quan niệm này sau đó thay nhau chi phối lịch sử phiên dịch Phật điển Trung Quốc mặc dù những lý luận và phàn nàn của Thích Đạo An, mà ta đã thấy qua cái tình trạng ngũ thất bản, tam bất dị kể trên. Không lâu sau Đạo An chết chẳng hạn, Kumarajiva đã tiếp tục khuynh hướng dịch của Chi Khiêm và Dharmaraksa: dù lần này cẩn thận và đầy đủ điều kiện hơn, với cái lý luận rằng, kẻ đọc dịch bản giống như những kẻ được trún cơm chỉ ăn những gì người khác đã mem nhai cho, vì vậy nhiệm vụ của người dịch là làm sao chuyển đạt nguyên ý của bản văn qua cho người đọc bản dịch văn, chứ không cần phải dịch sát nguyên bản. Huyền Tráng hơn hai trăm năm sau cũng không làm gì hơn là bước theo những vết chân của Kumarajiva, dẫu người viết tiểu sử ông đã cho chúng ta biết tại sao vì những cơn ác mộng mà Huyền Tráng đã bỏ cái ý định «tương thuận chúng ý như La Thập sở phiên trừ hệ khử trọng». Và cái tình trạng «ngũ thất bản tam bất dị» của Đạo An vẫn tiếp tục ngự trị lịch sử phiên dịch Trung Quốc. Về phía dịch bản Tây Tạng, chúng ta có một tình trạng hoàn toàn tương phản. Những dịch giả Tây Tạng không những đã dịch sát từng chữ một những nguyên bản Phạn văn, nhờ đó công tác tái kiến những nguyên bản từ những đoạn phiến đã trở thành dễ dàng đối với những học giả ngày nay, mà còn đóng góp vào việc tạo nên một ngôn ngữ Tây Tạng theo hình dáng của ngôn ngữ Phạn văn. Điểm này tương tự như sự lệ thuộc nước Đức vào «đế quốc La mã» đã làm ngôn ngữ Đức mang một hình dáng của ngôn ngữ La tinh. Qua những thí dụ này, chúng ta có thể rút ra một kết luận khá lôi cuốn, đó là tình trạng phát triển của một ngôn ngữ ảnh hưởng khá lớn đối với lập trường phiên dịch của ngôn ngữ đó. Điều đấy dẫn nhiều người đến việc coi việc xác định một bản dịch hoàn thiện là không thể làm được với tất cả những khả biến nhân sự và ngôn ngữ vừa nói. Vậy thì vấn đề ngôn ngữ học của việc dịch máy phải được giải quyết như thế nào và cách thế giải quyết sẽ ảnh hưởng những giải đáp cho câu hỏi lý thuyết trên ra sao?

Trả lời những câu hỏi này, chúng ta phải bàn về khía cạnh thực tiễn của vấn đề đó, mà trong trường hợp này không gì hơn là việc phiên dịch Hán văn và Tạng văn ra Việt văn. Không cần phải nói là, tạng Hán và Tạng văn ngày nay tượng trưng hai nguồn tài liệu chính và kếch xù nhất của nền văn học Phật giáo. Việc chúng ta lựa chọn hai tạng này, ngoài lý do vừa kể, đến từ cái ý nghĩ là, vì đây là một dự án đầu tiên của việc dịch bằng máy, chúng ta nên chọn những ngôn ngữ nào gần gũi nhất với ngôn ngữ ta, để xem tác vi của ngôn ngữ ta như thế nào trong những bản dịch như thế và để giảm trừ những rắc rối cú pháp và luận lý tới mức độ tối thiểu, mà, nếu chọn một ngôn ngữ khác như Pàli hay Phạn, sẽ giàn trải ra không biết bao nhiều ngành ngọn. Vấn đề ngôn ngữ học của những ngôn ngữ này trong liên hệ với ngôn ngữ ta qua một bản dịch máy ra sao? Trước hết, ngôn ngữ Trung Quốc và ngôn ngữ ta chia xẻ một số lớn những ngữ vựng chung tới gần 70-80%, và tình trạng này càng trở nên rõ rệt và thông thường hơn trong các sách vở Phật giáo, vì thế trong khi dịch Hán văn ra Việt văn, chúng ta có thể để nguyên không phải dịch một số lớn những từ ngữ mà phần trăm có thể lên đến 20 cho đến 30 và đôi khi 50. Tuy nhiên, nền văn học Phật giáo Trung Quốc như kẻ khai sinh ra cho nền văn học biền văn và tiểu thuyết Trung Quốc tất phải đầy dẫy những ngôn ngữ hằng ngày của người Trung Quốc của thời đại những bản văn được dịch, mà số từ ngữ có thể lên đến 80%. Do vậy, vấn đề ngôn ngữ học đầu tiên là thiết lập một cuốn từ vựng lấy nghĩa làm đơn vị nhằm giải quyết số từ ngữ thông thường ấy. Cách giải quyết này tất rất giới hạn trong tính hữu hiệu của nó, mà những thí nghiệm trong những năm qua với những ngôn ngữ khác đã chứng tỏ, dẫu nó là cách thuận lợi và rẻ tiền nhất. Việc thiết lập nên một tự vựng sẽ gồm hai công tác sau. Công tác thứ nhất nằm trong việc phân tích cơ cấu của ngôn ngữ Trung Quốc và ngôn ngữ ta, nhằm thiết định một số những cú pháp và đặc ngữ, mà cách giải quyết tự vựng có thể giải quyết và không cần đến những thủ tục luận lý máy móc rắc rối. Chẳng hạn, những kiến trúc như «vân hà… gia?», «thị thời», «dĩ thời», «dĩ hà duyên cố» v.v… có thể tổ chức thành những đặc ngữ với những tương đương của tiếng ta. Công tác thứ hai là phân tích những từ ngữ thành hai loại: loại thông ngữ dùng hằng ngày và phải được dịch ra tiếng ta, và loại thuật ngữ có chung với tiếng ta không cần phải dịch. Để hoàn tất công tác này, chúng ta có một số từ điển Phật giáo Hán Anh, Hán Nhật và một số những Hán ngữ thực dụng khác. Nhưng để bắt đầu, chúng tôi thiết nghĩ, chúng ta phải chia lịch sử phiên dịch Trung Quốc thành ít nhất ba giai đoạn, như người xưa đã làm, là giai đoạn cổ dịch, cựu dịch và tân dịch. Trong mỗi giai đoạn, chúng ta lại phải xếp dịch bản của một dịch giả thành một đơn vị, để có thể thiết lập nên những dụng ngữ và cú pháp đặc biệt của dịch giả đó. Chẳng hạn, chúng ta phải xếp những dịch bản của An Thế Cao thành một đơn vị, của Lokaksema thành một đơn vị khác, Dhammaraksa thành một đơn vị thứ ba v.v... Tất nhiên, trong khi làm việc này, vấn đề một số dịch bản thất dịch cũng như một số khác dịch giả bất tường khả nghi sẽ đặt nên những khó khăn. Dầu thế, chúng không phải là không thể vượt qua. Những nghiên cứu của các học giả khác sẽ giúp giải quyết chúng một cách khá ổn định, hay nếu không, với công tác thiết lập từ vựng và phân tích cơ cấu văn thể chúng ta ít nhất cũng có thể giải quyết và sửa sai những giải quyết của các học giả trước. Sau khi đã xếp đặt những dịch bản thành những đơn vị, chúng ta bắt đầu thiết lập những bản từ vựng và cú pháp cũng như những nguyên tắc chỉ đạo phiên dịch, mà dịch giả đã đề ra, để hiểu thêm hơn cách dịch của họ. Việc bây giờ là xác định tần số của những từ ngữ của cuốn từ vựng, để biết những từ ngữ nào xuất hiện nhiều lần nhất và phần trăm của chúng là bao nhiêu trong liên hệ với những từ ngữ xuất hiện ít lần hơn hay chỉ xuất hiện một hai lần, với mục đích giúp xác định một phần nào những điều kiện, mà một máy dịch phải thỏa mãn. Sự tính tần số này dĩ nhiên có thể miễn trừ cho những thuật ngữ, vì chúng sẽ không ảnh hưởng đến nhiều vấn đề ngôn ngữ học phải giải quyết ở đây. Về thông ngữ, chúng tôi thiết nghĩ, số nó không lên quá 4000 chữ, nhất là những chữ với một tần số cao, dẫu trong mỗi bản kinh nó chiếm đôi khi gần tới 80%. Điều này cố nhiên không có gì lạ, bởi vì, nếu tần số của chúng cao thì lượng số của chúng phải nhỏ, một hàm số nghịch biến. Đến đây, chúng ta có thể khởi sự sửa soạn việc dịch bằng máy. Để sửa soạn (10), chúng ta còn có hai vấn đề nữa phải giải quyết. Vấn đề thứ nhất là chúng ta phải mật mã hóa chữ Hán như thế nào? Cứ tình trạng hiện tại, chúng tôi nghĩ, cách tiện nhất là, chúng ta triệu tập một số khoảng hai ba người hay nhiều hơn nếu có thể, rồi nhờ họ đọc hết tất cả những bản dịch Đại tạng kinh chữ

Hán theo cách đọc tiếng Việt ta, như «như thị ngã văn nhất thời...», cho chúng ta ghi lên những cuốn băng. Sau khi đã có những cuốn băng và đã kiểm soát chúng, để xem những người đọc có bỏ sót câu chữ nào không hay đã đọc một chữ theo những phát âm khác nhau (như «nhất thiết» với «nhất thế», «thì hữu Bà *tha chủng* xuất gia lai nghệ *phật* sở *hiệp* chưởng vấn tấn» với «thì hữu Bà *sa chưởng* xuất gia lai nghệ *phát* sở *hợp* chưởng...») nhằm sửa chúng lại, xong, chúng ta có thể hoặc giao cho những người đánh máy đánh ra, rồi đưa qua cho người đánh máy thủng đánh thủng những bản dịch đó vào những thẻ dùng cho máy tính điện tử, hoặc giao trực tiếp cho những người đánh máy thủng đánh thủng vào những thẻ, hoặc, nếu có máy đọc trực tiếp cho máy tính, cho đánh máy với một máy chủ thích hợp rồi giao cho máy đọc. Vấn đề thứ hai là, chữ Hán đọc theo tiếng ta có một số những chữ đồng âm dị nghĩa như *thị* (thấy) với *thị* (là), *thị* (cho), v.v., mà chỉ cần đọc sơ qua cuốn Hán Việt tự điển của Đào Duy Anh cũng có thể cho ta một vài ý niệm. Thế thì chúng ta phải giải quyết chúng thế nào? Đây là một vấn đề tương đối khó khăn nhất của việc phiên dịch bằng máy. Qui patrem sum necat non peccat! Nhất là trong những trường hợp như của chúng ta, ở đó những chữ đồng âm dị nghĩa đôi khi lên tới những mười hai mười ba chữ. Chúng tôi thiết nghĩ, chúng ta có thể dùng một thủ tục luận lý, theo đó chữ *thị* chẳng hạn sẽ được gắn lên một dãy những số 1, 2, 3, 4, v.v... và một dãy những Việt nghĩa tương đương như *là, thấy, bày, hầu, nhờ* vv..., cùng số rồi ta sẽ ra lệnh cho máy tính điện tử bằng thảo chương là, mỗi một lần bạn vẫn có một chữ *thị* và chữ đó có một số nào đó, thì nó phải tìm ra Việt nghĩa tương đương với số thích hợp (11). Đây là một số vấn đề ngôn ngữ học liên quan đến tạng kinh Hán văn, mà chúng ta phải giải quyết, để có thể dịch chúng ra tiếng ta bằng máy. Thời gian để hoàn thành những công tác này chúng tôi nghĩ có lẽ không lâu, nếu chúng ta có: 1/ tài liệu, nghĩa là, những bản văn, những tự điển, những cuốn văn phạm cần thiết, mà trong trường hợp này chúng tôi tin tưởng là thư viện Viện Đại học Vạn Hạnh và những thư viện quốc gia có thể thỏa mãn, 2/ nhân sự, nghĩa là, một số người biết đọc chữ Hán và làm việc dưới một người hướng dẫn biết cách, cả hai đều có thể thỏa mãn với tình trạng nhân sự nghèo nàn hiện nay của Giáo hội, và 3/ dụng cụ, mà ở giai đoạn này tất cả chúng ta cần là một số máy ghi âm, dẫu rằng không cần thiết cho lắm, nếu những người có trách nhiệm đọc chữ Hán ra tiếng ta đọc trực tiếp cho người đánh máy hay họ tự đọc và đánh máy, và dĩ nhiên máy đánh chữ, giấy bút, một số lớn thẻ cỡ 3 x 6 cm, và máy đánh thủng.

Về tạng kinh Tạng văn, một mặt nó đưa ra những thuận lợi đáng mong muốn cho việc giải quyết những vấn đề ngôn ngữ học hơn là tạng Hán văn, nhưng mặt khác nó cũng có những bất thuận lợi của nó. Những thuận lợi, chúng ta có, có thể tóm tắt như sau. Trước hết, nó không đưa ra một số lớn những vấn đề liên quan đến việc lượm lặt những thuật ngữ, như tạng Hán văn, bởi vì chúng ta có thể dựa hoàn toàn vào bản Mahāvyutpatti để thiết lập nên một bản tự vựng tương đương tạng Việt cho máy dịch. Về phía những thông ngữ, số từ ngữ theo chỗ chúng tôi ước định có lẽ không lên tới 1/5 số thuật ngữ, một điểm khá lôi cuốn, nghĩa là khoảng 2000 cho đến 2500 chữ, và tầng số của một số lớn trong chúng có thể nói là từ trung bình cho đến cao. Do đó, việc lượm lặt những thông ngữ có lẽ không tạo nên một số những khó khăn nào. Tiếp đến, tạng Tạng văn không chịu đựng cái tình trạng *tam bất dị ngũ thất bản* của tạng Hán văn với những đa tạp dịch giả và dụng ngữ, trái lại, việc phiên dịch nó được thực hiện một cách nghiêm chỉnh theo đúng những qui tắc và dụng ngữ phiên dịch đã được vạch ra. Chúng ta vì thế sẽ không phải tốn hao thời giờ trong việc phân đoạn xếp đặt và tổ chức tài liệu, mà tạng Hán văn đã đòi hỏi chúng ta. Cuối cùng, so với tạng Hán văn, tạng Tạng văn dù kếch xù tự nó không đến nỗi to lớn cho lắm, do đó thời gian dùng cho việc tạo nên một cuốn tự vựng không đến nỗi quá hao tốn. Về những bất thuận lợi điểm đầu tiên và nổi bật nhất là sự khác biệt hầu như căn để giữa kiến trúc cú pháp của Tạng ngữ và của tiếng ta. Tạng ngữ không những vì đóng khuôn theo Phạn ngữ mà đã có những kiến trúc biến cách và thi cách, không có trong ngôn ngữ ta, ngược lại còn có những kiến trúc cú pháp khá xa lạ với tiếng ta và tiếng Trung Quốc, cả ba đều thuộc ngữ tộc tạng Hán. Cái tình trạng này tương tự như tình trạng của ngôn ngữ Đức đối với ngôn ngữ Anh chẳng hạn. Kiến trúc cú pháp đại thể của Tạng ngữ có thể nói như gồm một chủ từ đứng đầu câu, một động từ đứng cuối câu và những gì còn lại đều dồn vào giữa lòng của hai biên giới chủ động từ đó. Chẳng hạn, câu «sdar ma dpung las mi rgyal te / dpah bo dpung las rgyal bar hgyur / rgyal yang de ni lom sems med /» mà nếu dịch chữ theo chữ ta sẽ có như «kẻ nhút nhát những đội quân không chiến thắng, kẻ dũng cảm những đội quân chiến thắng sẽ / chiến thắng dù kẻ đó kiêu hãnh lòng không có, / nghĩa là, «kẻ nhút nhát không chiến thắng những đội quân, kẻ dũng cảm sẽ chiến thắng những đội quân, dù chiến thắng kẻ đó không có lòng kiêu hãnh». Những kiến trúc cú pháp kiểu này đưa ra những khó khăn rất lớn cho công tác dịch bằng máy dựa trên nguyên tắc dịch từng đơn vị nghĩa của ngôn ngữ gốc ra ngôn ngữ đích và dùng cú pháp của ngôn ngữ gốc làm tiêu chuẩn; và chúng lại là những kiến trúc cơ bản tiêu chuẩn của tạng Tạng văn và của nền văn học cổ điển Tây tạng. Việc giải quyết chúng do đó không phải là dễ dàng gì. Điều may mắn là, vì kiến trúc «chủ + x + động», trong đó X có thể là một danh từ, một tính từ, một mệnh đề phụ hay một mệnh đề danh động từ v.v... là kiến trúc tiêu chuẩn, chúng ta có thể dùng một thủ tục luận lý nhằm ra lệnh cho máy tính điện tử hoặc phân tích cú pháp của tiếng ta và ổn định theo đòi hỏi của cú pháp đó những Việt dịch, hoặc học lấy những bất biến từ chỉ biến cách của Tạng ngữ và chỉ định những biến cách thích hợp, để khi dịch lại nó có đủ tin tức mà sửa sai chúng theo cú pháp Việt ngữ. Vì chưa thí nghiệm cả hai trường hợp này, chúng tôi không rõ chúng sẽ như thế nào, dẫu rằng Tạng ngữ, như Bacot trước đây đã ví nó một thứ cờ với những nguyên tắc rất giản dị nhưng lại rất khó chơi, hứa hẹn những phân tích và giải quyết một cách khá thỏa mãn bằng máy tính điện tử. Điểm bất thuận lợi thứ hai nằm ở chỗ, Tạng ngữ, tự nguyên ủy có lẽ không là một ngôn ngữ biến cách, như ta có nó ngày nay. Chính nhờ tính biến cách này của nó là những kiến trúc kiểu kể ra trước đã có thể, do đó nó đưa ra một vài khó khăn đáng bàn. Trước hết, Tạng ngữ, để trở thành biến cách, đã nhờ một số biến từ, mà ý nghĩa của chúng đôi khi bao hàm nhiều khía cạnh khác nhau. Chẳng hạn bất biến từ *las* trong *dud kha las song*, «bằng qua ống khói nó đi» và trong *bzo mkhan las gcig*, «một trong những người thợ». Tình trạng này không phải là không có trong tiếng ta. Những câu như: *Cho tôi ăn đã, rồi tôi mới làm* và *tôi đã ăn và tôi làm việc*, trong đó chữ đã xuất hiện có thể nói là mang những ý nghĩa khá khác nhau, là những thí dụ. Và nó cũng không lạ lùng gì cho mấy với chữ Hán, mà ta có thể vạch ra qua những câu «vấn tấn dĩ thối tọa nhất diện» và «ngã dĩ tam vấn sa môn cù đàm», ở đây chữ *dĩ* trước có nghĩa là xong và chữ *dĩ* sau có nghĩa đã. Điểm bất thuận lợi cuối cùng liên quan với những biến thể của động từ. Vì là ngôn ngữ của ngữ tộc Hán tạng, Tạng ngữ vẫn giữ cái cách cố hữu của ngữ tộc này trong việc tạo ra động từ danh từ, đây là đặt danh từ vào địa vị của động từ, nhưng đã tăng khả năng tạo động từ của nó cũng biến cách của những động từ này với những thêm bớt hay thay đổi một hay vài âm của chữ liên hệ. Chẳng hạn, *bug pa* là một danh từ và có nghĩa cái lỗ, để biến thành động từ làm thủng, đâm thành lỗ, nó trở thành *sbug pa*, hay để chỉ những thời gian và thể cách khác nhau, động từ *rgal ba* «đi qua» trở thành *brgal* «sẽ đi qua» và *rgol* «hãy đi qua». Hai điểm bất thuận lợi này dĩ nhiên đều có thể giải quyết bằng những thủ tục luận lý, nhưng chúng tôi nghĩ, chúng có lẽ đòi hỏi một số lớn và vì thế khá rắc rối lôi thôi. Do đó, đối với điểm bất thuận lợi thứ hai, người ta có thể hoặc gồm chúng dưới những ý nghĩa có thể của chúng và ra lệnh cho máy dịch, dịch hết những Việt ngữ tương đương của một biến từ hay bất biến từ Tạng ngữ, hoặc để nguyên không dịch những biến từ và bất biến từ không có Việt nghĩa tương đương rồi máy dịch sẽ loại chúng ra khi nó dịch loạt hai, mà cũng có thể dùng để loại ra những Việt nghĩa tương đương trong những trường hợp đa nghĩa có Việt nghĩa tương đương nhưng không cần thiết, hoặc dùng cách phân tích những nhóm chữ và lợi dụng những luật xuyên bộ và cộng bộ để thích hợp cho tổ chức nhị phân của máy dịch. Về điểm bất thuận lợi cuối cùng, cách giải quyết hay nhất có lẽ là đặt nên những dạng thức của những động từ liên hệ và cho chúng những ý nghĩa tương đương trong tiếng ta, như các nhà dịch máy của các ngôn ngữ Ấn Âu đã làm.

Sau khi đã vạch ra những thuận lợi và bất thuận lợi ngôn ngữ học của Tạng ngữ, chúng ta cần phải nói thêm một vài điểm ngoại tại khác. Như tạng Hán văn, tạng Tạng văn có những ấn bản khác nhau và đôi khi đưa ra nhiều bất thường trong sự so sánh các bản in. Tuy thế, đối với Hán tạng, chúng ta có thể dựa vào một số những ấn bản khác nhau để sửa sai. Chẳng hạn, nếu cách chấm câu trong bản in Taisho không được thuần nhất cho lắm, người ta có thể dựa vào bản in Tokyo để tăng bổ… (14). Trong trường hợp Tạng bản, người ta chỉ có một bản ảnh ấn duy nhất cho đến ngày nay do Suzuki tài đoàn xuất bản dùng ấn bản Bắc kinh như tiêu chuẩn. Những ấn bản xưa hơn và có lẽ trung thực hơn đã không được dùng như *Sde sge, Snay thang* v.v… hay ít nhất không cho những sai khác có thể giữa chúng như bản in Taisho đã làm đối với tạng Hán văn. Vì thế, nếu muốn in một bản văn nào từ Tạng bản, người ta bắt buộc phải tham khảo nhiều ấn bản khác nhau, và một vài nỗ lực lẻ tẻ đã được thực hiện đối với văn hệ Bảo tích hay Bát-nhã (15). Do vậy, vấn đề tư liệu của tạng Tạng văn không phải dễ giải quyết gì, nhất là trong tình trạng nghiên cứu hiện nay của ta. Không những thế, giá trị của một cách tính cho Tạng ngữ không hứa hẹn nhiều ích lợi thiết thực, mà một cách tính cho Hán ngữ chẳng hạn sẽ mang lại cho ta qua việc đóng góp vào sự phiên dịch những sách vở khoa học và kỹ thuật từ tiếng Trung Quốc ra tiếng ta. Cuối cùng, Tạng ngữ có một số mẫu tự giới hạn, mà Hán ngữ không có, nhờ thế nó có thể hứa hẹn rất nhiều cho việc tạo ra một máy đọc. Điều đáng tiếc là, bản ảnh ấn Suzuki của Tạng văn không những đã có những mẫu âm tương đối giống đến độ có thể lầm lẫn được, mà còn có những mẫu âm mờ ảo khó đọc và đôi khi có những vết mực kết nối chúng lại, một sự kiện làm việc áp dụng máy đọc rất khó thực hiện.

Đã bàn một cách sơ lược như trên về những vấn đề ngôn ngữ học của tiếng ta trong liên lạc với những ngôn ngữ Hán và Tạng, người ta cũng có thể có một vài ý niệm về những trả lời cho câu hỏi, phải giải quyết những vấn đề ngôn ngữ học của việc dịch máy như thế nào. Trước hết, nó thú nhận rằng, trong giai đoạn này bản dịch bằng máy, để trở thành «hoàn thiện», phải nhờ đến sự tổ hợp giữa máy và người dịch. Máy dịch được đưa vào công tác này, bởi vì những thiếu thốn nhân sự có khả năng của chúng ta. Như thế, dù việc nghiên cứu cách thể để hoàn thiện công tác dịch bằng máy vẫn tiếp tục, nó không phải là mục đích tiện yếu và chính yếu, ngược lại chúng ta nhờ đến máy và nhằm làm nhẹ bớt những việc làm có thói quen và gia tăng tốc độ của một việc làm như vậy. Tiếp đến, vì là một công tác tổ hợp giữa người và máy, vai trò của chúng ta không những cung cấp cho máy những nhập liệu những tín liệu và mệnh lệnh bằng thảo chương, mà còn phải sửa chữa những sản liệu, mà máy dịch đã cho ta. Với những bàn cãi trên, việc sửa chữa này là một cần thiết, để bản dịch có thể được hiểu cho những người đọc. Chúng tôi thiết nghĩ, trong trường hợp những Đại tạng kinh, nếu tính trung thực của bản dịch được coi như có giá trị tối thượng, thì việc sửa chữa sẽ không đến một mức độ lạm phát và đòi hỏi. Nói cách khác, mỗi một bản dịch, sau khi đã được máy dịch xong, sẽ giao cho một độc giả trung bình đọc để xem mức có thể hiểu được của nó như thế nào, rồi nhờ một người chuyên môn sửa lại những chỗ cần thiết. Một sự nhuận sắc và kiểm duyệt như vậy có thể thực hiện được. Cuối cùng, việc dịch máy không chỉ giới hạn ở những tạng kinh kếch xù bàn trên hay cả những tạng kinh nhỏ hơn tạng Pali hay tạng Phạn văn. Nó còn hứa hẹn những áp dụng thiết thực cho việc phiên dịch những sách vở ngoại quốc khác cũng như việc nghiên cứu ngôn ngữ học tiếng ta cả về có câu cũng ý nghĩa học.

[Bài đăng Tạp chí Tư Tưởng số 7, năm 1971]

III

Những vấn đề ngôn ngữ học như vậy có thể được giải quyết trong giới hạn của những khả năng của chúng ta. Thế thì những vấn đề kỹ thuật học của máy dịch như thế nào và chúng ta giải quyết ra sao? Để trả lời, chúng ta đầu tiên cần tóm tắt những điểm chính của những phân tích ngôn ngữ học vừa làm. Điểm thứ nhất đối với Hán văn, chúng ta sẽ có một cuốn tự vựng với khoảng 8000 đơn vị nghĩa của những thông ngữ, còn những thuật ngữ chúng ta sẽ không gồm thâu vào cuốn tự vựng này, trái lại sẽ chỉ chuyển âm ra tiếng ta, và đối với Tạng ngữ cuốn tự vựng sẽ có thể lên đến 20.000 hay 30.000 đơn vị nghĩa. Trong giai đoạn đầu chúng ta vì thế có thể để vấn đề phiên dịch Tạng ngữ ra một bên và chú mục vào việc giải quyết những vấn đề kỹ thuật liên quan đến việc dịch Hán ngữ. Điểm thứ hai là tần số của những thông ngữ đó, mà trên nguyên tắc chúng ta hy vọng nó sẽ thỏa mãn luật Zipf và Mandelbrot cải tiến. Điểm thứ ba là sự có mặt của một khác biệt cú pháp căn bản giữa ngôn ngữ ta và ngôn ngữ Trung Quốc, đấy là sự đảo lộn vị trí của tính từ, mà phạm trù có thể là tĩnh từ như trong câu «thanh sắc thanh quang: sắc xanh ánh xanh», vấn từ như câu «hà nhân hà duyên: nhân gì duyên gì», trí từ như «tức ư như tiền hõa diệt: tức ở trước ngươi lửa tắt», danh thuộc từ như «ngả tằng sổ vấn sa môn cồ đàm như thị chi nghĩa: ta từng nhiều lần hỏi sa môn Cồ đàm nghĩa của như vậy». Để thỏa mãn ba điểm đòi hỏi ngôn ngữ học này, chiếc máy tạo ra phải có, 1/ một trí nhớ tương đối phải chăng, 2/ một cơ chế nhằm chuyển âm, hay đúng hơn, nhằm viết lại trong bản dịch ngôn ngữ đích những đơn vị ngôn ngữ nào không tìm thấy trong cuốn tự vựng của ngôn ngữ gốc, và 3/ một cơ chế nhằm phân tích cú pháp của tiếng ta để chuyển dịch cú pháp của ngôn ngữ gốc ra cú pháp của ngôn ngữ đích. Chiếc máy đó như vậy phải có, như bất cứ một máy điện toán nào khác, một hay nhiều trí nhớ, một hay nhiều mạch luận lý và một ngôn ngữ đối tượng và một ngôn ngữ gốc. Chúng tôi không cần phải đi sâu vào những phân tích toán học ở đây nhằm xác định khả năng chứa đựng của cái trí nhớ đó hay những mạch luận lý. Chỉ cần nhấn mạnh là, chúng ta sau khi loại bỏ thứ trí nhớ dễ mất, có thể dùng một trong những thứ trí nhớ không mất như ống từ tính, dĩa từ tính, băng từ tính hay những thẻ đâm thủng theo khả năng của chúng ta. Về những mạch luận lý, một số mạch rất đắc dụng trong những máy điện toán phân cột thông thường sẽ trở thành không cần thiết và đôi khi rất rườm rà trong những máy điện toán dùng để dịch. Những mạch luận lý này do đó phải loại bỏ. Trong số sáu mạch luận lý tiêu chuẩn của máy điện toán, kinh nghiệm phiên dịch của những ngôn ngữ khác đã cho thấy, những mạch luận lý *và không và hoặc* đắc dụng nhất và mạch điện tử của chúng tương đối dễ ráp nhất. Những mạch luận lý KHOẶC (= KHÔNG + HOẶC = logical NOR) và KHÀ (= KHÔNG + VÀ = logical NAND) hứa hẹn những áp dụng thuận lợi hơn cả hai mạch trước, nhưng điện mạch của chúng rắc rối hơn và có một tốc độ thi hành khá cao. Những mạch luận lý này như vậy tạo nên phân số học của các máy điện toán phân cột thông thường và tương đương với những mạch điện cộng trừ, cái lũy tích của phân số học đây theo chúng tôi nghĩ nên đồng hóa với phần chứa đựng trí nhớ hay phân trí nhớ nói trước. Phần kiểm soát không đưa ra những khó khăn gì cho lắm với một vài thêm bớt mạch điện cho những mạch luận lý. Cuối cùng, những khí cụ dùng để vận dụng nhập liệu và sản liệu. Chúng thường gồm một máy đánh thủng để đánh những thẻ cho nhập liệu và một máy in để in ra sản liệu và những thảo chương gồm ngôn ngữ đối tượng và ngôn ngữ gốc cùng những mệnh lệnh tín liệu cần thiết. Với những trình bày sơ lược thế này về những vấn đề của cái máy dịch, vấn đề bây giờ là khả năng tạo ra nó của chúng ta. Giải quyết nó, chúng ta có hai cách. Cách thứ nhất là đặt mua nó với những chỉ thị cần thiết của chúng ta, và đây là cách dễ nhất và ít tốn thời giờ nhất, nhưng lại có những bất lợi quan trọng sau. Thứ nhất là vấn đề giá tiền của nó. Cứ vào giá thị trường hiện nay, một máy điện toán cỡ nhỏ ít nhất cũng phải tốn chúng ta tới khoảng trên dưới 10.000 Mỹ kim, nghĩa khoảng hơn một triệu đồng Việt Nam theo hối suất chính thức, ngay cả khi chúng ta hưởng sự giảm giá như các trường đại học đã hưởng. Thứ hai, sự hao tổn trong việc gìn giữ nó không phải là nhỏ. Thứ ba là, nếu ta mua cái máy với điều kiện và chỉ thị kỹ thuật của ta, giá của nó có thể lên gấp hai ba lần giá của một cái máy cùng cỡ. Thay vì những bất lợi này của cách thứ nhất, cách thứ hai là chúng ta trù liệu và tạo nên cái máy đó lấy cho ta. Cách này sẽ cho ta những thuận lợi sau. Thứ nhất, vì chúng ta trù liệu và tạo nên, cái máy đó sẽ thỏa mãn những điều kiện chúng ta muốn cho công tác dịch thuật của ta. Thứ hai, sự hao tổn cho việc tạo ra nó không lên quá một phần năm giá của một cái máy cỡ nhỏ bản trên thị trường. Sự hao tổn ở đây dĩ nhiên là nói đến việc mua những phần điện tử và khí cụ cần thiết cho công việc ráp chế nó. Tuy nhiên, giá trị giáo dục của việc làm này sẽ vượt khỏi tất cả những hao tốn đó. Một phòng thí nghiệm điện tử thành hình, và việc chế tạo ra những mạch điện chuyên trở hay những trí nhớ từ tính không còn là một phép lạ ngoại quốc nữa. Thứ ba và quan trọng hơn hết, nó cho phép ta trực tiếp làm việc với cái máy dịch với tư cách một chủ nhân ông và sửa đổi những bộ phận của nó theo ý muốn và đòi hỏi của ta, mà không sợ sự hao tốn gấp bội, nếu ta làm việc với một chiếc máy đặt mua. Nhưng cùng với ba thuận lợi quan trọng này, cách thứ hai cũng có những bất lợi của nó, dẫu rằng những bất lợi ấy, như ta sẽ thấy, sẽ giáo dục ta rất nhiều. Trước hết, để tạo ra chiếc máy, chúng ta phải có nhân sự và nhân sự ở đây phải là những chuyên viên trong các ngành khoa học và kỹ thuật vật lý như toán học, vật lý học và kỹ thuật điện học và điện tử học. Cứ vào tình trạng nhân sự nước ta và giáo hội ta ngày nay, vấn đề này không dễ gì mà thỏa mãn hoàn toàn một sớm một chiều được, nhưng có lẽ không đưa ra những khó khăn đáng chú ý, bởi vì nếu chúng ta chịu khó nghiên cứu, huấn luyện và học tập, một số giới hạn những chuyên viên vừa nói có thể tạo ra. Viễn tượng của vấn đề này càng trở thành sáng lạng hơn nữa, khi chúng ta có thể nhờ vả sự giúp đỡ của các trường đại học khoa học và kỹ thuật. Tiếp đến, vấn đề vật liệu cho việc tạo nên chiếc máy. Vấn đề này có thể giải quyết theo hai cách. Cách thứ nhất là chúng ta đặt mua những phần cần thiết của chiếc máy như một trí nhớ từ tính, mà trong trường hợp chúng ta có lẽ không cần thiết cho lắm, bởi vì chúng ta có thể dùng những thẻ thủng như trí nhớ cho chiếc máy dịch, hay những mạch điện chuyển trở, những máy đánh thủng, máy in v.v… Sự hao tốn cho việc đặt mua những phần này không lên quá một phần năm giá thông thường của một chiếc điện toán, như đã nói. Cách thứ nhì là chúng ta tạo ra những phần này trong phòng thí nghiệm của chúng ta. Thực hiện việc này đòi hỏi nhiều nhân sự nhất, nhưng lại khá rẻ tiền và trong dài hạn sẽ hứa hẹn sự phát triển kỹ nghệ của nước ta, đồng thời nó chỉ có thể được thực hiện nếu chúng ta có đủ những khí cụ để chế ra những phần đó. Chẳng hạn, để tạo ra những chuyển trở, chúng ta phải có máy điều chế chất si-li-con thuần túy và những si-li-con hợp, máy phết, máy cắt dùng đặc biệt cho việc chế tạo những chuyển trở v.v… Tất nhiên chúng ta phải khởi hành từ từ một điểm nào đó trong việc cung cấp những vật liệu vừa nói. Cuối cùng, vì những trở ngại nhân sự và vật liệu này, việc chế tạo ra một chiếc máy dịch hao tốn khá lớn thời giờ của chúng ta, dẫu trong dài hạn sự hao tốn ấy sẽ được trả lại với những lợi tức vượt khỏi mọi công sức chúng ta đầu tư. Trong ngắn hạn, chúng tôi thiết nghĩ, chúng ta có thể đặt mua một số những vật liệu cần thiết cho việc chế ráp cái máy của chúng ta với một sự hao tốn tiền bạc phải chăng. Những phân tích này như vậy chứng tỏ sự có thể tạo ra một máy điện toán dùng cho việc dịch của chúng ta. Ngay cả khi một trong những bất lợi vừa kể không cho phép chúng ta tạo ra lập tức một máy dịch cần thiết, chúng ta cũng có thể thuê một một máy điện toán phân cột thông thường với một giá phải chăng và thích hợp hóa những phân tích ngôn ngữ học của ta theo ngôn ngữ gốc của nó để cho nó dịch những bản văn của chúng ta, và việc này có thể được thực hiện một cách khá dễ dàng.

IV

Sau khi đã phân tích những vấn đề ngôn ngữ học và kỹ thuật học của việc dịch máy cùng những giải quyết có thể của nó, chúng tôi bấy giờ thấy cần nói sơ qua công tác thực hiện việc dịch để kết luận những ý kiến ở đây. Như đã nói trên, việc dịch máy trong giai đoạn này đang còn là việc dịch trong sự tổ hợp người với máy, do đó để thực hiện nó, chúng ta trước phải sửa soạn những nhập liệu cho chiếc máy những bản văn phải dịch và đánh thủng chúng vào những thẻ thủng cùng thiết lập những cuốn tự điển Hán Việt và tạng Việt tự động với tất cả những tin tức văn phạm và cú pháp cần thiết cho cái máy dịch. Việc tổ chức những cuốn tự điển này sẽ khá mềm dẻo, để có thể cho phép ta thêm bớt và hoàn thiện chúng trong quá trình phiên dịch, nhất là cho phép ta đưa vào những tự vựng và kiến trúc cú pháp đặc biệt của từng dịch giả. Tiếp đến, một khi nhập liệu đã được chuyển dịch xong, sản liệu sẽ được chúng ta phân tích, trước nhằm lấy kinh nghiệm cho việc tăng bổ sửa sai những tín liệu cũng như cuốn tự điển tự động dùng cho bản thứ hai, và sau nhằm nhuận sắc bản dịch sản liệu với mục đích gia thiệm tính có thể hiểu được cùng sự hoa mỹ và trung thực văn từ của nó. Ở đây, cái ý nguyện «tổ chức một Hội đồng phiên dịch và kiểm duyệt cho viên mãn» của Viện Tăng thống có thể được thực hiện một cách khá dễ dàng, bởi vì Hội đồng ấy sẽ không yêu cầu nhiều người, ngược lại chỉ cần một số nhỏ khoảng ba bốn vị chuyên môn trong tạng kinh Hán văn hay Tạng văn với công tác trách nhiệm là đọc những bản dịch sản liệu và so sánh chúng với nguyên bản để làm chắc chắn là, không một sai lầm, thiếu sót hay khó hiểu đã xảy ra trong chúng. Công tác phiên dịch bằng máy như vậy là một dãy những chu kỳ làm việc không ngớt và tiếp tục nhau làm hoàn thiện lẫn nhau không cần đến một số lớn nhân sự cùng thời gian, mà, sau khi đã giải quyết những vấn đề ngôn ngữ và kỹ thuật học kể trên, sẽ có lẽ không tốn tới một năm, để dịch toàn bộ cả hai tạng kinh Hán và Tạng văn. Nó, do đó, dù một vài khó khăn vật liệu và nhân sự vừa nói, hứa hẹn một giải pháp căn để cho vấn đề nhu cầu phiên dịch kinh điển Phật giáo nói riêng và phiên dịch sách vở khoa học kỹ thuật nói chung, mà trong tình trạng hiện tại những giải pháp dài hạn không thể hay chưa thể thực hiện và đáp ứng được một cách hoàn toàn và như ý muốn.

Đến đây, việc góp ý kiến của chúng tôi vào công tác phiên dịch kinh điển Phật giáo và công tác máy móc hóa việc làm đó có thể nói là tạm chấm dứt. Nhưng đã bàn về kinh điển Phật giáo thì câu hỏi tự nhiên là, các Tăng sĩ và Phật tử trong những thế kỷ trước đã làm gì và đóng góp gì cho việc phiên dịch và trước tác sách vở Phật giáo Việt Nam. Trả lời câu hỏi này, người ta có thể lập lại một cách khá dễ dàng lời nhận xét cách đây không hơn ba mươi năm của thầy Mật Thể trong *Việt Nam Phật giáo sử lược* (1943, Hà nội), t. xi: «Thế mà trừ một ít tài liệu chép rải rác trong các sách sử và một đôi quyển *Ngữ lục gia phổ* ở các chùa, thì không còn có một quyển sách nào cụ thể đáng gọi là một quyển lịch sử...». Tuy vậy, với những bản kê khai thư tịch Việt Nam và Phật giáo Việt Nam ra đời như của Trần Văn Giáp trong *Contribution à l'étude des livres bouddhiques annamites conservés à l'E.F.E.0.* (1943, Hanoi?), trong *Bulletin de la Société des Études indochinoises* 13 (1938) 1-218, của L. Cadière và P. Pelliot trong *Bulletin de h Ecole Françaises d'Extrême-Orient* 4 (1904) 617-671; 10 (1910) 447-450; 21 (1921) 246-247; của E. Gaspardone trong cc. (1934) 1-173; của N. Malsumoto trong Shigaku 13 (1934) 699-786; 14 (1935) 293-341; của Y Nagata trong cc. 14 (1935) 283-291; của T. Yamamoto trong cc 16 (1938) 571-628: trong *Tôyô gakuhô* 36 (1953) 97-112; trong *Tokyo daigaku tôyô bunka kenkyùjo* 5(1954) 312-351; của p. Boudet trong *Bulletin des amis du vieux Hue* 29 (1942) 229-259, cùng những khám phá và khai quật mới như việc tìm ra cuốn Tự điển Quốc âm của ni cô Pháp Tĩnh sống vào khoảng 1600-1650, mà báo Vietnam Courier 293 (1970) đã cho biết, chúng ta có thể thấy là, lịch sử thư tịch Phật giáo Việt Nam không đến nỗi nghèo nàn như ta thường nghĩ hay như những tố cáo kiểu trên giả thiết. Chính đấy là điều đang chờ đợi những người nghiên cứu chịu khó gia tâm truy tầm và khảo sát. Không những thế việc nhìn và viết lịch sử Phật giáo Việt Nam qua lăng kính của những sử gia các triều đại đã làm những người viết sử loại bỏ và lãng quên những biến cố lịch sử quan trọng và lôi cuốn không kém, dù đã không được in vào các bộ sử triều đình. Chẳng hạn, cái tên Tuệ Tĩnh đã không một lần được thầy Mật Thể kể đến trong cuốn sách của thầy, và đấy đâu có phải vì tổ Tuệ Tĩnh đã không để lại di tích gì cho hậu sinh, ngược lại sách vở của tổ đã được in đi in lại nhiều qua nhiều thế kỷ. Thí dụ như cuốn *Nam dược Thần hiệu*, quyển sách giải phóng khoa học y dược Việt Nam ra khỏi sự hàng ngàn năm nô lệ nền y dược Trung Quốc và đặt nền y dược Việt Nam trên một cơ sở thuần túy thực nghiệm khách quan, do đó có thể nói là sáng lập nền khoa học Việt Nam, đã được in ba lần chỉ trong thế kỷ XVIII, đấy là lần in 1717, 1726, và 1762, hay cuốn *Bình khóa hư lục* tiếng quốc âm đại biểu cho nền văn xuôi triết lý Việt Nam xuất bản năm 1743. Và những dữ kiện này đã được những người như Gaspardone vạch ra trong những bản thư tịch kể trên công bố trước những năm 1940. Nếu chúng ta đồng ý với Bác sỹ Nguyễn Trần Huân trong việc đặt niên đại tổ vào khoảng thế kỷ XIV và đồng ý coi bản *Bình khóa hư lục* như quả là tác phẩm của tổ, thì đấy là những tài liệu y học, dược học triết học và văn học quan trọng không những của lịch sử khoa học và văn học Việt Nam mà còn của lịch sử Phật giáo Việt Nam. Đấy cố nhiên không phải là một hiện tượng đơn độc. Đa số những cuốn văn học sử Việt Nam tiếp tục rao giảng cái huyền thoại là, nền văn học nước ta không có một nền văn xuôi trước thế kỷ hai mươi, trong khi đó những bản thư tịch trên ít nhất cũng cho ta thấy là, ngoài bản bình triết lý vừa kể, thế kỷ XVIII đã chứng kiến sự xuất bản một số những tác phẩm văn xuôi quốc âm khác như *Phật quốc ký truyền* vào năm 1780, *Cổ châu pháp vân Phật bản hạnh ngữ lục* vào khoảng 1750 v.v., và những tác phẩm này không chỉ thuộc văn học sử Việt Nam, mà còn có thể nói thuộc và tạo nên nền điển tịch Phật giáo Việt Nam. Và đây chỉ mới kể đến những tác phẩm quốc âm của nền điển tịch này. Chúng ta còn có những tác phẩm Hán văn của các thiền sư và sử gia cũng như những trích phẩm rải rác trong những bản văn Hán văn như *Thiên nam dư hạ tập* với 54 trích phẩm của 100 năm lịch sử Phật giáo thời Hậu Lê, mà thầy Mật Thể gọi là «thời đại Phật giáo suy đồi», *Kiến văn tiểu lục* của Lê Quí Đôn, *Minh thi tụng, Thanh thi hội,* v.v. Còn về lịch sử dịch thuật, ngày nay ta cũng chưa biết rõ số lượng kinh điển được phiên dịch trước thế kỷ hai mươi là bao nhiêu, nhưng điều chắc chắn là công tác phiên dịch đã được thực hiện. Việc xuất bản bản dịch kinh *Diệu pháp liên hoa* vào năm Tự Đức nguyên niên (1847) là một chứng cớ thí dụ. Chúng tôi chưa biết nó được ai dịch và dịch vào lúc nào. Tuy thế, với những công trình như của ni cô Pháp Tĩnh kể trên, nếu nó đã được dịch có thể với những bản kinh khác vào những năm trước thế kỷ 19, thì điều ấy cũng không có gì là lạ. Như vậy, Phật giáo nước ta quả đã có một nền văn học và điển tịch khá độc đáo và khá địa phương, chứ không phải như những nghiên cứu lịch sử theo lăng kính sử sách triều đình đã cho thấy. Cũng cần nói thêm là, tài liệu của những cuốn sử như *Việt Nam thuyền tôn thế hệ, Thống yếu kế đăng lục, Bảo cực truyện* v.v... đều có thể kiểm chứng và làm phong phú với những khai quật khảo cổ học, mà công tác khai quật cố đô Hoa lư gần đây đã chứng tỏ. Chúng ta ngày nay phải đặt một dự án khai quật cho những di tích Phật giáo tại miền Bắc và thực hiện một phần nào tại miền Nam này. Công tác này phải được chúng ta cân nhắc một cách kỹ lưỡng, nhất là đối với hai giai đoạn đầu của lịch sử Phật giáo Việt Nam, nếu ta đồng ý chia lịch sử đó thành ba giai đoạn chính: 1/. giai đoạn du nhập từ thế kỷ I cho đến thế kỷ X, 2/. giai đoạn toàn thịnh từ thế kỷ X cho đến thế kỷ XIV, và 3/. giai đoạn phát triển từ thế kỷ XV đến bây giờ, thay vì việc chia nó thành từng triều đại như những sử gia trước đây đã làm. Giai đoạn du nhập hầu như hoàn toàn rơi vào bóng tối và chúng ta phải dựa vào những tài liệu Phật giáo và sử sách Trung Quốc hay những tài liệu Việt Nam hậu kỳ, để nghiên cứu nó, vì vậy đã không được biết một cách đầy đủ, dẫu rằng tính xác thực của chúng có thể được kiểm chứng. Việc khai quật những chùa chiền ở những miền Sơn Tây, Bắc Ninh chẳng hạn sẽ cung hiến ít nhất một vài vật kiện nghệ thuật và nhân chủng, nếu không là văn học. Nghệ thuật Bút Tháp thuộc giai đoạn này, nó do đó cũng phải được coi như một địa điểm khai quật có thể, dù những học giả trước như Bezacier trong *L'art Vietnamienne* (1955, Paris) đã từng tìm hiểu. Và không cần phải nói là, vấn đề *Mâu tử lý hoặc luận* phải được nghiên cứu dưới một ánh sáng mới trong liên hệ với sự thành hình tổ quốc Việt Nam. Giai đoạn hoàn thịnh có nhiều tài liệu thành văn hơn, nhưng, như công tác khai quật cố đô Hoa Lư cho thấy, nền Phật giáo giai đoạn này không phải chỉ gồm những thiền sư, như những sách vở của những thế kỷ sau gồm cả những sách vở ngày nay đã mô tả, ngược lại nó khá nặng màu sắc và bản chất những ảnh hưởng và thực tập mật giáo. Truyền thuyết về khả năng sấm độn của thiền sư Vạn Hạnh như vậy không phải là không có lý cứ. Cao điểm phát triển của giai đoạn này dĩ nhiên là sự ra đời của thuyền phái thuần túy Việt Nam, đấy là thuyền phái Trúc lâm, mà tác phẩm chưa bao giờ được xuất bản một cách hoàn toàn, một tình trạng chung cho toàn bộ thư tịch Phật giáo nước ta. Công tác nghiên cứu khảo cổ học, bia văn học và nghệ thuật học sẽ chứng thực thật hư của những tài liệu lịch sử của giai đoạn nầy. Đến giai đoạn phát triển, việc thâu thập tài liệu thành văn, bia văn và nghệ thuật càng dễ càng hơn, nhưng cũng vẫn chưa được chú mục một cách nghiêm chỉnh. Khởi sự với nhịp bước Nam tiến của dân tộc ta, nền Phật giáo của giai đoạn này xuất hiện dưới nhiều màu sắc khác nhau, nhất là với sự nghiệp hoằng pháp của những tăng sỹ Trung Quốc ở Đàng trong cũng như Đàng ngoài. Đồng thời, những thí dụ điển tịch kể trên cho thấy giai đoạn này chứng kiến sự bột hứng của công tác văn nghệ Phật giáo cùng sự xuất bản và ghi khắc nó. Dẫu thầy Mật Thể có gọi thời Hậu Lê là «thời đại Phật giáo suy đồi», và đã dành không đầy bốn trang giấy cho nó, thời đại này không đến nỗi quá đồi trụy để được chiêu đãi một cách như thế. Việc 54 trích phẩm xuất hiện trong *Thiên nam dư hạ tập*, việc Lương Thế Vinh vị tiến sỹ đầu tiên của triều Lê và tác giả cuốn sách toán học Việt Nam đầu tiên đã viết tựa cho một tác phẩm Phật giáo, và nhất là thái độ của Nguyễn Trãi khi ông trở về già đã phản chứng lại một suy nghĩ như vậy. Và chúng ta có thể làm giàu thêm cá tính đặc thù của lịch sử Phật giáo của thời này với việc nghiên cứu những bia văn của vua quan triều Lê. Thời đại Phật giáo Lê Trung Hưng cũng như Nguyễn và hiện đại đang chờ đợi ta nghiên cứu với những tư liệu của nó. Công tác thiết lập một bản thư tịch lịch sử Phật giáo Việt Nam cũng như những bia ký và số lượng chùa chiền đáng được chúng ta chú trọng một cách thắm thiết hơn và phải được coi như công tác cơ bản cho việc viết một cuốn sử Phật giáo nước ta và việc xuất bản một Đại tạng kinh Việt Nam. Trong giai đoạn đầu; ngoài việc thống kê những chùa chiền, bia ký, những thủ bản và những ấn bản gỗ, (mà tôi có dịp thấy ở chùa Linh Mụ và chùa Báo Quốc ở Huế chẳng hạn, nhưng chưa có dịp nghiên cứu và xếp đặt chúng), những sưu tập của trường Viễn đông bác cổ, mà những vi phim đã được thư viện của Viện khảo cổ ở Sàigòn và thư viện trường Viễn đông bác cổ ở Ba-lê sở hữu, là những nguồn tài liệu cho việc nghiên cứu đề án trên, trong khi chờ đợi đất nước thống nhất hay ít nhất những liên hệ Nam Bắc được bình thường hóa cho việc dùng những sưu tập của Thư viện trung ương ở Hà Nội, cùng việc kiểm tra chùa chiền và cổ tích một cách hoàn toàn.

Cũng cần ghi thêm là, một cuốn sử Phật giáo Việt Nam sẽ không hoàn toàn đầy đủ, nếu chúng ta không biết đến lịch sử Phật giáo Chiêm Thành. Dân tộc Chàm đã sống bên cạnh dân tộc ta trong thời gian khá dài và đất đai họ cuối cùng trở thành một thành phần của tổ quốc Việt Nam, thế thì nền Phật giáo nước ta, nhất là nền Phật giáo của giai đoạn Nam tiến, tất phải chịu đựng một số ảnh hưởng nào đó của họ, điều này càng trở nên dễ hiểu hơn, nếu chúng ta nhớ đến sự ngự trị chân thành của Phật giáo Ấn-độ trong khoảng những thế kỷ khi dân ta chưa lấy lại, mà cao điểm là nền nghệ thuật Đông Dương với cái tượng Phật Đông Dương nổi tiếng ngày nay, cũng như sự ảnh hưởng của người Chiêm Thành đến âm nhạc của ta, mà sau nầy được biết như nam bình và nam ai và một số những nhạc khí khác. Tất nhiên, nói đến ảnh hưởng của họ không có nghĩa Phật giáo nước ta không có những bản chất của nó. Việc chúng ta cho phép người Cam-bốt (hay bắt buộc họ?) mặc quần áo như dân tộc ta xảy ra cách đây hơn một trăm nằm trong ý đồ Việt hóa họ chẳng hạn là một thí du, phản chứng. Dẫu thế những đền đài, chùa miếu của miền Trung nước ta chắc phải bày tỏ một vài nét «vay mượn» nào đó từ những đền đài của người Chàm, dù điểm này chưa được nghiên cứu một cách hoàn tất. Vấn đề này vì vậy, nếu nhân sự và tài lực cho phép đáng được những người viết sử Phật giáo Việt Nam chú mục và khảo tra, để đánh giá mức độ ảnh hưởng của nó cũng như khả năng biến tính của Phật giáo nước ta. Trong giai đoạn đầu việc nghiên cứu những bia văn của dân tộc này là cần thiết cho việc hiểu biết nên Phật giáo của họ, đồng thời nhằm hệ thống hóa chúng cho việc tạo nên một nền điển tịch Chàm.

Dĩ nhiên, với một nền như nền Phật giáo Việt Nam, những ý kiến trên không gì hơn là những gợi ý và đóng góp thô thiển về nó mà chúng tôi coi như những ý niệm chỉ đạo cho việc nghiên cứu nó trong tương lai. Việc nói đến những khuyết điểm và thiếu sót của những vị mở đường như thầy Mật Thể không nhằm đến một mục đích nào hơn là gia tăng mức độ hiểu biết của chúng ta về vấn đề lịch sử đặt ra, và những người đi sau luôn luôn tri ân, dẫu sao đi nữa, công tác của những vị mở đường.

[Bài đăng Tạp chí Tư Tưởng số 9, năm 1971]

L. M.T

CHÚ THÍCH

1. R.T. Bottle, The use of chemical literature, 1969, London, tt. 55 56.
2. L. I. Zhirkov, Voprosy Yazykoznzniyz v 1 (1956) 121-124. (VY)
3. N.D. Andreyev và n.n.k., Work on a Vietnamese-Russian algorithm of machine translation, trong Abstracts of the Conference on Machine Translation, Moscow; May 15-21, 1958, t. 47 (bản tiếng Anh của U.S. Joint Publication Research Service (JPRS) DC-241; Andreyev và n.n.k., Elements of independent analysis in the Vietnamese-Russian algorithm of machine translation, JPRS 2150-N, tt. 54-60.
4. Y. Bar-Hillel, Language and Information, 1964, Reading; Measures of syntactic complexity, trong Machine Translation (MT), A.D- Booth

in, 1967, Amsterdam, tt. 28 – to; Lê Mạnh Thát về một vài định lý của Bar-Hillel, Cảo bản 1970 Madisos ; E. Agricola, Aktuelle theorisch – linguistische Probleme der automatischen Sprachueberselzung, Sprache im technischen Zeitalter 23 (1967) 284-298.

5. O.S. Kulagina và I.A. MePchuk, Automatic translation : some theoritical aspects and the design of a translation system, trong MT, tt. 137-171; W.J. Plath, Multiple – path analysis and automatic translation, cc. tt. 267-315; Y.II. Yngve, MT at M.l.T. 1965, cc. it. 451-523; E.F. Skurokhodko, Simanticheskii analiz V mas- hinnogom perevode, trong Avtomatizatsiya Informatsionnykh Robot i Yoprosy matematicheskoi lingvistiki, 1966, Moskva, tt. 29-44.

6. J. Fuchs, Zur technischen Crganisation der Uebersetzungen buddhistischer Schriften ins Chinesische, Asia Major ti (1930) 84-103; F. Ocho, Shaku, Doan no honyakiKon Indogaku hukkụôgaku kenkyü 5 (1957) 448-458; Kumaraju no honyaku, Olani daiqaku gakuho 37 (1958) 1-25.

7. E. Reifler, Chinese-Knglish machine translation: its lexicographic and linguistic problems, trong MT, tt. 317-428; V.N. Zherebin Nekatorye voprosy mashinnogo perevoda s kilayskogo yazyka 1962, Moksva; v. Schweissheimer, Automatische Uebcrsctzung vom Chinesischen ins Englische, Maschine und Werkzeug 65 (1964) 18; M.v. Sofronov, Obacie principy mashinnogo pere-voda s kitayskogo yazyka, VY vii 2 (1958) 116-121; G.w. King, và H w. Chang, Kachine translation of Chinese, Scientific American 199 (1963) 121 -135; Lưu Dũng Tuyền, Cơ khí phiên dịch thiển thuyết, Trung Quốc ngữ văn 12(1958) ; Nga Hán cơ khí phiên dịch trung đích từ tự vấn đề cập ký giải quyết biện pháp, Ngữ ngôn nghiên cứu 4 (1959); Issledovatel'skaya rabota v oblasti mashinnego perevoda v kitayskoy Nar. Respublike, VY viii 5 (1959) 102-101; Thompson-Ramo Wooldrige Inc., RW Division, Survey of problem areas in Chinese-English machine translation, Tech. Rept. No. 1 NSP – C233, 1962, Canoga Park; A. K. Neuck, Chinesische kein Problem mehrmit elektronischen Ue- bersetzungsanlagen, Automatisierung 11 1 (1966) 17-18.

8. D. Tokiwa, Go Kan yori So Sai ni itaru yakkyo soroku, 1938, Tokyo K. Sakaino, Shina bukkyo saislii, 1935, Tokyo; T. Hayashiya, Kyoroku no kenkyu, 1937, Tokyo.

9. P- Ratchnevsky, Beitraege zum Problem des Wortes im Chinesischen, 1960, Berlin ; w. Dabson, late archain Chinese; a grammatical study, 1959, University of Toronto Press; Lương Khả Siêu, Phật diễn chi phiên

dịch, trong Ẩm băng thất văn tập lx, tt. 11a-64a; Phiên dịch văn thể chi thảo luận, cc. 1xi, tt. 11b- 21a; B. Karlgren, Grammata serica, Bulettin of the Museum of Far Eastern Antiquities 12 (1960); V. A. Voronin, Grammatical analysis for machine translation of Chinese into Russian, trong Abstracts of the…, tt. 60-61; Machine translation of Chinese into Russian, JPRS 1133-D ; Vô danh, Automatisierte Maschinenuebersetzung vom Chinesischen ins Englische, Buerotechnik und. Automation vi 11 (1965) 520-522.

10. M. Kay vä T. Ziehe, Natural language in computer form, trong Readings in automatic language processing D. G. Hays in, 1966 New york, tt. 33 – 49; Vô danh, Grammatik-program, fiir Maschinen uebersetzerx, Ideen des exakten Wissens 12 (1968) 136; H. P. Edmundson và D. G. Hays, Research methodology for machine translation, Mechanical Translation 5 (1958) 8-15; H. Borko, Au-tomated language processing, 1967, New york; P. E. Jones và n.n.k., Automatic language processing, 1969, Detroit.

11. Vấn đề ghi số những chữ này cũng như toàn bộ tự vựng, chúng ta có thể hoặc dùng điện mã của Tiêu chuẩn điện mã bản do Bộ Bưu điện và Viễn thông nước Cộng hòa Nhân dân Trung hoa xuất bản ngày 1-6-1952 và thêm bớt cho thích hợp, hoặc đặt nên một hệ thống số mã mới dùng riêng cho công tác phiên dịch của ta, như King và Chang đã làm đối với họ trong bài báo dẫn trên. Cũng cần nói thêm là, tiếng nước ta trong tình trạng ngày nay với tất cả những dấu của nó phải được suy xét lại. Ở đây những bàn cải của Lưu Dũng Tuyền về việc dịch máy và việc cải tổ tiếng Trung Quốc đáng được chú ý. Xem, Liu Yung Chuanm, Machine translation and language reform, JPRS 19695 ; Machine translation and langua reform, JPRS 18764.

12. L. N. Iordanskaya, Avtomaticheskii sintaksicheskii analizii, 1967, Novosibirsk; U, Oomen, Automatischc syntaktische Analyse, 1968, The Hague; J. M. Forster, Automatic syntactic analysis, 1970. London; L. Dupuis, Un système morphologique, compromis entre les facilités de la compilation; les recherches syntaxiques et l'adaptation à de futurs programmes de T. A., trong Automatic Translation of Languages, A. Ghizzetti in, 1966, Oxford; D. G. Hays, Introduction to computational linguistics, 1967, New York.

13. J. Bacot, Une grammaire tibétaine du tibétain classique, 1928, Paris;ss. J. Schubert, Tibetische Nationalgrammatik, 1928-1929, Berlin; C.Hegamey, Considérations sur le système morphologique du tibétain littéraire, Cahiers Ferdinand de Saussure vi, 1916-1947, Genève. Như những dẫn chứng trên cho thấy; không một cách tính cho Tạng ngữ đã

được phát triển, do đó nếu ta thành công trong việc phát triển nó, thì đấy có lẽ là cách tính đầu tiên cho nó. Việc người ta bỏ quên nó đến từ việc Tạng ngữ ngày đã không phát triển thành một ngôn ngữ chính trị và khoa học trên thế giới. Đây là một điều đáng tiếc, nhất là với một ngôn ngữ có một văn học lâu đời như nó.

14. Diệp Cung Xước, Lịch đại Tạng kinh Khảo lược, trong Trương đào Sinh kỷ niệm luận văn tập, 1937, tt. 25-42; Đạo An, Trung Quốc tạng kinh dịch ấn sử, trong Trung Quốc phật giáo sử luận tập iii, 1956, Đài bắc, tt. 979-1016; P. Déiniéville, sur les éditions imprimées du canon chinois, Bulletin de l'Nicole' française d'Extrême-Orient 24 (1921) 181-218: G. Ono, Daizòkyò gaisetsu, trong Bussho kaisetsu daijiten xii, tt. 1-197.

15. M. Lalou, La version tibétaine de la Ratnakùta, Journal Asiatique(JA) 213 (1927) 233-259 ; La version tibétaine de Prajnàpàrainità,. cc. 215 (1929) 87-102; Manuscrits tibétains de la Satasahasrikà- prajnàpàramità cachés à Touen, houang, cc. 252 (1964) 479-486;. Les manuscrits tibétains des grands prajnàpàramità trouvés à Touen-houang, trong Silver jubilee volume of the Zinbun ka- gaku kenkvusha, Kyoto University, 1951, Kyoto, tt. 257–01; Les plus anciens rouleaux tibétains trouvés à Touen-houang, Roc- znik Orjentalistyczny 21 (1957) 149-152; R. o. Meizezahl, Die ti- belischen Handshriften und Drucke des Linden – Museum in Stuttgart, Tribus, Zeitschrift flier Elhuoloyie and ihre Kuchbar- wisscnschaften 7 (1957) Souderausdruck; Tibctische Prajnàpà- ramità-Texle im Bernischen historischen Museum, Libri (Copenhagen) 13 (1964) 2 5-252.

16. N. R. Scott, Electronic computer technology, 1970, New York; A. Profit. Structure et technologie des ordinateurs, 1970, Paris; R. K. Wall, jr., The digital data-processing problem of machine translation of Russian to English, trong Linguistic and engi. neering studies in Automatic Language Translation of Scientific Russian into English, Tech. Rept. No. RADC-TR – 60 -11, I960, University of Washington Press, tt. 356-448; E. L. Braun, Digi-tal computer design, 1963, New York. Chúng tôi không bàn đến ở đây vấn đề kỹ thuật của máy đọc, vì một mặt một cái máy đọc ngày nay giá khoảng chừng hơn 100.000 mỹ kim, và mặt khác vấn đề nhân sự của ta chưa cho phép ta nói đến chuyện chế ra nó, để dùng đối với cái máy điện toán cho việc dịch. Hơn nữa những trở ngại của việc in Tạng ngữ và của những mẫu tự (?) Hán ngữ không hứa hẹn những áp dụng thực tiễn cho chúng, dù cái máy sẽ rất đắc dụng cho việc đọc những ngôn ngữ dùng mẫu tự La tinh như Anh, Pháp, Đức v.v…

17. Xem Lê Mạnh Thát, Sơ thảo lịch sử và điển tịch Phật giáo Việt Nam (sắp xuất bản).

Đã in mùa Thu 2021

Thiên Lý Độc Hành
Thơ Tuệ Sỹ
(Việt, Nôm, Anh, Pháp, Nhật)

Sách ấn tống nhân mùa Vu-lan

Yết-ma yếu chỉ
(tái bản)

Bảy pháp diệt tránh
(tái bản)

NHÀ XUẤT BẢN HỒNG ĐỨC
65 Tràng Thi, Quận Hoàn Kiếm, Hà Nội
Email: nhaxuatbanhongduc65@gmail.com
Điện thoại: 024.3 9260024, Fax: 024.3 9260031

HƯƠNG TÍCH - PHẬT HỌC LUẬN TẬP

Tập VIII. Nhiều Tác Giả

◆

Chịu trách nhiệm xuất bản: Giám đốc Bùi Việt Bắc
Chịu trách nhiệm nội dung: TBT Lý Bá Toàn
Biên tập viên: Phan Thị Ngọc Minh
Bản thảo & Bìa: Hương Tích/ Quảng Hạnh Tuệ

◆

Đối tác liên kết:

Thư Quán HƯƠNG TÍCH

308/12 Nguyễn Thượng Hiền,
Quận Phú Nhuận, TP. HCM
Điện thoại: (028) 35500339
Email: huongtichbooks@gmail.com

In 500 cuốn, khổ 16 x 24cm. Tại Xí nghiệp in FAHASA
774 Trường Chinh, P.15, Q. Tân Bình, TP. HCM.
Số XNĐKXB: **2097-2021/CXBIPH/48 - 40/HĐ.**
Số QĐXB của NXB: **312/QĐ-NXBHĐ cấp ngày 15/06/2021.**
In xong và nộp lưu chiểu năm 2021.
Mã số sách tiêu chuẩn quốc tế (ISBN): 978-604-338-009-5

www.ingramcontent.com/pod-product-compliance
Ingram Content Group UK Ltd.
Pitfield, Milton Keynes, MK11 3LW, UK
UKHW012253290726
14090UKWH00016B/634

9 781087 996622